ಸ್ವಾತಂತ್ರ್ಯವನ್ನು ಪಡೆಯಲು ನಾಲ್ಕು ಒಪ್ಪಂದಗಳು

ದ ಫೋರ್ ಅಗ್ರೀಮೆಂಟ್ಸ್

ಕನ್ನಡಕ್ಕೆ: ಉಷಾ. ಜೆ

ಡಾನ್ ಮಿಗೇಲ್ ರೂಯಿಸ್

ದ ಫೋರ್ ಅಗ್ರೀಮೆಂಟ್ಸ್

ಸ್ವಾತಂತ್ರ್ಯವನ್ನು ಪಡೆಯಲು ನಾಲ್ಕು ಒಪ್ಪಂದಗಳು

ಲೇಖಕರು : ಡಾನ್ ಮಿಗೇಲ್ ರೂಯಿಸ್

ಕನ್ನಡಕ್ಕೆ ಅನುವಾದ : ಉಷಾ. ಜೆ

The Four Agreements ಈ ಆಂಗ್ಲ ಪುಸ್ತಕದ ಕನ್ನಡ ಅನುವಾದ

Frist Edition : January 2026

Publisher: WOW publishings Pvt. Ltd., Pune

Printer: Trinity Academy For Corporate Training Ltd, Pune, India

ISBN : 978-93-47087-45-5

No. of pages-94

Price: ₹ 150/-

The Four Agreements

Swaatantryavannu padeyalu naalku oppandagalu

by Don Miguel Ruiz

ಚೈತನ್ಯದ ಸನ್ನಿಧಿಗೆ,

ನಮಗಿಂತ ಮೊದಲು ನಡೆದು ಹೋದವರಿಗೆ,

ಪ್ರಸ್ತುತ ನಮ್ಮೊಡನೆ ಇರುವವರಿಗೆ, ಮತ್ತು

ಮುಂಬರಲಿರುವ ಪೀಳಿಗೆಗೆ

ಪರಿವಿಡಿ

ಕೃತಜ್ಞತೆಗಳು

ನನಗೆ ನಿಷ್ಕಲ್ಮಷ ಪ್ರೀತಿಯನ್ನು ಧಾರೆ ಎರೆದ ನನ್ನ ತಾಯಿ ಸರಿತಾ, ನನಗೆ ಶಿಸ್ತನ್ನು ಕಲಿಸಿಕೊಟ್ಟ ನನ್ನ ತಂದೆ ಜೋಸ್ ಲೂಯಿಸ್, ಟೋಲ್ಟೆಕ್ ರಹಸ್ಯಗಳನ್ನು ಭೇದಿಸುವ ಕೀಲಿಕೈ ನೀಡಿದ ನನ್ನ ಅಜ್ಜ ಲಿಯೊನಾರ್ಡೊ ಮ್ಯಾಸಿಯಸ್, ಮತ್ತು ನನ್ನ ಮಕ್ಕಳಾದ ಮಿಗೇಲ್, ಜೋಸ್ ಲೂಯಿಸ್ ಮತ್ತು ಲಿಯೊನಾರ್ಡೊ ಇವರನ್ನು ಈ ಸಂಧರ್ಭದಲ್ಲಿ ನಾನು ಅತ್ಯಂತ ವಿನಮ್ರವಾಗಿ ಸ್ಮರಿಸುತ್ತೇನೆ.

ಗಯಾ ಜೆಂಕಿನ್ಸ್ ಮತ್ತು ಟ್ರೇ ಜೆಂಕಿನ್ಸ್ ಅವರ ಸಮರ್ಪಣಾ ಮನೋಭಾವಕ್ಕೆ ನನ್ನ ಪ್ರೀತಿ ಮತ್ತು ಮೆಚ್ಚುಗೆಗಳನ್ನು ವ್ಯಕ್ತಪಡಿಸಲು ಇಚ್ಛಿಸುತ್ತೇನೆ.

ಪ್ರಕಾಶಕಿ, ಸಂಪಾದಕಿ ಹಾಗೂ ನನ್ನಲ್ಲಿ ನಂಬಿಕೆಯಿಟ್ಟ ಜಾನೆಟ್ ಮಿಲ್ಸ್ ಅವರಿಗೆ ನನ್ನ ಹೃತ್ಪೂರ್ವಕ ಕೃತಜ್ಞತೆಗಳನ್ನು ಸಲ್ಲಿಸುತ್ತೇನೆ. ಹಾಗೆಯೇ, ನನಗೆ ದಾರಿ ದೀಪದಂತೆ ಬೆಳಕು ತೋರಿದ ರೇ ಚೇಂಬರ್ಸ್ ಅವರಿಗೆ ನಾನು ಸದಾ ಋಣಿಯಾಗಿದ್ದೇನೆ.

ನನ್ನ ಆತ್ಮೀಯ ಸ್ನೇಹಿತೆ, ಅದ್ಭುತ ಮೇಧಾವಿ ಹಾಗೂ ತಮ್ಮ ನಂಬಿಕೆಯಿಂದ ನನ್ನ ಹೃದಯವನ್ನು ತಟ್ಟಿದ ಗಿನಿ ಜೆಂಟ್ರಿ ಅವರಿಗೆ ಗೌರವ ಸಲ್ಲಿಸಲು ಬಯಸುತ್ತೇನೆ.

ಈ ಬೋಧನೆಗಳನ್ನು ಬೆಂಬಲಿಸಲು ತಮ್ಮ ಸಮಯ, ಹೃದಯ ಮತ್ತು ಸಂಪನ್ಮೂಲಗಳನ್ನು ಮುಕ್ತವಾಗಿ ನೀಡಿದ ಅನೇಕರಿಗೆ ನಾನು ವಂದನೆಗಳನ್ನು ಸಲ್ಲಿಸುತ್ತೇನೆ. ಅವರಲ್ಲಿ ಕೆಲವರ ಪಟ್ಟಿ ಇಲ್ಲಿದೆ:

ಗೇ ಬಕ್ಲಿ, ಟೆಡ್ ಮತ್ತು ಪೆಗ್ಗಿ ರೇಸ್, ಕ್ರಿಸ್ಟಿನಿಯಾ ಜಾನ್ಸನ್, ಜುಡಿ 'ರೆಡ್' ಫ್ರುಬೌರ್, ವಿಕಿ ಮೊಲಿನಾರ್, ಡೇವಿಡ್ ಮತ್ತು ಲಿಂಡಾ ಡಿಬಲ್, ಬರ್ನಾಡೆಟ್ ವಿಜಿಲ್, ಸಿಂಥಿಯಾ ವೂಟನ್, ಅಲನ್ ಕ್ಲಾರ್ಕ್, ರೀಟಾ ರಿವೆರಾ, ಕ್ಯಾಥರೀನ್ ಚೇಸ್, ಸ್ಟೆಫನಿ ಬ್ಯೂರೋ, ಟಾಡ್ ಕಪ್ರಿಯೆಲಿಯನ್, ಗ್ಲೆನ್ನಾ ಕ್ವಿಗ್ಲಿ, ಅಲನ್ ಮತ್ತು ರಾಂಡಿ ಹಾರ್ಡ್‌ಮನ್, ಸಿಂಡಿ ಪಾಸ್ಕೋ, ಟೆರ್ರಿ ಮತ್ತು ಚಕ್ ಕೌಗಿಲ್, ರಾಬರ್ಟೊ ಮತ್ತು ಡಯೇನ್ ಪೇಜ್, ಸಿರಿ ಜೆಯಾನ್

ಸಿಂಗ್ ಖಾಲ್ಸಾ, ಹೀದರ್ ಆಶ್, ಲ್ಯಾರಿ ಆಂಡ್ರ್ಯೂಸ್, ಜುಡಿ ಸಿಲ್ವರ್, ಕ್ಯಾರೊಲಿನ್ ಹಿಪ್, ಕಿಮ್ ಹೋಫರ್, ಮೆರ್ಸಡೆಹ್ ಖೆರಾಡ್ಮಂಡ್, ಡಯಾನಾ ಮತ್ತು ಸ್ಕೈ ಫರ್ಗುಸನ್, ಕೆರಿ ಕ್ರೊಪಿಡ್‌ಲೋವ್ಸ್ಕಿ, ಸ್ಟೀವ್ ಹಸೆನ್‌ಬರ್ಗ್, ದಾರಾ ಸಲೌರ್, ಜೋಕ್ವಿನ್ ಗಾಲ್ವನ್, ವೂಡಿ ಬಾಬ್, ರಾಚೆಲ್ ಗೆರೆರೊ, ಮಾರ್ಕ್ ಗೆರ್ಶೋನ್, ಕೊಲೆಟ್ ಮಿಚಾನ್, ಬ್ರಾಂಡ್ ಮೋರ್ಗನ್, ಕ್ಯಾಥರೀನ್ ಕಿಲ್ಗೋರ್ (ಕಿಟ್ಟಿ ಕೌರ್), ಮೈಕೆಲ್ ಗಿಲಾರ್ಡಿ, ಲಾರಾ ಹ್ಯಾನಿ, ಮಾರ್ಕ್ ಕ್ಲೋಪ್ಫಿನ್, ವೆಂಡಿ ಬಾಬ್, ಎಡ್ ಫಾಕ್ಸ್, ಯಾರಿ ಜೇಡಾ, ಮೇರಿ ಕ್ಯಾರೊಲ್ ನೆಲ್ಸನ್, ಅಮರಿ ಮಗ್ದಲೇನಾ, ಜೇನ್‌ಆನ್ ಡೌ, ರಸ್ ವೆನಬಲ್, ಗು ಮತ್ತು ಮಾಯಾ ಖಾಲ್ಸಾ, ಮಾತಾಜಿ ರೊಸಿಟಾ, ಫ್ರೆಡ್ ಮತ್ತು ಮರಿಯನ್ ವ್ಯಾಟಿನೆಲ್ಲಿ, ಡಯೇನ್ ಲಾರೆಂಟ್, ವಿ.ಜೆ. ಪೊಲಿಚ್, ಗೇಲ್ ಡಾನ್ ಪ್ರೈಸ್, ಬಾರ್ಬರಾ ಸೈಮನ್, ಪ್ಯಾಟಿ ಟೊರೆಸ್, ಕೇ ಥಾಂಪ್ಸನ್, ರಾಮಿನ್ ಯಜ್ದಾನಿ, ಲಿಂಡಾ ಲೈಟ್‌ಫೂಟ್, ಟೆರ್ರಿ ಗೋರ್ಟನ್, ಡೊರೊಥಿ ಲೀ, ಜೆ.ಜೆ. ಫ್ರಾಂಕ್, ಜೆನಿಫರ್ ಮತ್ತು ಜೀನ್ ಜೆಂಕಿನ್ಸ್, ಜಾರ್ಜ್ ಗೋರ್ಟನ್, ಟಿಟಾ ವೀಮ್ಸ್, ಶೆಲ್ಲಿ ವೋಲ್ಫ್, ಗಿಗಿ ಬಾಯ್ಸ್, ಮೋರ್ಗನ್ ಡ್ರಾಸ್ಮಿನ್, ಎಡ್ಡಿ ವಾನ್ ಸನ್, ಸಿಡ್ನಿ ಡಿ ಜಾಂಗ್, ಪೆಗ್ ಹ್ಯಾಕೆಟ್ ಕ್ಯಾನ್ಸಿಯೆನ್, ಜೆರ್ಮೈನ್ ಬಾಟಿಸ್ಟಾ, ಪಿಲಾರ್ ಮೆಂಡೋಜಾ, ಡೆಬ್ಬಿ ರಂಡ್ ಕಾಲ್ಡ್‌ವೆಲ್, ಬೀ ಲಾ ಸ್ಕಾಲಾ, ಎಡ್ವರ್ಡೋ ರಬಾಸಾ ಮತ್ತು ದ ಕೌಬಾಯ್.

ಟೋಲ್ಟೆಕ್

ಸಾವಿರಾರು ವರ್ಷಗಳ ಹಿಂದೆ, ಟೋಲ್ಟೆಕ್ ಜನರು ದಕ್ಷಿಣ ಮೆಕ್ಸಿಕೋದಲ್ಲಿ 'ಬುದ್ಧಿವಂತ ಮಹಿಳೆಯರು ಮತ್ತು ಪುರುಷರು' ಎಂದು ಹೆಸರಾಗಿದ್ದರು. ಮಾನವಶಾಸ್ತ್ರಜ್ಞರು ಟೋಲ್ಟೆಕ್‌ರನ್ನು ಒಂದು ರಾಷ್ಟ್ರ ಅಥವಾ ಜನಾಂಗ ಎಂದು ಮಾತನಾಡಿದ್ದಾರೆ. ಆದರೆ, ವಾಸ್ತವವಾಗಿ, ಟೋಲ್ಟೆಕ್ ಜನರು ವಿಜ್ಞಾನಿಗಳು ಮತ್ತು ಕಲಾವಿದರಾಗಿದ್ದು, ಅವರು ಪ್ರಾಚೀನರ ಆಧ್ಯಾತ್ಮಿಕ ಜ್ಞಾನ ಮತ್ತು ಆಚರಣೆಗಳನ್ನು ಅನ್ವೇಷಿಸಲು ಮತ್ತು ಸಂರಕ್ಷಿಸಲು ಒಂದು ಸಮಾಜವನ್ನು ರೂಪಿಸಿದರು. ಮೆಕ್ಸಿಕೋ ಸಿಟಿಯ ಹೊರಗಿರುವ ಪ್ರಾಚೀನ ಪಿರಮಿಡ್‌ಗಳ ನಗರವಾದ ಟಿಯೋಟಿಹುವಾಕನ್‌ನಲ್ಲಿ ಅವರು ಗುರುಗಳು (ನಾಗುವಲ್ಸ್) ಮತ್ತು ವಿದ್ಯಾರ್ಥಿಗಳಾಗಿ ಒಂದಾದರು. ಟಿಯೋಟಿಹುವಾಕನ್ನನ್ನು 'ಮನುಷ್ಯನು ದೇವರಾಗುವ ಸ್ಥಳ' ಎಂದು ಕರೆಯಲಾಗುತ್ತದೆ.

ಸಾವಿರಾರು ವರ್ಷಗಳಲ್ಲಿ, ನಾಗುವಲ್‌ಗಳು ತಮ್ಮ ಪೂರ್ವಜರ ಜ್ಞಾನವನ್ನು ಮರೆಮಾಚಲು ಮತ್ತು ಅದನ್ನು ಗೌಪ್ಯವಾಗಿಡಲು ಒತ್ತಾಯಿಸಲ್ಪಟ್ಟರು. ಯುರೋಪಿಯನ್ ವಿಜಯ ಮತ್ತು ಕೆಲವು ಶಿಷ್ಯರು ವೈಯಕ್ತಿಕ ಶಕ್ತಿಯನ್ನು ದುರುಪಯೋಗಪಡಿಸಿಕೊಂಡ ಕಾರಣದಿಂದಾಗಿ, ಆ ಜ್ಞಾನವನ್ನು ಬುದ್ಧಿವಂತಿಕೆಯಿಂದ ಬಳಸಲು ಸಿದ್ಧರಿಲ್ಲದವರಿಂದ ಅಥವಾ ಸ್ವಾರ್ಥಕ್ಕಾಗಿ ಅದನ್ನು ದುರುಪಯೋಗಪಡಿಸಿಕೊಳ್ಳುವವರಿಂದ ರಕ್ಷಿಸುವುದು ಅಗತ್ಯವಾಯಿತು.

ಸಂತೋಷದ ವಿಷಯವೆಂದರೆ, ಈ ಗೋಪ್ಯ ಟೋಲ್ಟೆಕ್ ಜ್ಞಾನವು ನಾಗುವಲ್‌ಗಳ ವಿವಿಧ ವಂಶಾವಳಿಗಳ ಮೂಲಕ ಪೀಳಿಗೆಯಿಂದ ಪೀಳಿಗೆಗೆ ಮುಂದುವರೆಯಿತು. ನೂರಾರು ವರ್ಷಗಳವರೆಗೆ ಇದು ರಹಸ್ಯವಾಗಿ ಉಳಿದಿದ್ದರೂ, ಪ್ರಾಚೀನ ಭವಿಷ್ಯವಾಣಿಗಳು ಜ್ಞಾನವನ್ನು ಮತ್ತೆ ಜನರಿಗೆ ಹಿಂದಿರುಗಿಸಬೇಕಾದ ಯುಗ ಬರುತ್ತದೆ ಎಂದು ಹೇಳಿದ್ದವು. ಈಗ, ಈಗಲ್ ನೈಟ್ ವಂಶದ ನಾಗುವಲ್ ಆದ 'ಡಾನ್ ಮಿಗೇಲ್ ರೂಯಿಸ್' ಅವರು ಟೋಲ್ಟೆಕ್‌ನ ಪ್ರಬಲ ಬೋಧನೆಗಳನ್ನು ನಮ್ಮೊಂದಿಗೆ ಹಂಚಿಕೊಳ್ಳಲು ಮಾರ್ಗದರ್ಶನ ಪಡೆದಿದ್ದಾರೆ.

ಟೋಲ್ಟೆಕ್ ಜ್ಞಾನವು ಪ್ರಪಂಚದಾದ್ಯಂತ ಕಂಡುಬರುವ ಎಲ್ಲ ಪವಿತ್ರ ಗೋಪ್ಯ ಸಂಪ್ರದಾಯಗಳಂತೆ ಸತ್ಯದ ಒಂದೇ ಮೂಲಭೂತ ಏಕತೆಯಿಂದ ಹುಟ್ಟಿಕೊಂಡಿದೆ. ಇದು ಧರ್ಮವಲ್ಲದಿದ್ದರೂ, ಭೂಮಿಯ ಮೇಲೆ ಕಲಿಸಿದ ಎಲ್ಲಾ ಆಧ್ಯಾತ್ಮಿಕ ಗುರುಗಳನ್ನು ಗೌರವಿಸುತ್ತದೆ. ಇದು ಅಧ್ಯಾತ್ಮವನ್ನು ಒಳಗೊಂಡಿದ್ದರೂ, ಇದನ್ನು ಜೀವನ ವಿಧಾನ ಎಂದು ನಿಖರವಾಗಿ ವಿವರಿಸಬಹುದು. ಇದು ಸುಲಭವಾಗಿ ಲಭ್ಯವಿರುವ ಸಂತೋಷ ಮತ್ತು ಪ್ರೀತಿಯಿಂದ ಗುರುತಿಸಲ್ಪಟ್ಟಿದೆ.

ಪರಿಚಯ

ಹೊಗೆಯ ಕನ್ನಡಿ

ಮೂರು ಸಾವಿರ ವರ್ಷಗಳ ಹಿಂದೆ, ನಿಮ್ಮ ಮತ್ತು ನನ್ನಂತೆಯೇ ಒಬ್ಬ ಮನುಷ್ಯನಿದ್ದ. ಅವನು ಬೆಟ್ಟ ಗುಡ್ಡಗಳಿಂದ ಸುತ್ತುವರೆದಿದ್ದ ಪಟ್ಟಣದಲ್ಲಿ ವಾಸವಾಗಿದ್ದ. ಆತ ತನ್ನ ಹಿರಿಯರಿಗೆ ಗೊತ್ತಿದ್ದ ಜ್ಞಾನವನ್ನು ಸಂಪಾದಿಸಬೇಕಿತ್ತು, ಹಾಗಾಗಿ ವೈದ್ಯನಾಗಲು ಓದುತ್ತಿದ್ದನು. ಅವನು ತಾನು ಕಲಿಯುತ್ತಿದ್ದ ವಿಷಯಗಳಲ್ಲಿ ಎಲ್ಲವನ್ನೂ ಕಣ್ಣುಮುಚ್ಚಿಕೊಂಡು ಒಪ್ಪಿಕೊಳ್ಳುತ್ತಿರಲಿಲ್ಲ. ಇನ್ನೂ ಇದರಲ್ಲಿ ಕಲಿಯಲು ಏನೋ ಹೆಚ್ಚಿನ ಜ್ಞಾನವಿದೆ ಎಂದು ಅವನ ಹೃದಯ ಹೇಳುತ್ತಿತ್ತು.

ಅದೊಂದು ದಿನ ಗುಹೆಯಲ್ಲಿ ಮಲಗಿದ್ದಾಗ ಕನಸೊಂದನ್ನು ಕಂಡನು. ಅಲ್ಲಿ ತಾನೇ ಮಲಗಿ ನಿದ್ರಿಸುತ್ತಿದ್ದ ತನ್ನ ದೇಹವನ್ನು ನೋಡಿದ. ಆ ಅಮವಾಸ್ಯೆಯ ರಾತ್ರಿ ಗುಹೆಯಿಂದ ಹೊರಗೆ ಬಂದನು. ಆಕಾಶ ನಿರ್ಮಲವಾಗಿತ್ತು. ಲಕ್ಷಾಂತರ ನಕ್ಷತ್ರಗಳನ್ನು ನೋಡಿದನು. ಆಗ ಅವನೊಳಗೆ ಜರುಗಿದ ಅದ್ಭುತ, ಮುಂದೆ ಎಂದೆಂದಿಗೂ ಅವನ ಜೀವನವನ್ನು ಶಾಶ್ವತವಾಗಿ ಬದಲಾಯಿಸಿತು. ಆತ ತನ್ನ ಕೈಗಳನ್ನು ನೋಡಿಕೊಂಡನು... ತನ್ನ ದೇಹವನ್ನು ಆಳವಾಗಿ ಅರಿತನು... ಆಗ "ನಾನು ಬೆಳಕಿನಿಂದ ಸೃಷ್ಟಿಯಾದವ, ನಾನು ನಕ್ಷತ್ರಗಳಿಂದ ಸೃಷ್ಟಿಯಾದವ" ಎಂದು ತನ್ನ ಧ್ವನಿಯೇ ಮಾತನಾಡುವುದನ್ನು ಕೇಳಿದನು.

ಅವನು ಪುನಃ ನಕ್ಷತ್ರಗಳತ್ತ ದಿಟ್ಟಿಸಿದ, ನಕ್ಷತ್ರಗಳಿಂದ ಬೆಳಕು ಸೃಷ್ಟಿಯಾಗುವುದಿಲ್ಲ, ಬದಲಿಗೆ ಬೆಳಕೇ ನಕ್ಷತ್ರಗಳನ್ನು ಸೃಷ್ಟಿಸಿದೆ ಎಂಬ ಅರಿವಾಯಿತು. "ಎಲ್ಲವೂ ಬೆಳಕಿನಿಂದಾಗಿದೆ, ನಡುವೆ ಇರುವ ಸ್ಪೇಸ್ ಖಾಲಿಯಲ್ಲ" ಎಂದು ಹೇಳಿಕೊಂಡ. ಈ ವಿಶ್ವದಲ್ಲಿರುವ ಪ್ರತಿ ಕಣವೂ ಸೇರಿ ಒಂದು ದೊಡ್ಡ ಜೀವಿಯಿದ್ದಂತೆ, ಬೆಳಕು ಜೀವವನ್ನು ಹೊತ್ತುತರುವ ದೂತನಿದ್ದಂತೆ, ಏಕೆಂದರೆ ಅದು ಜೀವಂತವಾಗಿದ್ದು ಎಲ್ಲಾ ಮಾಹಿತಿಯನ್ನು ಒಳಗೊಂಡಿದೆ ಎಂಬುದನ್ನು ಆತ ಅರಿತುಕೊಂಡ.

ತಾನು ನಕ್ಷತ್ರಗಳಿಂದ ಸೃಷ್ಟಿಯಾದವನೇ ಆದರೂ ತಾನು ಆ ನಕ್ಷತ್ರದಂತಲ್ಲ ಎಂದು ಅವನು ಕಂಡುಕೊಂಡ. "ನಾನು ನಕ್ಷತ್ರಗಳ ನಡುವಿನಲ್ಲಿರುವವನು" ಅಂದುಕೊಂಡನು. ನಕ್ಷತ್ರಗಳನ್ನು ಟೋನಲ್ ಎಂದನು. ಮತ್ತೆ ನಕ್ಷತ್ರಗಳ ನಡುವಿನ ಬೆಳಕನ್ನು ನಾಗುವಲ್ ಎಂದನು. ಇವರಿಬ್ಬರ ನಡುವೆ ಪ್ರೀತಿ ಮತ್ತು ಅಂತರ ಸೃಷ್ಟಿಸಿದ್ದು ಜೀವನ ಅಥವಾ ಉದ್ದೇಶ ಎಂದು ತಿಳಿಯಿತು. ಜೀವನವೇ ಇಲ್ಲದಿದ್ದ ಪಕ್ಷದಲ್ಲಿ ಟೋನಲ್ ಮತ್ತು ನಾಗುವಲ್ ಈ ಸೃಷ್ಟಿಯಲ್ಲೇ ಅಸ್ತಿತ್ವದಲ್ಲಿರುತ್ತಿರಲಿಲ್ಲ. ಜೀವನವು ಪರಮ ಸತ್ಯದ, ಪರಮೋಚ್ಚ, ಎಲ್ಲವನ್ನೂ ಸೃಷ್ಟಿಸುವ ಸೃಷ್ಟಿಕರ್ತನ ಶಕ್ತಿ.

ಅವನು ಕಂಡುಕೊಂಡದ್ದು ಇಷ್ಟು: ಈ ವಿಶ್ವದಲ್ಲಿರುವ ಪ್ರತಿಯೊಂದು ನಾವು ಪರಮಾತ್ಮ ಎಂದುಕೊಂಡಿದ್ದೇವೆಲ್ಲ ಅವನ ಸೃಷ್ಟಿ. ಅಣು ರೇಣುವೂ ಅವನೇ. ಮಾನವ ಸೃಷ್ಟಿ ಎಂಬುದು ಕೇವಲ ಬೆಳಕು ಬೆಳಕನ್ನು ಗ್ರಹಿಸುವ ಕ್ರಿಯೆಯಷ್ಟೇ ಎಂದು ಅವನು ತೀರ್ಮಾನಕ್ಕೆ ಬಂದನು. ಅವನು ವಿಶ್ವದಲ್ಲಿರುವ ದ್ರವ್ಯರಾಶಿಯು ಕನ್ನಡಿ ಇದ್ದಹಾಗೆ... ಆ ಬೆಳಕಿನ ಪ್ರತಿಬಿಂಬ ಸೂಸುವ ಪ್ರತಿ ವಸ್ತುವೂ ಕನ್ನಡಿಯಂತೆ, ಅದು ಚೈತನ್ಯದ/ಆ ಬೆಳಕಿನ ವಿವಿಧ ರೂಪಗಳನ್ನು ಸೃಷ್ಟಿಸುತ್ತದೆ- ಮಾಯೆಯ ಈ ಜಗತ್ತು, ಈ ಕನಸು, ಹೊಗೆ ಇದ್ದ ಹಾಗೆ... ನಾವು ನಿಜವಾಗಿ ಯಾರು ಎಂದು ಕಂಡುಕೊಳ್ಳಲು ಅದು ಬಿಡುವುದಿಲ್ಲ ಎಂಬುದನ್ನು ಅರಿತನು. ಅವನು "ನಮ್ಮ ನಿಜಸ್ವರೂಪವೆಂದರೆ ಪರಿಶುದ್ಧವಾದ ಪ್ರೀತಿ, ಪವಿತ್ರವಾದ ಚೈತನ್ಯ(ಬೆಳಕು)" ಎಂದು ಹೇಳಿಕೊಂಡನು.

ಈ ಅನುಭೂತಿ ಅವನ ಜೀವನವನ್ನೇ ಬದಲಾಯಿಸಿತು. ಒಂದು ಸಲ ಅವನಿಗೆ ತಾನೇನೆಂದು ಅರಿವಾದಮೇಲೆ, ಅವನು ಬೇರೆ ಮನುಷ್ಯರನ್ನು ಮತ್ತು ಸುತ್ತಣ ಜಗತ್ತನ್ನು ದಿಟ್ಟಿಸಿದ, ಅವನು ತಾನೇನನ್ನು ಕಂಡನೋ ಅದರಿಂದ ವಿಸ್ಮಯಗೊಂಡ. ಪ್ರತಿ ಮನುಷ್ಯನಲ್ಲಿ, ಪ್ರತಿ ಜೀವಿಯಲ್ಲಿ, ಪ್ರತಿ ಮರಗಳಲ್ಲಿಯೂ, ನೀರು, ಮಳೆ, ಮೋಡ ಮತ್ತು ಭೂಮಿಯಲ್ಲಿ, ಎಲ್ಲದರಲ್ಲಿಯೂ ತನ್ನನ್ನೇ ಕಾಣುತ್ತಿದ್ದ. ಪರಮ ಚೈತನ್ಯವು ಟೋನಲ್ ಮತ್ತು ನಾಗುವಲ್‌ಗಳನ್ನು ವಿಧ ವಿಧವಾಗಿ ಸಂಯೋಜಿಸಿ ಸಹಸ್ರ ಕೋಟಿ ಜೀವವನ್ನು ಸೃಷ್ಟಿಮಾಡಿದೆ ಎಂಬುದನ್ನು ಕಂಡುಕೊಂಡ.

ಆ ಕೆಲವು ಕ್ಷಣಗಳಲ್ಲಿ ಅವನು ಎಲ್ಲವನ್ನು ಅರ್ಥಮಾಡಿಕೊಂಡ. ಅವನಿಗೆ ರೋಮಾಂಚನವಾಗಿತ್ತು. ಅವನ ಹೃದಯದಲ್ಲಿ ಶಾಂತಿ ನೆಲಸಿತ್ತು. ತನಗಾದ ಸಾಕ್ಷಾತ್ಕಾರವನ್ನು ಇತರರಿಗೆ ಹೇಳಲು ಅವನು ಕಾತುರನಾಗಿದ್ದ. ಆದರೆ, ಅದನ್ನು ಹೇಳಲು ಅವನಿಗೆ ಪದಗಳೇ ಸಿಗಲಿಲ್ಲ. ಆದರೂ ಅವನು ಇತರರಿಗೆ ಹೇಳಲು ಯತ್ನಿಸಿದ, ಕೇಳಿದವರಿಗೆ ಏನೂ ಅರ್ಥವಾಗಲಿಲ್ಲ. ಒಟ್ಟಿನಲ್ಲಿ ಅವನಲ್ಲಿ ಬದಲಾವಣೆಯಿತ್ತು, ಅವನ ಕಣ್ಣುಗಳಿಂದ ಮತ್ತು ಅವನ ದನಿಯಿಂದ ಅದ್ಭುತವಾದ ಶಕ್ತಿಯೊಂದು ಹೊರಹೊಮ್ಮುತ್ತಿರುವುದನ್ನು ಮಾತ್ರ ಅವರು ಗಮನಿಸಿದರು. ಇನ್ನು ಮುಂದೆ ಈತ ಇನ್ಯಾರ ಬಗ್ಗೆಯೂ, ಯಾವುದರ ಬಗ್ಗೆಯೂ ಪೂರ್ವಾಗ್ರಹ ಹೊಂದಲಾರ ಎಂಬುದನ್ನು ಗುರುತಿಸಿದರು. ಈಗ ಅವನು ಎಲ್ಲರಂತಿರಲಿಲ್ಲ.

ಅವನಿಗೆ ಎಲ್ಲರೂ ಅರ್ಥವಾಗುತ್ತಿದ್ದರು. ಆದರೆ ಅವರಿಗೆ ಇವನು ಅರ್ಥವಾಗುತ್ತಿರಲಿಲ್ಲ. ಇವನು ದೇವರ ಅವತಾರ ಎಂದು ಅವರು ನಂಬಿದರು. ಇದು ಅವನ ಕಿವಿಗೂ ಬಿತ್ತು. ಅದಕ್ಕೆ ಅವನು ನಸುನಕ್ಕು, "ಹೌದು ಸತ್ಯವೇ, ನಾನು ದೇವರು.

ಆದರೆ ನೀವೂ ಕೂಡ ದೇವರೇ. ನಾವೆಲ್ಲರೂ ಒಂದೇ, ನಾನು ಮತ್ತು ನೀವು. ನಾವು ಬೆಳಕಿನ ರೂಪಗಳು. ನಾವೆಲ್ಲಾ ದೇವರೇ." ಇಷ್ಟೆಲ್ಲಾ ಆದರೂ ಆ ಜನಗಳಿಗೆ ಇವನು ಅರ್ಥವಾಗಲಿಲ್ಲ.

ಅವನು ಅಲ್ಲಿರುವ ಜನರಿಗೆ ತಾನೊಂದು ಕನ್ನಡಿಯಂತೆ ಎಂಬುದನ್ನು ಕಂಡುಕೊಂಡ, ತನ್ನನ್ನೇ ತಾನು ಕಾಣಬಹುದಾದ ಒಂದು ಕನ್ನಡಿ. ಅವನು "ಪ್ರತಿಯೊಬ್ಬರೂ ಒಂದು ಕನ್ನಡಿ" ಎಂದ. ಅವನು ತನ್ನನ್ನೂ ಎಲ್ಲರಲ್ಲಿಯೂ ಕಾಣುತ್ತಿದ್ದ, ಆದರೆ ಅಲ್ಲಿರುವವರು ಇವನು ತಮ್ಮ ಪ್ರತಿರೂಪವೇ ಎಂದು ಕಂಡುಕೊಳ್ಳಲಿಲ್ಲ. ತಾವು ನಿಜವಾಗಿಯೂ ಏನು ಎಂಬ ಅರಿವಿಲ್ಲದೆ ಪ್ರತಿಯೊಬ್ಬರೂ ಕನಸಿನಲ್ಲಿದ್ದಾರೆ ಎಂದು ಕಂಡುಕೊಂಡ. ಆ ಮಂದಿ ಇವನು ತಮ್ಮ ಪ್ರತಿರೂಪ ಎಂದು ಗುರುತಿಸುತ್ತಿರಲಿಲ್ಲ, ಏಕೆಂದರೆ ಎರಡು ಕನ್ನಡಿಗಳ ನಡುವೆ ಮಂಜಿನ ಅಥವಾ ಹೊಗೆಯ ಗೋಡೆ ಅಡ್ಡ ಇತ್ತು. ಇದು ಚೈತನ್ಯದ ವಿವಿಧ ರೂಪಗಳ ಸಂಯೋಜನೆಯಲ್ಲಿ ಎದ್ದಿರುವ ಒಂದು ಮಂಜಿನ ಗೋಡೆ- ಮಾನವನ 'ಕನಸು' ಎನ್ನಬಹುದು.

ತಾನು ಸಂಪಾದಿಸಿದ ಜ್ಞಾನವನ್ನು ಬೇಗ ಮರೆತುಬಿಡುತ್ತೇನೆ ಎಂದು ಅವನಿಗೆ ಗೊತ್ತಿತ್ತು. ತನಗಾದ ಸಾಕ್ಷಾತ್ಕಾರಗಳನ್ನು ಸದಾ ನೆನಪಿನಲ್ಲಿರಿಸಿಕೊಳ್ಳಲು ಬಯಸಿದ, ಹಾಗಾಗಿ ತನ್ನನ್ನು ತಾನು 'ಹೊಗೆಯ ಕನ್ನಡಿ' ಎಂದು ಕರೆದುಕೊಳ್ಳಲು ನಿರ್ಧರಿಸಿದ. ಚೈತನ್ಯ ರೂಪಗಳು/ದ್ರವ್ಯ ವಸ್ತುವು ಕನ್ನಡಿಯಂತೆ ಅವುಗಳ ನಡುವೆ ಸೃಷ್ಟಿಯಾಗುವ ಮಸುಕು ಮಾಡುವ ಹೊಗೆಯೇ ನಾವು ಸತ್ಯವಾಗಿಯೂ ಏನು ಎಂಬುದನ್ನು ಅರಿಯಲು ಅಡ್ಡಿಯಾಗಿದೆ ಎಂದು ಸದಾ ನೆನಪಿಡಲು ಅವನು ಹೀಗೆ ಮಾಡಿದ. "ನಾನು ಹೊಗೆಯ ಕನ್ನಡಿ, ಏಕೆಂದರೆ ನನ್ನನ್ನೇ ನಿಮ್ಮೆಲ್ಲರಲ್ಲಿ ಕಾಣುತ್ತಿದ್ದೇನೆ, ನಾವುಗಳು ಒಬ್ಬರನೊಬ್ಬರು ಗುರುತಿಸುತ್ತಿಲ್ಲ, ಏಕೆಂದರೆ ನಮ್ಮ ನಡುವೆ ಇರುವ ಹೊಗೆಯು ಇದಕ್ಕೆ ಅಡ್ಡಿಯಾಗಿದೆ" ಎಂದ. ಅವನು "ಆ ಹೊಗೆಯೇ ಕನಸು, ಕನ್ನಡಿ ಅಂದರೆ ನೀವೇ, ಕನಸು ಕಾಣುವವರು" ಎಂದು ಘೋಷಿಸಿದ.

ಕಣ್ಣು ಮುಚ್ಚಿಕೊಂಡು ಬದುಕುವುದು ಸುಲಭ, ನೀವು ನೋಡಿದ್ದನ್ನೆಲ್ಲಾ ತಪ್ಪಾಗಿ ಅರ್ಥೈಸಿಕೊಳ್ಳುತ್ತಾ...

– ಜಾನ್ ಲೆನನ್

1

ಪಳಗಿಸುವಿಕೆ ಮತ್ತು ಭೂಮಿಯ ಕನಸು

ನೀವು ಈಗ ಏನು ನೋಡುತ್ತಿದ್ದೀರೋ ಮತ್ತು ಕೇಳುತ್ತಿದ್ದೀರೋ ಅದು ಕೇವಲ ಒಂದು ಕನಸು. ನೀವು ಈಗ, ಈ ಕ್ಷಣ ಕನಸು ಕಾಣುತ್ತಿದ್ದೀರಾ, ಎಚ್ಚರವಾದ ಮೆದುಳಿನೊಂದಿಗೆ ಕನಸು ಕಾಣುತ್ತಿದ್ದೀರಾ.

ಕನಸು ಕಾಣುವುದು ಮನಸ್ಸಿನ ಮುಖ್ಯ ಕಾರ್ಯವಾಗಿದೆ. ಮನಸ್ಸು ದಿನದ ಇಪ್ಪತ್ನಾಲ್ಕು ಗಂಟೆಯೂ ನಿರಂತರ ಕನಸು ಕಾಣುತ್ತದೆ. ಮನಸ್ಸು ಮೆದಳು ಎಚ್ಚರವಾಗಿದ್ದಾಗಲೂ ಕನಸು ಕಾಣುತ್ತದೆ ಮತ್ತು ಮೆದಳು ನಿದ್ದೆಯಲ್ಲಿದ್ದಾಗಲೂ ಕನಸು ಕಾಣುತ್ತದೆ. ಮೆದಳು ಎಚ್ಚರವಾಗಿದ್ದಾಗ ನಮ್ಮನ್ನು ನಿಯಮಿತವಾಗಿ, ಕ್ರಮಬದ್ಧವಾಗಿ ವಿಷಯಗಳನ್ನು ನೋಡುವಂತೆ ಮಾಡುವ ಒಂದು ಭೌತಿಕ ಚೌಕಟ್ಟು ಹೊಂದಿರುತ್ತದೆ. ನಾವು ನಿದ್ದೆಗೆ ಹೋದಾಗ ಆ ಚೌಕಟ್ಟು ಇರುವುದಿಲ್ಲ. ಕನಸು ನಿರಂತರವಾಗಿ ಬದಲಾಗುತ್ತಿರುತ್ತದೆ.

ಮಾನವರು ಸದಾ ಕನಸು ಕಾಣುತ್ತಿರುತ್ತಾರೆ. ನಾವು ಹುಟ್ಟುವ ಮೊದಲೇ ನಮ್ಮ ಪೂರ್ವಜರು ದೊಡ್ಡ ಹೊರ ಕನಸನ್ನು ಸೃಷ್ಟಿಸಿದರು, ಇದನ್ನು ನಾವು 'ಸಮಾಜದ ಕನಸು' ಅಥವ 'ಭೂಮಿಯ ಕನಸು' ಎನ್ನಬಹುದು. ಈ ಭೂಮಿಯ ಕನಸೆಂದರೆ– ಶತಕೋಟಿ ಸಣ್ಣ, ವೈಯಕ್ತಿಕ ಕನಸುಗಳು ಒಟ್ಟಾಗಿ ಒಂದು ಕುಟುಂಬದ ಕನಸು, ನಂತರ ಸಮುದಾಯದ ಕನಸು, ಒಂದು ನಗರದ ಕನಸು, ಒಂದು ದೇಶದ ಕನಸು ಮತ್ತು ಕೊನೆಯದಾಗಿ ಇಡೀ ಮಾನವ ಕುಲದ ಒಂದು ಕನಸನ್ನು ರೂಪಿಸುತ್ತದೆ. ಭೂಮಿಯ ಕನಸಿನಲ್ಲಿ ಸಮಾಜದ ಎಲ್ಲಾ ನಿಯಮಗಳು, ಅದರ ಸಂಪ್ರದಾಯಗಳು, ಅದರ ಕಾನೂನು, ಅದರ ಧರ್ಮ, ಅದರ ವಿಭಿನ್ನ ಸಂಸ್ಕೃತಿಗಳು ಮತ್ತು ಜೀವನಶೈಲಿಗಳು, ಅದರ ಸರ್ಕಾರಗಳು, ಶಾಲೆಗಳು, ಸಾಮಾಜಿಕ ಕಾರ್ಯಕ್ರಮಗಳು ಮತ್ತು ಹಬ್ಬಗಳು ಸೇರುತ್ತವೆ.

ಕನಸು ಕಾಣುವುದನ್ನು ಕಲಿಯುವ ಸಾಮರ್ಥ್ಯದೊಂದಿಗೇ ನಾವು ಹುಟ್ಟಿದ್ದೇವೆ. ನಮಗಿಂತ ಮೊದಲು ಬದುಕಿದವರು, ಈ ಸಮಾಜವು ಹೇಗೆ ಕನಸು ಕಾಣುತ್ತದೋ ಹಾಗೆಯೇ ನಾವೂ ಕನಸು ಕಾಣುವಂತೆ ನಮಗೆ ಕಲಿಸಿಕೊಡುತ್ತಾರೆ. ಈ ಹೊರಜಗತ್ತಿನ ಕನಸಿಗೆ ಎಷ್ಟೊಂದು ಕಟ್ಟುಪಾಡುಗಳಿವೆ ಎಂದರೆ, ಹೊಸದಾಗಿ ಮಗು ಹುಟ್ಟಿದ ತಕ್ಷಣವೇ ನಾವು ಅದರ ಗಮನವನ್ನು ಸೆಳೆದು ಆ ನಿಯಮಗಳನ್ನು ಅದರ ಮನಸ್ಸಿನಲ್ಲಿ ಬಿತ್ತುತ್ತೇವೆ. ನಾವು ಹೇಗೆ ಕನಸು ಕಾಣಬೇಕೆಂದು ನಮಗೆ ಕಲಿಸಲು ಈ ಹೊರಗಿನ ಪ್ರಪಂಚವು ಅಪ್ಪ-ಅಮ್ಮ, ಶಾಲೆ ಮತ್ತು ಧರ್ಮವನ್ನು ಬಳಸಿಕೊಳ್ಳುತ್ತದೆ.

ಗಮನ ಎಂದರೆ ನಾವು ಗ್ರಹಿಸಲು ಬಯಸುವ ವಿಷಯವನ್ನು ಮಾತ್ರ ತಿಳಿದುಕೊಳ್ಳುವ ಮತ್ತು ಗಮನ ಕೇಂದ್ರೀಕರಿಸುವ ಸಾಮರ್ಥ್ಯ. ನಾವು ಅನೇಕ ಸಂಗತಿಗಳನ್ನು ಒಟ್ಟಿಗೇ ಗ್ರಹಿಸಬಹುದು ಆದರೆ ನಮ್ಮ ಗಮನವನ್ನು ಬಳಸಿಕೊಂಡು ನಾವೇನು ತಿಳಿದು ಕೊಳ್ಳಬೇಕೆಂದಿದ್ದೇವೆಯೋ ಆ ವಿಷಯವನ್ನು ನಮ್ಮ ಮನಸ್ಸಿನ ಸ್ಮೃತಿಪಟಲದಲ್ಲಿ ಇರಿಸಿಕೊಳ್ಳಬಹುದು. ನಮ್ಮ ಹಿರಿಯರು ನಮ್ಮ ಗಮನವನ್ನು ಸೆಳೆದು ಕೊಂಡರು ಮತ್ತು ಪುನರಾವರ್ತನೆಯ ಮೂಲಕ ಮನಸ್ಸಿನೊಳಗೆ ಮಾಹಿತಿಯನ್ನು ತುಂಬಿದರು. ನಾವು ತಿಳಿದಿರುವ ಎಲ್ಲವನ್ನು ಹೀಗೇ ಕಲಿತಿರುವುದು.

ನಮ್ಮ ಗಮನವನ್ನು ಕೇಂದ್ರೀಕರಿಸಿ, ನಾವು ಒಂದು ಸಂಪೂರ್ಣ ಸತ್ಯವನ್ನು, ಒಂದು ಸಂಪೂರ್ಣ ಕನಸನ್ನು ಸಾಕ್ಷಾತ್ಕರಿಸಿಕೊಳ್ಳಲು ಕಲಿತೆವು. ಸಮಾಜದಲ್ಲಿ ಹೇಗೆ ನಡೆದುಕೊಳ್ಳಬೇಕು: ಯಾವುದನ್ನು ನಂಬಬೇಕು ಮತ್ತು ಯಾವುದನ್ನು ನಂಬಬಾರದು; ಯಾವುದು ಸ್ವೀಕರಿಸಲ್ಪಡುತ್ತದೆ ಮತ್ತು ಯಾವುದು ಇಲ್ಲ; ಯಾವುದು ಒಳ್ಳೆಯದು ಮತ್ತು ಯಾವುದು ಕೆಟ್ಟದ್ದು; ಯಾವುದು ಸೌಂದರ್ಯ ಮತ್ತು ಯಾವುದು ಕುರೂಪ; ಯಾವುದು ಸರಿ ಮತ್ತು ಯಾವುದು ತಪ್ಪು- ಇವೆಲ್ಲವೂ ಈಗಾಗಲೇ ಅಸ್ತಿತ್ವದಲ್ಲಿವೆ. ಜಗತ್ತಿನಲ್ಲಿ ಹೇಗೆ ವರ್ತಿಸಬೇಕು ಎಂಬ ಆ ಎಲ್ಲಾ ಜ್ಞಾನ, ಆ ಎಲ್ಲಾ ನಿಯಮಗಳು ಮತ್ತು ಕಲ್ಪನೆಗಳು ಈಗಾಗಲೇ ಇವೆ.

ನೀವು ಚಿಕ್ಕವರಿದ್ದಾಗ ಶಾಲೆಗೆ ಹೋಗುತ್ತಿದ್ದಿರಿ ಅಲ್ವಾ? ನೀವು ಒಂದು ಪುಟ್ಟ ಕುರ್ಚಿಯಲ್ಲಿ ಕೂತು ಶಿಕ್ಷಕರು ಏನು ಹೇಳುತ್ತಿದ್ದಾರೆ ಎಂದು ಗಮನವಿಟ್ಟು ಕೇಳುತ್ತಿದ್ದಿರಿ. ಅದೇ ರೀತಿ ನೀವು ಚರ್ಚ್‌ಗೆ ಹೋದಾಗ ಅಲ್ಲಿ ಪಾದ್ರಿಗಳು ಇಲ್ಲಾ ಗುರುಗಳು ಹೇಳುವ ವಿಷಯಗಳ ಮೇಲೆ ನಿಮ್ಮ ಗಮನವಿರುತ್ತಿತ್ತು. ಇದೇ ರೀತಿ ಮನೆಯಲ್ಲೂ ಅಷ್ಟೆ ಅಪ್ಪ-ಅಮ್ಮ, ಅಣ್ಣ-ತಂಗಿ ಎಲ್ಲರೂ ನಿಮ್ಮ ಗಮನ ಸೆಳೆಯಲು ಪ್ರಯತ್ನಿಸುತ್ತಿದ್ದರು. ನಾವು ಬೆಳೆದು ವಯಸ್ಕರಾದಾಗ ಬೇರೆಯವರ ಗಮನ ಸೆಳೆಯುವುದನ್ನು ಕಲಿಯುತ್ತೇವೆ. ನಾವು ಗಮನಕ್ಕಾಗಿ ಹಂಬಲಿಸುತ್ತೇವೆ. ಇದು ಸ್ಪರ್ಧೆಯ ರೂಪವನ್ನು ಸಹ ಪಡೆದುಕೊಳ್ಳಬಹುದು. ಮಕ್ಕಳು ತಮ್ಮ ಅಪ್ಪ-ಅಮ್ಮ, ಶಿಕ್ಷಕರು, ಸ್ನೇಹಿತರ ಗಮನಕ್ಕಾಗಿ ಪೈಪೋಟಿ ನಡೆಸುತ್ತಾರೆ. "ನನ್ನನ್ನು ನೋಡು! ನಾನು ಏನ್ ಮಾಡ್ತಿದೀನಿ ನೋಡು! ಹೇ ನಾನಿಲ್ಲಿ ಇದ್ದೀನಿ!" ಅಂತಾರಲ್ಲ ಹಾಗೆ. ತಮ್ಮನ್ನು ಗಮನಿಸಬೇಕು ಎಂಬ ಹಂಬಲ ಅವರಲ್ಲಿ ತುಂಬಾ ಪ್ರಬಲವಾಗಿರುತ್ತದೆ. ನಾವು ವಯಸ್ಕರಾದ ಮೇಲೂ ಹೀಗೆ ಗಮನ ಸೆಳೆಯುವ ಪ್ರವೃತ್ತಿ ತುಂಬಾ ತೀವ್ರವಾಗುತ್ತದೆ.

ನಮ್ಮ ಸುತ್ತಲಿನ ಪ್ರಪಂಚ ಅಂದರೆ 'ಸಾಮಾಜಿಕ ಕನಸು' ಎಂದು

ಕರೆಯಬಹುದಾದದ್ದು(ಹೊರಗಿನ ಕನಸು) ನಮ್ಮ ಗಮನವನ್ನು ಸೆಳೆದು ನಾವು ಏನು ನಂಬಬೇಕು ಎಂದು ನಮಗೆ ಕಲಿಸುತ್ತದೆ, ಇದು ನಾವು ಮಾತನಾಡುವ ಭಾಷೆಯಿಂದಲೇ ಶುರುವಾಗುತ್ತದೆ. ಭಾಷೆ ಎಂದರೆ ಜನರು ಅರ್ಥಮಾಡಿಕೊಳ್ಳಲು ಮತ್ತು ಪರಸ್ಪರ ಮಾತನಾಡಲು ಸಹಾಯಮಾಡುವ ಒಂದು ಕೋಡ್ ಇದ್ದ ಹಾಗೆ. ಒಂದು ಭಾಷೆಯಲ್ಲಿನ ಪ್ರತಿ ಅಕ್ಷರ, ಪ್ರತಿ ಪದವೂ ಒಂದು ಒಪ್ಪಂದದಂತೆ; ನಾವು ಇದನ್ನು ಪುಸ್ತಕದ ಪುಟ ಎಂದು ಕರೆಯುತ್ತೇವೆ. 'ಪುಟ' ಎಂಬ ಪದವು ನಾವು ಅರ್ಥಮಾಡಿಕೊಂಡಿರುವ ಒಂದು ಒಪ್ಪಂದವಾಗಿದೆ. ಒಮ್ಮೆ ನಾವು ಈ ಕೋಡ್ ಅನ್ನು ಅರ್ಥಮಾಡಿಕೊಂಡರೆ, ನಮ್ಮ ಗಮನ ಸೆಳೆಯಲ್ಪಡುತ್ತದೆ, ಮತ್ತು ಮಾಹಿತಿ ಒಬ್ಬರಿಂದ ಇನ್ನೊಬ್ಬರನ್ನು ತಲುಪುತ್ತದೆ.

ನೀವು ಮಾತನಾಡಲು ಇಂಗ್ಲಿಷ್ ಬೇಕು ಎಂದು ಆಯ್ಕೆ ಮಾಡಿಕೊಂಡಿದ್ದಲ್ಲ. ನೀವು ಆಚರಿಸುವ ಧರ್ಮವನ್ನಾಗಲಿ ಅಥವ ನೀವು ರೂಢಿಸಿಕೊಂಡಿರುವ ನೈತಿಕ ಮೌಲ್ಯಗಳನ್ನು ನೀವು ಆರಿಸಿಕೊಂಡಿದ್ದಲ್ಲ– ನೀವು ಹುಟ್ಟುವ ಮೊದಲೇ ಅವು ಅಸ್ತಿತ್ವದಲ್ಲಿದ್ದವು. ಏನನ್ನು ನಂಬಬೇಕು ಅಥವ ಏನನ್ನು ನಂಬಬಾರದು ಎಂಬುದನ್ನು ಆಯ್ಕೆ ಮಾಡುವ ಅವಕಾಶ ನಮಗೆ ಎಂದಿಗೂ ಸಿಗಲಿಲ್ಲ. ಈ ಒಪ್ಪಂದಗಳಲ್ಲಿ ಒಂದು ಸಣ್ಣ ಅಂಶವನ್ನೂ ನಾವು ಆರಿಸಿಕೊಂಡಿದ್ದಲ್ಲ. ಯಾಕೆ ನಮ್ಮ ಸ್ವಂತ ಹೆಸರನ್ನು ನಾವೇ ಆಯ್ಕೆ ಮಾಡಿಕೊಳ್ಳಲಿಲ್ಲ.

ನಾವು ಮಕ್ಕಳಾಗಿದ್ದಾಗ ನಮ್ಮ ನಂಬಿಕೆಗಳನ್ನು ಆರಿಸಿಕೊಳ್ಳುವ ಅವಕಾಶ ನಮಗೆ ಇರಲಿಲ್ಲ. ಆದರೆ ಬೇರೆ ಮನುಷ್ಯರ ಮೂಲಕ ನಮಗೆ ತಲುಪಿಸಲಾದ ಮಾಹಿತಿಯನ್ನು ನಾವು ಒಪ್ಪಿಕೊಂಡೆವು. ಮಾಹಿತಿಯನ್ನು ಸಂಗ್ರಹಿಸುವ ಏಕೈಕ ಮಾರ್ಗವೆಂದರೆ ಅದು ಒಪ್ಪಂದದ ಮೂಲಕ. ಹೊರಗಿನ ಕನಸು ನಮ್ಮ ಗಮನವನ್ನು ಸೆಳೆಯಬಹುದು, ಆದರೆ ನಾವು ಒಪ್ಪಿಕೊಳ್ಳದಿದ್ದರೆ, ಆ ಮಾಹಿತಿಯು ನಮ್ಮ ಮನಸ್ಸಿನಲ್ಲಿ ಸಂಗ್ರಹವಾಗುವುದಿಲ್ಲ. ನಾವು ಒಪ್ಪಿಕೊಂಡ ತಕ್ಷಣ ಅದನ್ನು ನಂಬುತ್ತೇವೆ, ಇದನ್ನೇ ವಿಶ್ವಾಸ ಎನ್ನುತ್ತಾರೆ. ವಿಶ್ವಾಸ ಇಡುವುದು ಎಂದರೆ ಷರತ್ತುಗಳಿಲ್ಲದೇ ನಂಬುವುದು.

ನಾವು ಮಕ್ಕಳಾಗಿದ್ದಾಗ ಇದೇ ರೀತಿ ಕಲಿಯುತ್ತೇವೆ. ಮಕ್ಕಳು ಹಿರಿಯರು ಹೇಳಿದ್ದನ್ನೆಲ್ಲಾ ನಂಬುತ್ತಾರೆ. ನಾವು ಅವರ ಮಾತುಗಳನ್ನು ಒಪ್ಪಿಕೊಳ್ಳುತ್ತೇವೆ. ನಮ್ಮ ನಂಬಿಕೆ ಎಷ್ಟು ಪ್ರಬಲವಾಗಿರುತ್ತದೆ ಎಂದರೆ, ಆ ನಂಬಿಕೆಯ ವ್ಯವಸ್ಥೆಯು ನಮ್ಮ ಜೀವನದ ಸಂಪೂರ್ಣ ಕನಸನ್ನು ನಿಯಂತ್ರಿಸುತ್ತದೆ. ನಾವು ಈ ನಂಬಿಕೆಗಳನ್ನು ಆಯ್ಕೆ ಮಾಡಿಕೊಂಡಿಲ್ಲ, ನಾವು ಅವುಗಳ ವಿರುದ್ಧ ಬಂಡಾಯ ಎದ್ದಿರಬಹುದು, ಆದರೆ ಆ ಬಂಡಾಯವನ್ನು ಗೆಲ್ಲುವಷ್ಟು ಶಕ್ತಿ ನಮಗಿರಲ್ಲಿಲ್ಲ. ಇದರ ಪರಿಣಾಮ, ನಾವು ನಮ್ಮ ಒಪ್ಪಿಗೆ ಸೂಚಿಸಿ ಆ ನಂಬಿಕೆಗಳಿಗೆ ಶರಣಾಗುವುದು.

ನಾನು ಈ ಪ್ರಕ್ರಿಯೆಯನ್ನು 'ಮನುಷ್ಯರ ಪಳಗಿಸುವಿಕೆ' ಎನ್ನುತ್ತೇನೆ. ಈ ಪಳಗಿಸುವಿಕೆಯ ಮೂಲಕವೇ ನಾವು ಹೇಗೆ ಬದುಕಬೇಕು ಮತ್ತು ಹೇಗೆ ಕನಸು ಕಾಣಬೇಕು ಎಂಬುದನ್ನು ಕಲಿಯುತ್ತೇವೆ. ಮನುಷ್ಯರ ಪಳಗಿಸುವಿಕೆಯಲ್ಲಿ ಹೊರಗಿನ ಪ್ರಪಂಚದ ಮಾಹಿತಿ ನಮ್ಮ ಮನಸ್ಸಿಗೆ ಸೇರಿಕೊಳ್ಳುತ್ತದೆ, ಅಂದರೆ ಹೊರ ಕನಸಿನ ಮಾಹಿತಿ ಒಳಕನಸನ್ನು ಸೇರಿಕೊಳ್ಳುತ್ತದೆ. ಇದು ನಮ್ಮ ಇಡೀ ನಂಬಿಕೆಯ ವ್ಯವಸ್ಥೆಯನ್ನು ರೂಪಿಸುತ್ತದೆ. ಮೊದಲಿಗೆ ಮಕ್ಕಳಿಗೆ ವಸ್ತುಗಳ ಹೆಸರುಗಳನ್ನು ಕಲಿಸಲಾಗುತ್ತದೆ. 'ಅಮ್ಮ', 'ಅಪ್ಪ', 'ಹಾಲು', 'ಬಾಟಲ್' ಹೀಗೆ. ದಿನದಿಂದ ದಿನಕ್ಕೆ, ಮನೆಯಲ್ಲಿ, ಶಾಲೆಯಲ್ಲಿ, ಚರ್ಚ್‌ನಲ್ಲಿ ಮತ್ತು

ಟಿ.ವಿ.ಯ ಮೂಲಕ ನಾವು ಹೇಗೆ ಬದುಕಬೇಕು, ಯಾವ ರೀತಿ ನಡವಳಿಕೆ ಸರಿ ಎಂದು ನಮಗೆ ಹೇಳಲಾಗುತ್ತದೆ. ಹೊರಗಿನ ಪ್ರಪಂಚವೇ ನಾವು ಹೇಗೆ 'ಮನುಷ್ಯರಾಗಬೇಕು' ಎಂಬುದನ್ನು ಕಲಿಸುತ್ತದೆ. ನಮಗೆ 'ಮಹಿಳೆ' ಎಂದರೆ ಯಾರು ಮತ್ತು 'ಪುರುಷ' ಎಂದರೆ ಯಾರು ಎಂಬುದರ ಕುರಿತು ಒಂದು ಕಲ್ಪನೆಯಿದೆ. ನಾವು ಅಭಿಪ್ರಾಯ ಹೇಳುವುದನ್ನು ಕಲಿಯುತ್ತೇವೆ. ನಾವು ನಮ್ಮ ಬಗ್ಗೆ ಅಭಿಪ್ರಾಯ ಹೇಳುತ್ತೇವೆ, ಇತರರ ಬಗ್ಗೆ ಅಭಿಪ್ರಾಯ ಹೇಳುತ್ತೇವೆ, ನೆರೆಹೊರೆಯವರ ಬಗ್ಗೆ ಅಭಿಪ್ರಾಯ ಹೇಳುತ್ತೇವೆ.

ನಾವು ನಮ್ಮ ಮನೆಯಲ್ಲಿ ನಾಯಿ, ಬೆಕ್ಕು ಅಥವ ಇನ್ಯಾವುದೇ ಪ್ರಾಣಿಯನ್ನು ಸಾಕಿದಾಗ ಅವುಗಳಿಗೆ ಕೆಲವು ವಿಷಯಗಳನ್ನು ಕಲಿಸುತ್ತೇವೆ. ಅವು ಏನಾದರು ತಪ್ಪು ಮಾಡಿದರೆ ಶಿಕ್ಷೆ ನೀಡುತ್ತೇವೆ. ಮತ್ತು ಸರಿಯಾಗಿ ವರ್ತಿಸಿದಾಗ ಬಹುಮಾನ ನೀಡುತ್ತೇವೆ. ಇದನ್ನು ನಾವು 'ಪಳಗಿಸುವುದು' ಎನ್ನುತ್ತೇವೆ. ನಾವು ನಮ್ಮ ಮಕ್ಕಳ ವಿಷಯದಲ್ಲಿ ಏನು ಮಾಡುತ್ತೇವೆ? ನಾವು ನಮ್ಮ ಮಕ್ಕಳನ್ನು ತುಂಬಾ ಪ್ರೀತಿಸುತ್ತೇವೆ ಆದರೆ ಅವರನ್ನು ಬೆಳೆಸುವ ರೀತಿ ಕೂಡ ಈ ಪ್ರಾಣಿಗಳನ್ನು ಪಳಗಿಸುವಂತೆಯೇ ಇರುತ್ತದೆ. ಇಲ್ಲಿಯೂ ಕೂಡ ಶಿಕ್ಷೆ ಮತ್ತು ಬಹುಮಾನ ಎಂಬ ವ್ಯವಸ್ಥೆ ಇದೆ. ನಮ್ಮ ಅಪ್ಪ-ಅಮ್ಮ ಹೇಳಿದಂತೆ ನಾವು ಕೇಳಿದಾಗ, "ನೀನು ಒಳ್ಳೆಯ ಹುಡುಗ", "ನೀನು ಒಳ್ಳೆಯ ಹುಡುಗಿ" ಎಂದು ಹೇಳುತ್ತಾರೆ. ನಾವು ಅವರ ಮಾತು ಕೇಳದಿದ್ದಾಗ "ನೀನು ಕೆಟ್ಟ ಹುಡುಗ" ಅಥವಾ "ನೀನು ಕೆಟ್ಟ ಹುಡುಗಿ" ಎಂದು ಹೇಳುತ್ತಾರೆ.

ನಿಯಮಗಳನ್ನು ಧಿಕ್ಕರಿಸಿದಾಗ ನಮಗೆ ಶಿಕ್ಷೆ ಸಿಗುತ್ತಿತ್ತು; ನಿಯಮಗಳನ್ನು ತಲೆಬಾಗಿ ಪಾಲಿಸಿದಾಗ ಬಹುಮಾನ ಸಿಗುತ್ತಿತ್ತು. ಒಂದು ದಿನದಲ್ಲಿ ಹಲವಾರು ಬಾರಿ ಶಿಕ್ಷೆಗೆ ಒಳಗಾಗುತ್ತಿದ್ದೆವು. ಹಾಗೆಯೇ ಬಹುಮಾನವು ಹಲವು ಬಾರಿ ಸಿಗುತ್ತಿತ್ತು. ನಾವು ಶಿಕ್ಷೆಗೆ ಹೆದರತೊಡಗಿದೆವು ಮತ್ತು ಬಹುಮಾನ ಸಿಗದಿದ್ದಾಗ ಕೂಡ ಹೆದರಿಕೆ ಆಗುತ್ತಿತ್ತು. ಇಲ್ಲಿ ಬಹುಮಾನ ಎಂದರೆ ನಮ್ಮ ಹೆತ್ತವರು ಅಥವಾ ಒಡಹುಟ್ಟಿದವರು, ಶಿಕ್ಷಕರು, ಸ್ನೇಹಿತರು ನಮ್ಮ ಕಡೆ ನೀಡುತ್ತಿದ್ದ ಗಮನ. ಬೇಗನೇ, ಬಹುಮಾನ ಪಡೆಯುವ ಸಲುವಾಗಿ ಇತರ ಜನರ ಗಮನವನ್ನು ಸೆಳೆಯುವ ಅಭ್ಯಾಸವನ್ನು ನಾವು ಬೆಳೆಸಿಕೊಂಡೆವು.

ಬಹುಮಾನ ಸಿಕ್ಕಾಗ ಖುಷಿಯಾಗುತ್ತದೆ, ಅಲ್ವಾ? ಆ ಹಿತವಾದ ಅನುಭವಕ್ಕಾಗಿ ಬೇರೆಯವರು ಹೇಳಿದ ಹಾಗೆ ನಾವು ಮಾಡುತ್ತಾ ಸಾಗುತ್ತೇವೆ. ಒಂದೆಡೆ ಶಿಕ್ಷೆಯ ಭಯ ಮತ್ತು ಇನ್ನೊಂದೆಡೆ ಬಹುಮಾನ ಸಿಗದಿದ್ದರೆ ಎಂಬ ಆತಂಕ, ಈ ಎರಡು ದ್ವಂದ್ವಗಳ ನಡುವೆ, ನಾವು ನಿಧಾನವಾಗಿ ನಟಿಸಲು ಶುರುಮಾಡುತ್ತೇವೆ. ಬೇರೆಯವರನ್ನು ಮೆಚ್ಚಿಸಲು, ಇನ್ನೊಬ್ಬರಿಗೆ 'ಸಾಕಷ್ಟು ಒಳ್ಳೆಯವರು' ಎಂದು ಅನಿಸಿಕೊಳ್ಳಲು ನಾವು ನಮ್ಮ ನಿಜವಾದ ವ್ಯಕ್ತಿತ್ವವನ್ನು ಮರೆಮಾಚುತ್ತೇವೆ. ಅಪ್ಪ-ಅಮ್ಮನನ್ನು, ಶಾಲೆಯ ಶಿಕ್ಷಕರನ್ನು, ಚರ್ಚ್‌ನ್ನು ಮೆಚ್ಚಿಸಲು ಪ್ರಯತ್ನಿಸುತ್ತೇವೆ, ಹೀಗೆ ನಟನೆಯ ಬದುಕು ಆರಂಭವಾಗುತ್ತದೆ. ನಮ್ಮನ್ನು ತಿರಸ್ಕರಿಸುತ್ತಾರೆ ಎಂಬ ಭಯದಿಂದ ನಾವು ಇರುವುದಕ್ಕಿಂತ ಭಿನ್ನವಾಗಿ ತೋರಿಸಿಕೊಳ್ಳುತ್ತೇವೆ, ಅಂದರೆ ನಟಿಸುತ್ತೇವೆ. ಈ ತಿರಸ್ಕಾರದ ಭಯವೇ ಕ್ರಮೇಣ 'ನಾನು ಸಾಕಷ್ಟು ಒಳ್ಳೆಯವನಲ್ಲ' ಎಂಬ ಭಯವಾಗಿ ಬದಲಾಗುತ್ತದೆ. ಕೊನೆಗೆ ಏನಾಗುತ್ತದೆ ಗೊತ್ತಾ? ನಾವು ನಾವಾಗಿರುವುದಿಲ್ಲ. ಬದಲಾಗಿ, ನಾವು ಅಮ್ಮನ ನಂಬಿಕೆಗಳ, ಅಪ್ಪನ ನಂಬಿಕೆಗಳ, ಸಮಾಜದ ನಂಬಿಕೆಗಳ ಮತ್ತು ಧರ್ಮದ ನಂಬಿಕೆಗಳ ಒಂದು ನಕಲು ಪ್ರತಿಯಾಗಿಬಿಡುತ್ತೇವೆ.

ನಾವು ಯಾವುದೇ ಕಟ್ಟುಪಾಡುಗಳಿಲ್ಲದೆ ನಮ್ಮದೇ ಆದ ಸಹಜ ಗುಣಗಳೊಂದಿಗೆ ಮುಕ್ತರಾಗಿ ಹುಟ್ಟುತ್ತೇವೆ. ಆದರೆ, ಈ 'ಪಳಗಿಸುವಿಕೆ' ಶುರುವಾದಾಗ ನಮ್ಮ ಮೂಲ ಸ್ವಭಾವಗಳನ್ನು ಕಳೆದುಕೊಳ್ಳುತ್ತೇವೆ. ಬುದ್ಧಿ ಚಿಗುರಿದಾಗ, ನಾವು ಕಲಿಯುವ ಮೊದಲ ಪದವೇ 'ಬೇಡ' ಎಂಬುದು. ದೊಡ್ಡವರು ನಮ್ಮನ್ನು ಉದ್ದೇಶಿಸಿ "ಅದನ್ನು ಮಾಡಬೇಡ, ಇದನ್ನು ಮಾಡಬೇಡ" ಎನ್ನುತ್ತಾರೆ. ಆಗ ನಾವು ಸಿಟ್ಟು ಮಾಡಿಕೊಳ್ಳುತ್ತೇವೆ ಮತ್ತು ಪ್ರತಿಭಟಿಸುತ್ತೇವೆ. "ಇಲ್ಲ!" ಎಂದು ಕೂಗುತ್ತೇವೆ. ಇದು ನಮ್ಮ ಸ್ವಯಂ ಸ್ವಾತಂತ್ರ್ಯದ ರಕ್ಷಣೆ. ನಾವು ನಾವಾಗಿಯೇ ಇರಲು ಬಯಸುತ್ತೇವೆ. ಆದರೆ, ನಾವು ತುಂಬಾ ಚಿಕ್ಕವರು. ಅವರೋ ದೊಡ್ಡವರು, ಬಲಿಷ್ಠರು. ಕಾಲಕ್ರಮೇಣ, ಭಯ ನಮ್ಮನ್ನು ಆವರಿಸುತ್ತದೆ, ಏಕೆಂದರೆ ಪ್ರತಿ ತಪ್ಪು ಮಾಡಿದಾಗಲೂ ಶಿಕ್ಷೆ ಖಚಿತ ಎಂದು ನಾವು ಅರಿತುಕೊಳ್ಳುತ್ತೇವೆ.

ಈ 'ಪಳಗಿಸುವಿಕೆ' ಎಷ್ಟು ಪ್ರಬಲವಾಗಿರುತ್ತದೆ ಎಂದರೆ ಒಂದು ಹಂತದ ನಂತರ ನಮ್ಮನ್ನು ಪಳಗಿಸಲು ನಮಗೆ ಯಾರೂ ಬೇಕಾಗುವುದಿಲ್ಲ, ಅಪ್ಪ-ಅಮ್ಮನೂ ಇಲ್ಲ, ಶಾಲೆ-ಚರ್ಚುಗಳೂ ಇಲ್ಲ. ನಾವು ಅಷ್ಟು ಚೆನ್ನಾಗಿ ತರಬೇತಿ ಪಡೆದಿರುತ್ತೇವೆ ಎಂದರೆ ನಮ್ಮನ್ನು ನಾವೇ ಪಳಗಿಸಿಕೊಳ್ಳಲು ಸಾಧ್ಯವಾಗುತ್ತದೆ. ನಾವು ಸ್ವಯಂ ಪಳಗಿಸಿಕೊಳ್ಳುವ ಪ್ರಾಣಿಯಾಗುತ್ತೇವೆ. ನಮಗೆ ಬಳುವಳಿಯಾಗಿ ಬಂದಂತಹ ಅದೇ ನಂಬಿಕೆ ವ್ಯವಸ್ಥೆಯ ಆಧಾರದ ಮೇಲೆ ನಮ್ಮನ್ನು ನಾವು ಪಳಗಿಸಿಕೊಳ್ಳಲು ನಮಗೆ ಸಾಧ್ಯವಾಗುತ್ತದೆ. ಶಿಕ್ಷೆ ಮತ್ತು ಬಹುಮಾನದ ಅದೇ ಪದ್ಧತಿಯನ್ನು ನಾವು ಬಳಸುತ್ತೇವೆ. ನಮ್ಮ ನಂಬಿಕೆಗಳ ಚೌಕಟ್ಟಿನ ನಿಯಮಗಳನ್ನು ನಾವು ಪಾಲಿಸದಿದ್ದರೆ, ನಾವೇ ನಮ್ಮನ್ನು ಶಿಕ್ಷಿಸಿಕೊಳ್ಳುತ್ತೇವೆ. 'ಒಳ್ಳೆಯ ಹುಡುಗ' ಅಥವಾ 'ಒಳ್ಳೆಯ ಹುಡುಗಿ' ಆದಾಗ, ನಾವು ಹೆಮ್ಮೆ ಪಡುತ್ತೇವೆ.

ಈ ನಂಬಿಕೆ ವ್ಯವಸ್ಥೆ ಇದೆಯಲ್ಲ, ಅದು ನಮ್ಮ ಮನಸ್ಸನ್ನು ಆಳುವ ಒಂದು 'ಕಾನೂನು ಪುಸ್ತಕ' ಇದ್ದಂತೆ. ಈ ಪುಸ್ತಕದಲ್ಲಿ ಏನಿದೆಯೋ, ಅದು ಬೇಷರತ್ತಾಗಿ ನಮ್ಮ ಪಾಲಿಗೆ ಸತ್ಯ ಆಗಿರುತ್ತದೆ. ನಾವು ಮಾಡುವ ಪ್ರತಿಯೊಂದು ತೀರ್ಪು ಈ 'ಕಾನೂನು ಪುಸ್ತಕ'ವನ್ನು ಆಧರಿಸಿರುತ್ತದೆ, ಅದು ನಮ್ಮ ಅಂತರಾತ್ಮಕ್ಕೆ ವಿರುದ್ಧವಾಗಿದ್ದರೂ ಸಹ. 'ಟೆನ್ ಕಮಾಂಡ್‌ಮೆಂಟ್ಸ್' ನಂತಹ ನೈತಿಕ ನಿಯಮಗಳೂ ಕೂಡ ಈ ಪಳಗಿಸುವಿಕೆಯ ಪ್ರಕ್ರಿಯೆಯಲ್ಲಿ ನಮ್ಮ ಮನಸ್ಸಿನಲ್ಲಿ ಪ್ರೋಗ್ರಾಂ ಮಾಡಲಾಗುತ್ತವೆ. ಒಂದೊಂದಾಗಿ, ಈ ಎಲ್ಲ ಒಪ್ಪಂದಗಳು ನಮ್ಮ 'ಕಾನೂನು ಪುಸ್ತಕ'ದಲ್ಲಿ ಸೇರಿಕೊಳ್ಳುತ್ತವೆ. ಆಮೇಲೆ, ಈ ಒಪ್ಪಂದಗಳೇ ನಮ್ಮ ಕನಸನ್ನು ಆಳಲು ಶುರು ಮಾಡುತ್ತವೆ.

ನಮ್ಮ ಮನಸ್ಸಿನೊಳಗೆ ಒಬ್ಬ ನ್ಯಾಯಾಧೀಶ ಇದ್ದಾನೆ. ಹವಾಮಾನ, ನಮ್ಮ ಮುದ್ದಿನ ನಾಯಿ, ಬೆಕ್ಕು ಹೀಗೆ ಎಲ್ಲವನ್ನೂ, ಎಲ್ಲರನ್ನೂ ಆತ ನಿರ್ಣಯಿಸುತ್ತಾನೆ. ಈ ಆಂತರಿಕ ನ್ಯಾಯಾಧೀಶನು ನಮ್ಮ 'ಕಾನೂನು ಪುಸ್ತಕ'ದ ಆಧಾರವಾಗಿಟ್ಟುಕೊಳ್ಳುತ್ತಾನೆ. ನಾವು ಮಾಡುವ, ಮಾಡದಿರುವ, ಯೋಚಿಸುವ, ಯೋಚಿಸದಿರುವ, ಮತ್ತು ಅನುಭವಿಸುವ, ಅನುಭವಿಸದಿರುವ ಪ್ರತಿಯೊಂದನ್ನೂ ಈ ಪುಸ್ತಕದಲ್ಲಿರುವ ನಿಯಮಗಳ ಆಧಾರದ ಮೇಲೆ ಅವನು ನಿರ್ಣಯಿಸುತ್ತಾನೆ. ನಮ್ಮ ಜೀವನದ ಪ್ರತಿಯೊಂದು ಕ್ಷಣವೂ ಈ ನ್ಯಾಯಾಧೀಶನ ಆಳ್ವಿಕೆಯಲ್ಲಿರುತ್ತದೆ. ಕಾನೂನು ಪುಸ್ತಕದಲ್ಲಿರುವ ನಿಯಮಗಳನ್ನು ನಾವು ಉಲ್ಲಂಘಿಸಿದ ತಕ್ಷಣ, "ನೀನು ತಪ್ಪಿತಸ್ಥ", "ನಿನಗೆ ಶಿಕ್ಷೆಯಾಗಬೇಕು", "ನಿನಗೆ ನಾಚಿಕೆಯಾಗಬೇಕು" ಎಂದು ಈ ನ್ಯಾಯಾಧೀಶ ಘೋಷಿಸುತ್ತಾನೆ. ಹೀಗೆ, ನಮ್ಮ ಜೀವಮಾನವಿಡೀ ಪ್ರತಿದಿನ,

ದಿನಕ್ಕೆ ಹಲವು ಬಾರಿ ಇದು ನಡೆಯುತ್ತಲೇ ಇರುತ್ತದೆ.

ನಮ್ಮೊಳಗೆ ಮತ್ತೊಂದು ಭಾಗವಿದೆ. ಅದು 'ನ್ಯಾಯಾಧೀಶ'ನ ಪ್ರತಿಯೊಂದು ತೀರ್ಪನ್ನೂ, ಅವನ ತಿರಸ್ಕಾರವನ್ನೂ ಸಹಿಸಿಕೊಳ್ಳುತ್ತದೆ. ಅದಕ್ಕೆ ನಾವು 'ಬಲಿಪಶು' ಎಂದು ಹೆಸರಿಡೋಣ. ಈ ಬಲಿಪಶುವೇ ನಮ್ಮೊಳಗಿನ ಅಪರಾಧಪ್ರಜ್ಞೆ, ನಾಚಿಕೆ, ಮತ್ತು ಹೀನಾಯ ಭಾವನೆಗಳನ್ನು ಹೊತ್ತುಕೊಳ್ಳುತ್ತದೆ. ಅದು "ಅಯ್ಯೋ, ನಾನು ಬಡಪಾಯಿ, ನಾನು ಬುದ್ಧಿವಂತನಲ್ಲ, ನಾನು ಆಕರ್ಷಕವಾಗಿಲ್ಲ, ಪ್ರೀತಿಗೆ ನಾನು ಅರ್ಹನಲ್ಲ..." ಎಂದು ಸದಾ ಗೋಳಾಡುತ್ತದೆ. ಆಗ ನಮ್ಮೊಳಗಿನ 'ದೊಡ್ಡ ನ್ಯಾಯಾಧೀಶ'ನೂ, "ಹೌದು, ನೀನು ನಿಜಕ್ಕೂ ಚೆನ್ನಾಗಿಲ್ಲ" ಎಂದು ಒಪ್ಪಿಕೊಳ್ಳುತ್ತಾನೆ. ಈ ಇಡೀ ನಾಟಕ ನಡೆಯುವುದು ನಾವು ಎಂದಿಗೂ ಆಯ್ಕೆ ಮಾಡಿಕೊಳ್ಳದ ಒಂದು ನಂಬಿಕೆ ವ್ಯವಸ್ಥೆಯ ಆಧಾರದ ಮೇಲೆ. ಈ ನಂಬಿಕೆಗಳು ಎಷ್ಟು ಆಳವಾಗಿ ಬೇರೂರಿರುತ್ತವೆ ಎಂದರೆ, ವರ್ಷಗಳ ನಂತರ ನಾವು ಹೊಸ ಕಲ್ಪನೆಗಳಿಗೆ ತೆರೆದುಕೊಂಡರೂ, ನಮ್ಮದೇ ಆದ ನಿರ್ಧಾರಗಳನ್ನು ತೆಗೆದುಕೊಳ್ಳಲು ಪ್ರಯತ್ನಿಸಿದರೂ, ಈ ಹಳೆಯ ನಂಬಿಕೆಗಳು ನಮ್ಮ ಬದುಕಿನ ದಾರಿಯನ್ನು ನಿಯಂತ್ರಿಸುತ್ತಲೇ ಇರುತ್ತವೆ.

ನಮ್ಮ 'ಕಾನೂನು ಪುಸ್ತಕ'ದಲ್ಲಿರುವುದಕ್ಕೆ ವಿರುದ್ಧವಾಗಿ ಏನಾದರೂ ನಡೆದರೆ, ಹೊಟ್ಟೆಯ ಮಧ್ಯದಲ್ಲಿ ಒಂದು ವಿಚಿತ್ರ, ಅಹಿತಕರ ಸಂವೇದನೆ ಶುರುವಾಗುತ್ತದೆ. ಅದನ್ನೇ ನಾವು ಭಯ ಎನ್ನುತ್ತೇವೆ. ಆ ಪುಸ್ತಕದಲ್ಲಿರುವ ನಿಯಮಗಳನ್ನು ಮುರಿದರೆ, ನಮ್ಮ ಹಳೆಯ ಭಾವನಾತ್ಮಕ ಗಾಯಗಳು ಕೆರಳುತ್ತವೆ. ಆಗ ನಮ್ಮ ಪ್ರತಿಕ್ರಿಯೆ ಏನಾಗುತ್ತದೆಂದರೆ, ನಾವು ಭಾವನಾತ್ಮಕ ವಿಷವನ್ನು ಸೃಷ್ಟಿಸಿಕೊಳ್ಳುತ್ತೇವೆ. ಏಕೆಂದರೆ, ನಮ್ಮ 'ಕಾನೂನು ಪುಸ್ತಕ'ದಲ್ಲಿರುವುದನ್ನೆಲ್ಲಾ ಸತ್ಯವೆಂದು ನಾವು ನಂಬಿರುತ್ತೇವೆ. ಹಾಗಾಗಿ, ನೀವು ನಂಬಿರುವ ವಿಷಯಕ್ಕೆ ಯಾರಾದರೂ ಸವಾಲು ಹಾಕಿದರೆ, ನಿಮಗೆ ಅಸುರಕ್ಷಿತ ಭಾವನೆ ಕಾಡುತ್ತದೆ. ಆ 'ಕಾನೂನು ಪುಸ್ತಕ' ಒಂದುವೇಳೆ ತಪ್ಪಿದ್ದರೂ ಸಹ, ಅದು ನಮಗೆ ಒಂದು ಬಗೆಯ ಸುರಕ್ಷಿತ ಭಾವನೆಯನ್ನು ನೀಡುತ್ತದೆ.

ನಮ್ಮದೇ ನಂಬಿಕೆಗೆ ಎದುರಾಗಿ ನಿಲ್ಲಲು ನಮಗೆ ಸಾಕಷ್ಟು ಧೈರ್ಯದ ಅಗತ್ಯವಿದೆ. ಏಕೆಂದರೆ, 'ಈ ನಂಬಿಕೆಗಳೆಲ್ಲ ನಾವು ಆಯ್ಕೆ ಮಾಡಿಕೊಂಡಿದ್ದಲ್ಲ' ಎನ್ನುವುದು ಒಂದು ಕಡೆಯಾದರೆ, 'ಅವುಗಳಿಗೆ ನಾವು ಒಪ್ಪಿಗೆ ಕೊಟ್ಟಿದ್ದೀವಿ' ಅನ್ನೋದು ನಿಜ ಸತ್ಯ. ಈ ಒಪ್ಪಂದ ಎಷ್ಟು ಶಕ್ತಿಯುತವಾಗಿರುತ್ತದೆ ಎಂದರೆ, 'ಇದೆಲ್ಲ ಸುಳ್ಳು' ಎಂದು ನಮಗೆ ಸಂಪೂರ್ಣ ಅರ್ಥವಾದರೂ ಸಹ, ಆ ನಿಯಮಗಳನ್ನು ಮೀರಿದಾಗೆಲ್ಲಾ ನಮಗೆ ಅಪರಾಧಪ್ರಜ್ಞೆ, ನಿಂದನೆ, ನಾಚಿಕೆ ಕಾಡಲು ಶುರು ಮಾಡುತ್ತದೆ.

ಒಂದು ಸರ್ಕಾರಕ್ಕೆ ಸಮಾಜದ ನಡೆಯನ್ನು ನಿಯಂತ್ರಿಸಲು ಒಂದು 'ಕಾನೂನು ಪುಸ್ತಕ' ಇರುತ್ತದೆ. ಅದೇ ರೀತಿ, ನಮ್ಮ ನಂಬಿಕೆಗಳ ವ್ಯವಸ್ಥೆಯೇ ನಮ್ಮ ವೈಯಕ್ತಿಕ ಜೀವನದ 'ಕಾನೂನು ಪುಸ್ತಕ'. ನಮ್ಮ ವೈಯಕ್ತಿಕ ಕನಸನ್ನು ಅದು ನಿಯಂತ್ರಿಸುತ್ತದೆ. ಈ ಎಲ್ಲಾ ಕಾನೂನುಗಳು ನಮ್ಮ ಮನಸ್ಸಿನಲ್ಲಿ ಗಟ್ಟಿಯಾಗಿ ನೆಲೆಸಿವೆ. ನಾವು ಅವುಗಳನ್ನು ನಂಬಿದ್ದೇವೆ, ಹಾಗಾಗಿ ನಮ್ಮೊಳಗಿನ 'ಜಡ್ಜ್' ಏನೇ ತೀರ್ಪು ಕೊಟ್ಟರೂ ಅದು ಇದೇ ನಿಯಮಗಳ ಆಧಾರದ ಮೇಲೆ. ಜಡ್ಜ್ ಆದೇಶ ಮಾಡುತ್ತಾನೆ, ಆದರೆ ಅದರ ದೋಷ, ಅಪರಾಧ ಪ್ರಜ್ಞೆ, ಶಿಕ್ಷೆ ಅನುಭವಿಸೋದು 'ಬಲಿಪಶು'. ಯಾರು ಹೇಳುತ್ತಾರೆ ಈ ಕನಸಿನಲ್ಲಿ ನಿಜವಾದ ನ್ಯಾಯ ಇದೆ ಎಂದು? ಒಂದು ತಪ್ಪು ಮಾಡಿದರೆ, ಅದಕ್ಕೆ ಒಮ್ಮೆ ಮಾತ್ರ ಬೆಲೆ

ತೆರುವುದೇ ನಿಜವಾದ ನ್ಯಾಯ. ಆದರೆ, ಒಂದು ತಪ್ಪಿಗೆ ನಾವು ಒಂದಕ್ಕಿಂತ ಹೆಚ್ಚು ಬಾರಿ ಬೆಲೆ ತೆರುತ್ತಾ ಹೋದರೆ, ಅದು ನಿಜವಾದ ಅನ್ಯಾಯ ಅಲ್ಲವೇ?

ಒಂದು ತಪ್ಪಿಗೆ ನಾವು ಎಷ್ಟು ಬಾರಿ ಬೆಲೆ ತೆರುತ್ತೇವೆ ಅಂತ ಕೇಳಿದರೆ, ಉತ್ತರ ಸಾವಿರಾರು ಬಾರಿ! ಇದು ನಂಬಲು ಕಷ್ಟವಾಗಬಹುದು, ಆದರೆ ಇದು ಸತ್ಯ. ಭೂಮಿಯ ಮೇಲೆ ತಾನು ಮಾಡಿದ ಒಂದೇ ತಪ್ಪಿಗೆ ಸಾವಿರಾರು ಬಾರಿ ಶಿಕ್ಷೆ ಅನುಭವಿಸುವ ದುರದೃಷ್ಟಕರ ಪ್ರಾಣಿ ಅಂದ್ರೆ ಅದು ಮನುಷ್ಯ ಮಾತ್ರ. ಬೇರೆ ಪ್ರಾಣಿಗಳೆಲ್ಲಾ ತಪ್ಪು ಮಾಡಿದರೆ ಒಂದು ತಪ್ಪಿಗೆ ಒಂದೇ ಸಲ ಬೆಲೆ ತೆರುತ್ತವೆ. ಆದರೆ ನಾವು ಹಾಗಿಲ್ಲ. ನಮಗೆ ಅದೆಷ್ಟು ಪ್ರಬಲವಾದ ನೆನಪಿನ ಶಕ್ತಿ ಇದೆಯೆಂದರೆ... ನಾವು ಒಂದು ತಪ್ಪು ಮಾಡುತ್ತೇವೆ, ನಮ್ಮನ್ನ ನಾವೇ ನ್ಯಾಯಾಧೀಶರಂತೆ ತೀರ್ಮಾನಿಸುತ್ತೇವೆ, ನಮ್ಮನ್ನ ನಾವೇ ತಪ್ಪಿತಸ್ಥರು ಅಂತ ಘೋಷಿಸಿಕೊಳ್ಳುತ್ತೇವೆ, ಮತ್ತು ನಾವೇ ನಮ್ಮನ್ನು ಶಿಕ್ಷಿಸಿಕೊಳ್ಳುತ್ತೇವೆ. ಇಲ್ಲಿ ನಿಜಕ್ಕೂ 'ನ್ಯಾಯ' ಅನ್ನೋದೇನಾದರೂ ಇದ್ದಿದ್ದರೆ, ಒಂದು ಸಲ ಶಿಕ್ಷೆ ಅನುಭವಿಸಿದ್ದು ಸಾಕಾಗುತ್ತಿತ್ತು. ಮತ್ತೊಮ್ಮೆ ಅದನ್ನೇ ಮಾಡಬೇಕಾಗಿರಲಿಲ್ಲ, ಅಲ್ವಾ? ಆದರೆ, ನಾವು ಆ ತಪ್ಪನ್ನು ನೆನಪಿಸಿಕೊಂಡಾಗಲೆಲ್ಲಾ, ಮತ್ತೆ ನಮ್ಮನ್ನು ನಾವೇ ತೀರ್ಮಾನಿಸುತ್ತೇವೆ, ಮತ್ತೆ ನಾವು ತಪ್ಪಿತಸ್ಥರು ಅಂತ ಘೋಷಿಸುತ್ತೇವೆ, ಮತ್ತೆ ನಮ್ಮನ್ನು ನಾವೇ ಶಿಕ್ಷಿಸಿಕೊಳ್ಳುತ್ತೇವೆ – ಹೀಗೆ ಮತ್ತೆ, ಮತ್ತೆ, ಮತ್ತೆ... ಇದೆಲ್ಲದರ ಜೊತೆಗೆ, ನಮ್ಮ ಪತ್ನಿಯೋ, ಪತಿಯೋ ಆ ತಪ್ಪನ್ನು ನೆನಪಿಸಿದರೆ, ಮತ್ತೆ ನಾವು ನಮ್ಮನ್ನ ನಾವೇ ದೂಷಿಸಿಕೊಳ್ಳುತ್ತೇವೆ, ಮತ್ತೆ ನಮ್ಮನ್ನ ನಾವೇ ಶಿಕ್ಷಿಸಿಕೊಳ್ಳುತ್ತೇವೆ, ಮತ್ತೆ ನಾವು ತಪ್ಪಿತಸ್ಥರು ಅಂತ ಘೋಷಿಸುತ್ತೇವೆ. ಇದು ನ್ಯಾಯವೇ?

ನಮ್ಮ ಪತ್ನಿಯೋ ಪತಿಯೋ ಅಥವಾ ತಂದೆ ತಾಯಿ ಅಥವಾ ಮಕ್ಕಳು– ಇವರನ್ನು ಅದೆಷ್ಟು ಬಾರಿ ಅದೇ ತಪ್ಪಿಗೆ ನಾವು ಶಿಕ್ಷಿಸುತ್ತೇವೆ? ನಾವು ಆ ತಪ್ಪನ್ನು ನೆನಪಿಸಿಕೊಂಡಾಗಲೆಲ್ಲಾ, ಅವರನ್ನು ಮತ್ತೆ ದೂಷಿಸುತ್ತೇವೆ. ಆ ಅನ್ಯಾಯದಿಂದ ನಮಗೆ ಉಂಟಾದ ಎಲ್ಲಾ ಭಾವನಾತ್ಮಕ ವಿಷವನ್ನು ಅವರ ಮೇಲೆ ಸುರಿಯುತ್ತೇವೆ. ಆಮೇಲೆ, ಅದೇ ತಪ್ಪಿಗೆ ಅವರನ್ನು ಮತ್ತೆ ಬೆಲೆ ತೆರುವಂತೆ ಮಾಡುತ್ತೇವೆ. ಇದು ನ್ಯಾಯವೇ? ನಮ್ಮ ಮನಸ್ಸಿನಲ್ಲಿರುವ ಆ 'ನ್ಯಾಯಾಧೀಶ'ನ ನಿರ್ಣಯ ತಪ್ಪು. ಏಕೆಂದರೆ, ಅವನು ಆಧಾರವಾಗಿಟ್ಟುಕೊಂಡಿರುವ ನಂಬಿಕೆ ವ್ಯವಸ್ಥೆ, ಅಂದರೆ ಆ 'ಕಾನೂನು ಪುಸ್ತಕ'ವೇ ತಪ್ಪು. ನಮ್ಮ ಇಡೀ ಬದುಕು, ಇಡೀ ಕನಸು ಸುಳ್ಳು ಕಾನೂನಿನ ಮೇಲೆ ನಿಂತಿದೆ. ನಮ್ಮ ಮನಸ್ಸಿನಲ್ಲಿ ನಾವು ಶೇಖರಿಸಿರುವ ನಂಬಿಕೆಗಳಲ್ಲಿ ತೊಂಬತ್ತೈದು ಪ್ರತಿಶತ ಕೇವಲ ಸುಳ್ಳುಗಳಷ್ಟೇ. ಮತ್ತು, ನಾವು ಈ ಎಲ್ಲಾ ಸುಳ್ಳುಗಳನ್ನು ನಂಬಿದ್ದಕ್ಕೆ ನಿರಂತರವಾಗಿ ನರಳುತ್ತೇವೆ.

ಈ ಭೂಮಿಯ ಕನಸಿನಲ್ಲಿ ಮನುಷ್ಯರು ನರಳೋದು, ಭಯದಲ್ಲಿ ಬದುಕೋದು ಮತ್ತು ಭಾವನಾತ್ಮಕ ನಾಟಕಗಳನ್ನು ಸೃಷ್ಟಿಸೋದು, ಇವೆಲ್ಲಾ ಸಹಜ ಎನ್ನುವಂತಾಗಿದೆ. ಹೊರಗಿನ ಈ ಕನಸು ಏನಿದೆಯಲ್ಲ, ಅದು ಖಂಡಿತಾ ಸುಂದರವಾದುದಲ್ಲ. ಇದೊಂದು ಹಿಂಸೆಯ ಕನಸು, ಭಯದ ಕನಸು, ಯುದ್ಧದ ಕನಸು, ಅನ್ಯಾಯದ ಕನಸು. ಮನುಷ್ಯರ ವೈಯಕ್ತಿಕ ಕನಸುಗಳು ಬೇರೆ ಬೇರೆ ಆಗಿರಬಹುದು, ಆದರೆ ಜಾಗತಿಕವಾಗಿ ನೋಡಿದರೆ, ಇದು ಹೆಚ್ಚಾಗಿ ಒಂದು ದುಃಸ್ವಪ್ನ ಇದ್ದಂತೆ. ಮಾನವ ಸಮಾಜವನ್ನು ಗಮನಿಸಿ. ಭಯದಿಂದ ಆಳಲ್ಪಟ್ಟಿರುವ ಈ ಜಗತ್ತಿನಲ್ಲಿ ಬದುಕುವುದೇ ಎಷ್ಟೊಂದು ಕಷ್ಟಕರವಾಗಿದೆ.

ಪ್ರಪಂಚದಾದ್ಯಂತ ನಾವು ಮಾನವರಲ್ಲಿ ಸಂಕಟ, ಕೋಪ, ಪ್ರತೀಕಾರ, ವ್ಯಸನಗಳು, ಬೀದಿಗಳಲ್ಲಿ ಹಿಂಸೆ, ಮತ್ತು ಅಪಾರ ಅನ್ಯಾಯವನ್ನು ನೋಡುತ್ತೇವೆ. ಪ್ರಪಂಚದ ಬೇರೆ ಬೇರೆ ದೇಶಗಳಲ್ಲಿ ಇದು ಬೇರೆ ಬೇರೆ ಮಟ್ಟದಲ್ಲಿ ಇರಬಹುದು, ಆದರೆ ಹೊರಗಿನ ಕನಸನ್ನು ನಿಯಂತ್ರಿಸುತ್ತಿರುವುದು ಒಂದೇ ಒಂದು ಶಕ್ತಿ, ಅದೇ ಭಯ.

ನಮ್ಮ ಮಾನವ ಸಮಾಜದ ಈ ಕನಸನ್ನು, ಜಗತ್ತಿನಾದ್ಯಂತ ಧರ್ಮಗಳು ವಿವರಿಸುವ ನರಕದ ವರ್ಣನೆಯೊಂದಿಗೆ ಹೋಲಿಸಿ ನೋಡಿ. ನಿಮಗೆ ಆಶ್ಚರ್ಯವಾಗಬಹುದು, ಅವೆರಡೂ ನಿಖರವಾಗಿ ಒಂದೇ ಎಂದು ಗೊತ್ತಾಗುತ್ತದೆ. ಧರ್ಮಗಳು ನರಕವನ್ನು 'ಶಿಕ್ಷೆಯ ಸ್ಥಳ, ಭಯದ ಸ್ಥಳ, ನೋವು ಮತ್ತು ಸಂಕಟದ ಸ್ಥಳ, ನಿನ್ನನ್ನು ಅಗ್ನಿ ಸುಡುವ ಸ್ಥಳ' ಎಂದು ಹೇಳುತ್ತವೆ. ಆ 'ಅಗ್ನಿ' ಯಾವುದರಿಂದ ಹುಟ್ಟುತ್ತದೆ? ಅದು ಭಯದಿಂದ ಹುಟ್ಟುವ ಭಾವನೆಗಳಿಂದ. ಯಾವಾಗ ನಮ್ಮೊಳಗೆ ಕೋಪ, ಅಸೂಯೆ, ಈರ್ಷ್ಯೆ, ಅಥವಾ ದ್ವೇಷದ ಭಾವನೆಗಳು ಮೂಡುತ್ತವೆಯೋ, ಆಗ ನಮ್ಮೊಳಗೇ ಒಂದು ಬೆಂಕಿ ಉರಿಯುತ್ತಿರುವುದನ್ನು ನಾವು ಅನುಭವಿಸುತ್ತೇವೆ. ನಾವು ನರಕದ ಕನಸಿನಲ್ಲಿ ಇದ್ದೇವೆ.

ನರಕವನ್ನು ನೀವು ಒಂದು ಮಾನಸಿಕ ಸ್ಥಿತಿ ಎಂದು ಪರಿಗಣಿಸಿದರೆ, ಆಗ ನರಕ ನಮ್ಮ ಸುತ್ತಲೂ ಆವರಿಸಿಕೊಂಡಿದೆ. ನಾವು ಅವರು ಹೇಳಿದಂತೆ ಕೇಳದಿದ್ದರೆ ನರಕಕ್ಕೆ ಹೋಗುತ್ತೇವೆ ಎಂದು ಕೆಲವರು ನಮ್ಮನ್ನು ಹೆದರಿಸಬಹುದು. ಒಂದು ಕೆಟ್ಟ ಸುದ್ದಿ, ನಾವು ಈಗಾಗಲೇ ನರಕದಲ್ಲಿದ್ದೇವೆ! ಹಾಗೆ ಹೇಳುವವರೂ ಸೇರಿದಂತೆ! ಯಾವ ಮನುಷ್ಯನೂ ಮತ್ತೊಬ್ಬನನ್ನೂ ನರಕಕ್ಕೆ ತಳ್ಳಲು ಸಾಧ್ಯವಿಲ್ಲ, ಏಕೆಂದರೆ ನಾವೆಲ್ಲರೂ ಈಗಾಗಲೇ ಅಲ್ಲಿದ್ದೇವೆ. ನಿಜ, ಇತರರು ನಮ್ಮನ್ನು ಇನ್ನಷ್ಟು ಆಳವಾದ ನರಕಕ್ಕೆ ತಳ್ಳಬಹುದು. ಆದರೆ, ನಾವು ಅದಕ್ಕೆ ಅವಕಾಶ ಕೊಟ್ಟರೆ ಮಾತ್ರ ಇದು ಸಾಧ್ಯ.

ಪ್ರತಿಯೊಬ್ಬ ಮನುಷ್ಯನಿಗೂ ತನ್ನದೇ ಆದ ಒಂದು ವೈಯಕ್ತಿಕ ಕನಸು ಇರುತ್ತದೆ. ಸಾಮಾಜಿಕ ಕನಸಿನಂತೆಯೇ, ಈ ವೈಯಕ್ತಿಕ ಕನಸು ಕೂಡ ಹೆಚ್ಚಾಗಿ ಭಯದಿಂದಲೇ ಆಳಲ್ಪಟ್ಟಿರುತ್ತದೆ. ನಾವು ನಮ್ಮದೇ ಜೀವನದಲ್ಲಿ, ನಮ್ಮದೇ ವೈಯಕ್ತಿಕ ಕನಸಿನಲ್ಲಿ ನರಕವನ್ನು ಹೇಗೆ ಕಟ್ಟಿಕೊಳ್ಳುತ್ತೇವೆ ಎನ್ನುವುದನ್ನು ಇಲ್ಲಿ ನೋಡಬಹುದು. ಪ್ರತಿಯೊಬ್ಬ ವ್ಯಕ್ತಿಗೂ ಭಯ ಬೇರೆ ಬೇರೆ ರೀತಿಯಲ್ಲಿ ಕಾಣಿಸಿಕೊಳ್ಳಬಹುದು. ಆದರೆ, ನಾವು ಕೋಪ, ಅಸೂಯೆ, ದ್ವೇಷ ಮತ್ತು ಇತರ ನಕಾರಾತ್ಮಕ ಭಾವನೆಗಳನ್ನು ಅನುಭವಿಸುತ್ತೇವೆ ಎನ್ನುವುದು ಸುಳ್ಳಲ್ಲ. ನಮ್ಮ ವೈಯಕ್ತಿಕ ಕನಸು ಕೂಡ ಒಂದು ನಿರಂತರ ದುಃಸ್ವಪ್ನವಾಗಿ ಬದಲಾಗಬಹುದು, ಅಲ್ಲಿ ನಾವು ನಿರಂತರವಾಗಿ ನರಳುತ್ತೇವೆ ಮತ್ತು ಭಯದ ಸ್ಥಿತಿಯಲ್ಲೇ ಬದುಕುತ್ತೇವೆ. ಆದರೆ, ನಾವು ದುಃಸ್ವಪ್ನವನ್ನು ಕಾಣಬೇಕಾಗಿಲ್ಲ. ಒಂದು ಸುಂದರವಾದ ಕನಸನ್ನು ಆನಂದಿಸಲು ಸಾಧ್ಯವಿದೆ.

ಮಾನವಕುಲವೆಲ್ಲಾ ಹುಡುಕುತ್ತಿರುವುದು– ಅದು ಸತ್ಯ, ನ್ಯಾಯ ಮತ್ತು ಸೌಂದರ್ಯ. ನಾವು ಸತ್ಯವನ್ನು ನಿರಂತರವಾಗಿ ಹುಡುಕುತ್ತಿದ್ದೇವೆ, ಏಕೆಂದರೆ ನಮ್ಮ ಮನಸ್ಸಿನಲ್ಲಿ ತುಂಬಿಕೊಂಡಿರುವ ಸುಳ್ಳುಗಳನ್ನು ಮಾತ್ರ ನಾವು ನಂಬುತ್ತೇವೆ. ನಾವು ಕಟ್ಟಿಕೊಂಡಿರುವ ನಂಬಿಕೆಯ ವ್ಯವಸ್ಥೆಯಲ್ಲಿ ನ್ಯಾಯವಿಲ್ಲ, ಹಾಗಾಗಿ ನಾವು ನ್ಯಾಯಕ್ಕಾಗಿ ಹುಡುಕುತ್ತಿದ್ದೇವೆ. ಯಾವುದೇ ವ್ಯಕ್ತಿ ಎಷ್ಟೇ ಸುಂದರವಾಗಿದ್ದರೂ, ಆ ವ್ಯಕ್ತಿಯಲ್ಲಿ ಸೌಂದರ್ಯವಿದೆ ಎಂದು ನಾವು ನಂಬುವುದಿಲ್ಲ. ಹಾಗಾಗಿ ನಾವು ಸೌಂದರ್ಯಕ್ಕಾಗಿ ಹುಡುಕುತ್ತಿದ್ದೇವೆ. ಎಲ್ಲವೂ

ನಮ್ಮೊಳಗೇ ಇದ್ದರೂ, ನಾವು ನಿರಂತರವಾಗಿ ಹುಡುಕುತ್ತಲೇ ಇದ್ದೇವೆ, ಹುಡುಕುತ್ತಲೇ ಇದ್ದೇವೆ. ನಾವು ಯಾವುದೇ ಸತ್ಯವನ್ನು ಹುಡುಕಬೇಕಾಗಿಲ್ಲ. ನಾವು ಎಲ್ಲಿ ನೋಡಿದರೂ, ಅಲ್ಲಿರುವುದು ಸತ್ಯವೇ. ಆದರೆ ನಮ್ಮ ಮನಸ್ಸಿನಲ್ಲಿ ತುಂಬಿರುವ ಒಪ್ಪಂದಗಳು ಮತ್ತು ನಂಬಿಕೆಗಳಿಂದಾಗಿ, ಈ ಸತ್ಯವನ್ನು ನೋಡುವ ಕಣ್ಣುಗಳು ನಮಗಿಲ್ಲ.

ನಮಗೆ ಸತ್ಯವು ಗೋಚರಿಸುತ್ತಿಲ್ಲ, ಏಕೆಂದರೆ ನಾವು ಅಂಧರಾಗಿದ್ದೇವೆ. ನಮ್ಮ ಮನಸ್ಸಿನಲ್ಲಿ ಮನೆಮಾಡಿರುವ ಮಿಥ್ಯ ನಂಬಿಕೆಗಳೇ ನಮ್ಮನ್ನು ಈ ಅಂಧತ್ವಕ್ಕೆ ದೂಡಿವೆ. ಸರ್ವದಾ ನಾನೇ ಸರಿಯಿರಬೇಕು ಮತ್ತು ಇತರರು ತಪ್ಪಾಗಿರಬೇಕು ಎಂಬ ಹಂಬಲ ನಮ್ಮದಾಗಿರುತ್ತದೆ. ನಾವು ಯಾವುದನ್ನು ದೃಢವಾಗಿ ನಂಬುತ್ತೇವೆಯೋ, ಅದೇ ನಂಬಿಕೆಗಳು ಅಂತಿಮವಾಗಿ ನಮ್ಮನ್ನು ಸಂಕಟಕ್ಕೆ ಒಡ್ಡುತ್ತವೆ. ಇದು ನಾವು ದಟ್ಟವಾದ ಮಂಜಿನ ನಡುವೆ ಬದುಕುತ್ತಿರುವಂತೆ ಭಾಸವಾಗುತ್ತದೆ. ಈ ಮಂಜು ನಮ್ಮ ಮೂಗಿನ ನೇರಕ್ಕಿಂತ ಆಚೆಗಿನ ಯಾವುದನ್ನೂ ಕಾಣದಂತೆ ಮಾಡಿದೆ. ವಾಸ್ತವದಲ್ಲಿ ಈ ಮಂಜು ನಿಜವಾದದ್ದಲ್ಲ, ಅದೊಂದು ಕನಸು, ನಿಮ್ಮ ಜೀವನದ ವೈಯಕ್ತಿಕ ಕನಸು. ನಿಮ್ಮ ನಂಬಿಕೆಗಳು, ನಿಮ್ಮ ಕುರಿತಾದ ನಿಮ್ಮ ಕಲ್ಪನೆಗಳು ಹಾಗೂ ನೀವು ಇತರರೊಂದಿಗೆ, ನಿಮ್ಮೊಂದಿಗೆ ಮತ್ತು ಸಾಕ್ಷಾತ್ ದೇವರೊಂದಿಗೆ ಮಾಡಿಕೊಂಡಿರುವ ಒಪ್ಪಂದಗಳೇ ಈ ಕನಸು.

ನಿಮ್ಮ ಇಡೀ ಮನಸ್ಸು ಒಂದು ಮಂಜಿನ ರಾಶಿ. ಟೋಲ್ಟೆಕ್ ಸಂಸ್ಕೃತಿಯಲ್ಲಿ ಇದನ್ನು 'ಮಿಟೋಟೆ' ಅಂತ ಕರೀತಾರೆ. ನಿಮ್ಮ ಮನಸ್ಸು ಒಂದು ದೊಡ್ಡ ಕನಸು, ಅಲ್ಲಿ ಸಾವಿರಾರು ಜನರು ಒಂದೇ ಸಮಯದಲ್ಲಿ ಮಾತನಾಡುತ್ತಿದ್ದಾರೆ, ಆದರೆ ಯಾರಿಗೂ ಇನ್ನೊಬ್ಬರು ಹೇಳೋದು ಅರ್ಥವಾಗುತ್ತಿಲ್ಲ. ಇದೇ ಮನುಷ್ಯನ ಮನಸ್ಸಿನ ಸ್ಥಿತಿ, ಒಂದು ದೊಡ್ಡ 'ಮಿಟೋಟೆ'. ಇಂತಹ ದೊಡ್ಡ 'ಮಿಟೋಟೆ' ಇದ್ದಾಗ, ನೀವು ನಿಜವಾಗಿಯೂ ಏನು ಎನ್ನುವುದು ನಿಮಗೆ ಕಾಣಿಸುವುದೇ ಇಲ್ಲ. ಭಾರತದಲ್ಲಿ, ಈ 'ಮಿಟೋಟೆ'ಗೆ ಮಾಯೆ ಅಂತಾರೆ. ಇದರರ್ಥ, 'ಭ್ರಮೆ'. 'ನಾನು ಹೀಗಿದ್ದೇನೆ' ಎಂದು ವ್ಯಕ್ತಿತ್ವದ ಕಲ್ಪನೆ ಏನಿದೆಯಲ್ಲ, ಅದೇ ಮಾಯೆ. ನಿಮ್ಮ ಬಗ್ಗೆ, ಪ್ರಪಂಚದ ಬಗ್ಗೆ ನೀವು ನಂಬಿರುವ ಪ್ರತಿಯೊಂದು ವಿಷಯವೂ, ನಿಮ್ಮ ಮನಸ್ಸಿನಲ್ಲಿರುವ ಎಲ್ಲಾ ಕಲ್ಪನೆಗಳು, ಎಲ್ಲಾ ಪ್ರೋಗ್ರಾಮಿಂಗ್‌ಗಳು, ಇವೆಲ್ಲವೂ ಈ 'ಮಿಟೋಟೆ'ಯೇ. ನಾವು ನಿಜವಾಗಿಯೂ ಯಾರಿದ್ದೇವೆ ಅಂತ ನಮಗೆ ಕಾಣಿಸುವುದಿಲ್ಲ. ನಾವು ಮುಕ್ತರಲ್ಲ ಅಂತ ನಮಗೆ ಗೊತ್ತಾಗುವುದಿಲ್ಲ.

ಮನುಷ್ಯರು ಜೀವನವನ್ನು ಯಾಕೆ ವಿರೋಧಿಸುತ್ತಾರೆ ಗೊತ್ತಾ? ಏಕೆಂದರೆ, ಜೀವಿಸುವುದೇ ಮನುಷ್ಯರಿಗೆ ಅತಿ ದೊಡ್ಡ ಭಯ. ನಮಗೆ ಸಾವಿನ ಭಯ ಇಲ್ಲ, ನಮಗೆ ಅತಿ ದೊಡ್ಡ ಭಯ ಇರುವುದು ಜೀವಿಸುವ ಅಪಾಯವನ್ನು ತೆಗೆದುಕೊಳ್ಳುವುದಕ್ಕೆ. ಅಂದರೆ, ಜೀವನೋತ್ಸಾಹದಿಂದಿರುವುದು ಮತ್ತು ನಾವು ನಿಜವಾಗಿಯೂ ಏನಾಗಿದ್ದೇವೆಯೋ ಅದನ್ನು ವ್ಯಕ್ತಪಡಿಸುವ ಅಪಾಯ! ನಾವು ಹೇಗಿದ್ದೇವೆಯೋ ಹಾಗೆಯೇ ಇರುವುದೇ ಮನುಷ್ಯರಿಗೆ ಅತಿ ದೊಡ್ಡ ಭಯವಾಗಿದೆ. ಇತರರ ಬೇಡಿಕೆಗಳನ್ನು ಪೂರೈಸುವ ಪ್ರಯತ್ನದಲ್ಲಿ ನಾವು ಬದುಕುವುದನ್ನು ಕಲಿತಿದ್ದೇವೆ. ಇತರರ ದೃಷ್ಟಿಕೋನಗಳ ಪ್ರಕಾರ ಬದುಕುವುದನ್ನು ರೂಢಿಸಿಕೊಂಡಿದ್ದೇವೆ. ಯಾಕೆಂದರೆ, ಬೇರೆಯವರು ನಮ್ಮನ್ನು ಒಪ್ಪಿಕೊಳ್ಳುವುದಿಲ್ಲ ಎಂಬ ಭಯ, ಮತ್ತು ಇನ್ನೊಬ್ಬರಿಗೆ ನಾವು ಸಾಕಷ್ಟು ಒಳ್ಳೆಯವರಲ್ಲ ಎಂಬ ಭಯ.

ಪಳಗಿಸುವ ಪ್ರಕ್ರಿಯೆಯಲ್ಲಿ, 'ಪರಿಪೂರ್ಣತೆ' ಬಗ್ಗೆ ನಾವು ಒಂದು ಕಲ್ಪನೆಯನ್ನು

ಮಾಡಿಕೊಳ್ಳುತ್ತೇವೆ, ಬೇರೆಯವರಿಂದ 'ಒಳ್ಳೆಯವರು' ಅಂತ ಅನಿಸಿಕೊಳ್ಳೋಕೆ ನಾವು ಹೀಗೆ ಮಾಡ್ತೀವಿ. ಎಲ್ಲರೂ ನಮ್ಮನ್ನು ಒಪ್ಪಿಕೊಳ್ಳಬೇಕಾದರೆ ನಾವು ಹೇಗಿರಬೇಕು ಅಂತ ಒಂದು ಚಿತ್ರವನ್ನು ರೂಪಿಸಿಕೊಳ್ಳುತ್ತೇವೆ. ವಿಶೇಷವಾಗಿ, ನಮ್ಮನ್ನು ಪ್ರೀತಿಸುವವರು, ಅಪ್ಪ-ಅಮ್ಮ, ಅಣ್ಣ-ಅಕ್ಕ, ಪೂಜಾರಿಗಳು ಮತ್ತು ಶಿಕ್ಷಕರು ಇವರನ್ನು ಮೆಚ್ಚಿಸಲು ನಾವು ಪ್ರಯತ್ನಿಸುತ್ತೇವೆ. ಅವರಿಗಾಗಿ 'ಸಾಕಷ್ಟು ಒಳ್ಳೆಯವರು' ಆಗುವ ಪ್ರಯತ್ನದಲ್ಲಿ, ನಾವು ಪರಿಪೂರ್ಣತೆಯ ಒಂದು ಚಿತ್ರವನ್ನು ಸೃಷ್ಟಿಸಿಕೊಳ್ಳುತ್ತೇವೆ. ಆದರೆ ನಾವು ಈ ಚಿತ್ರಕ್ಕೆ ಹೊಂದಿಕೊಳ್ಳುವುದಿಲ್ಲ. ನಾವು ಈ ಚಿತ್ರವನ್ನು ಸೃಷ್ಟಿಸುತ್ತೇವೆ, ಆದರೆ ಈ ಚಿತ್ರ ನಿಜವಲ್ಲ. ಈ ದೃಷ್ಟಿಕೋನದಿಂದ ನಾವು ಎಂದಿಗೂ ಪರಿಪೂರ್ಣರಾಗಲು ಸಾಧ್ಯವಿಲ್ಲ. ಎಂದಿಗೂ ಇಲ್ಲ!

ನಾವು ಪರಿಪೂರ್ಣರಲ್ಲ ಅಂತ ಗೊತ್ತಾದ ಮೇಲೆ, ನಾವು ನಮ್ಮನ್ನೇ ತಿರಸ್ಕರಿಸುತ್ತೇವೆ. ನಮ್ಮ ಅಖಂಡತೆಯನ್ನು ಮುರಿಯುವಲ್ಲಿ ದೊಡ್ಡವರು ಎಷ್ಟರ ಮಟ್ಟಿಗೆ ಯಶಸ್ವಿಯಾಗಿದ್ದರು ಎನ್ನುವುದರ ಮೇಲೆ ಈ ಆತ್ಮ-ತಿರಸ್ಕಾರದ ಮಟ್ಟ ನಿಂತಿರುತ್ತದೆ. ಒಮ್ಮೆ ನಾವು 'ಪಳಗಿದ' ಮೇಲೆ, ಇನ್ನೊಬ್ಬರಿಗೆ ನಾವು ಎಷ್ಟು ಒಳ್ಳೆಯವರು ಅನ್ನೋದು ಮುಖ್ಯವಾಗುವುದಿಲ್ಲ. ಬದಲಿಗೆ, ನಾವು ನಮ್ಮದೇ ಪರಿಪೂರ್ಣತೆಯ ಚಿತ್ರಕ್ಕೆ ಹೊಂದಿಕೊಳ್ಳುವುದಿಲ್ಲ ಅನ್ನೋ ಕಾರಣಕ್ಕೆ, ನಮಗೆ ನಾವೇ ಪರಿಪೂರ್ಣರಲ್ಲ ಅನಿಸುತ್ತದೆ. ನಮ್ಮ ಮನಸ್ಸಿನಲ್ಲಿ ನಾವೇ ಸೃಷ್ಟಿಸಿಕೊಂಡಿರುವ 'ಆದರ್ಶ ವ್ಯಕ್ತಿತ್ವದ' ರೀತಿಯಲ್ಲಿ ನಾವು ಇಲ್ಲದಿದ್ದಾಗ, ನಮ್ಮನ್ನೇ ಕ್ಷಮಿಸಲು ನಮಗೆ ಸಾಧ್ಯವಾಗುವುದಿಲ್ಲ. ನಾವು ಪರಿಪೂರ್ಣರಲ್ಲ ಎನ್ನುವ ಕಾರಣಕ್ಕೇ ನಮ್ಮನ್ನು ನಾವೇ ಮನ್ನಿಸುವುದಿಲ್ಲ.

ನಾವು ಹೇಗಿರಬೇಕು ಅಂತ ಅಂದುಕೊಂಡಿದ್ದೇವೆಯೋ ಹಾಗೆ ಇಲ್ಲ ಅಂತ ನಮಗೆ ಗೊತ್ತಿರುತ್ತದೆ. ಹಾಗಾಗಿಯೇ ನಮಗೆ ನಾವು ಸುಳ್ಳು, ಹತಾಶೆಗೊಳಗಾದವರು ಮತ್ತು ಅಪ್ರಾಮಾಣಿಕರು ಅಂತ ಅನಿಸಿರುತ್ತದೆ. ನಮ್ಮನ್ನು ನಾವೇ ಮರೆಮಾಚಿಕೊಳ್ಳಲು ಪ್ರಯತ್ನಿಸುತ್ತೇವೆ, ಮತ್ತು ನಾವು ಹೇಗಿಲ್ಲವೋ ಹಾಗೆ ನಟಿಸುತ್ತೇವೆ. ಇದರ ಪರಿಣಾಮ ಏನಂದ್ರೆ, ನಾವು 'ನಿಜ' ಅನಿಸುವುದಿಲ್ಲ. ಬೇರೆಯರಿಗೆ ನಾವು ಏನು ಎಂದು ತಿಳಿಯಬಾರದು ಎಂದು ನಾವು ಸಾಮಾಜಿಕ ಮುಖವಾಡಗಳನ್ನು ಧರಿಸುತ್ತೇವೆ. 'ನಾವು ನಟಿಸುತ್ತಿರುವುದು ಬೇರೆಯವರಿಗೆ ಗೊತ್ತಾಗಿ ಬಿಡುತ್ತಾ' ಅಂತ ನೀವೂ ಭಯಪಟ್ಟಿರುವುದಿಲ್ವಾ? ನಾವು ಬೇರೆಯವರನ್ನು ಸಹ ನಮ್ಮದೇ ಪರಿಪೂರ್ಣತೆಯ ಚಿತ್ರಕ್ಕೆ ಅನುಗುಣವಾಗಿ ತೀರ್ಮಾನಿಸುತ್ತೇವೆ. ಸಹಜವಾಗಿಯೇ, ಅವರು ನಮ್ಮ ನಿರೀಕ್ಷೆಗಳನ್ನು ತಲುಪಲು ವಿಫಲರಾಗುತ್ತಾರೆ.

ಇತರರನ್ನು ಮೆಚ್ಚಿಸಲು ನಾವು ನಮ್ಮನ್ನೇ ಅವಮಾನಿಸಿಕೊಳ್ಳುತ್ತೇವೆ. ಕೆಲವೊಮ್ಮೆ, ಇತರರು ನಮ್ಮನ್ನು ಒಪ್ಪಿಕೊಳ್ಳಬೇಕು ಅಂದ್ರೆ, ನಮ್ಮ ದೈಹಿಕ ದೇಹಕ್ಕೂ ಹಾನಿ ಮಾಡಿಕೊಳ್ಳುತ್ತೇವೆ. ಹದಿಹರೆಯದವರು ಯಾಕೆ ಡ್ರಗ್ಸ್ ತೆಗೆದುಕೊಳ್ಳುತ್ತಾರೆ ಅಂತ ನೋಡಿದ್ದೀರಾ? ಬೇರೆ ಹದಿಹರೆಯದವರು ನಮ್ಮನ್ನು ತಿರಸ್ಕರಿಸಬಾರದು ಅಂತ. ಅವರಿಗೆ ಗೊತ್ತಿರುವುದಿಲ್ಲ, ಅಸಲಿ ಸಮಸ್ಯೆ ಇರುವುದು ಅವರು ತಮ್ಮನ್ನು ತಾವೇ ಒಪ್ಪಿಕೊಳ್ಳದಿರುವುದು ಅಂತ. ತಾವು ಹೇಗಿರಬೇಕು ಅಂತ ನಟಿಸುತ್ತಿದ್ದಾರೋ, ಹಾಗೆ ಇಲ್ಲ ಅಂತ ಅವರಿಗೆ ಅನಿಸುತ್ತೆ. ಹಾಗಾಗಿಯೇ ಅವರು ತಮ್ಮನ್ನು ತಾವೇ ತಿರಸ್ಕರಿಸುತ್ತಾರೆ. ಅವರು ಬಯಸುವ ರೀತಿಯಲ್ಲಿ ಅವರಿರುವುದಿಲ್ಲ. ಇದಕ್ಕಾಗಿಯೇ ಅವರು ನಾಚಿಕೆ

ಮತ್ತು ಅಪರಾಧಪ್ರಜ್ಞೆಯನ್ನು ಬೆಳೆಸಿಕೊಳ್ಳುತ್ತಾರೆ. ಮನುಷ್ಯರು ತಾವು ಹೇಗಿರಬೇಕು ಅಂತ ನಂಬುತ್ತಾರೋ, ಹಾಗೆ ಇರದಿದ್ದಕ್ಕೆ ತಮ್ಮನ್ನು ತಾವು ನಿರಂತರವಾಗಿ ಶಿಕ್ಷಿಸಿಕೊಳ್ಳುತ್ತಾರೆ. ಅವರು ಅತಿ ಹೆಚ್ಚು ಆತ್ಮ-ನಿಂದನೆಗೆ ಒಳಗಾಗುತ್ತಾರೆ, ಮತ್ತು ತಮ್ಮನ್ನು ನಿಂದಿಸಿಕೊಳ್ಳಲು ಇತರರನ್ನೂ ಬಳಸಿಕೊಳ್ಳುತ್ತಾರೆ.

ಆದರೆ, ಬೇರೆ ಯಾರೂ ನಮ್ಮನ್ನು ನಮ್ಮಷ್ಟು ಹಿಂಸಿಸುವುದಿಲ್ಲ. ಇದಕ್ಕೆ ಕಾರಣ ನಮ್ಮೊಳಗಿನ 'ನ್ಯಾಯಾಧೀಶ', 'ಬಲಿಪಶು' ಮತ್ತು ನಾವು ಅಂಧವಾಗಿ ನಂಬಿರುವ 'ನಂಬಿಕೆ ವ್ಯವಸ್ಥೆ'. ಗಂಡ, ಹೆಂಡತಿ, ಅಪ್ಪ-ಅಮ್ಮ ನಮ್ಮನ್ನು ಹಿಂಸಿಸುತ್ತಾರೆ ಅಂತ ಹೇಳುವವರನ್ನು ನೀವು ನೋಡಿರಬಹುದು. ಆದರೆ, ನಮಗೆ ಗೊತ್ತಿದೆ, ನಾವು ನಮ್ಮನ್ನೇ ಅದಕ್ಕಿಂತ ಹೆಚ್ಚು ಹಿಂಸಿಸುತ್ತೇವೆ ಅಂತ. ನಾವು ನಮ್ಮ ಬಗ್ಗೆಯೇ ಜಡ್ಜ್‌ಮೆಂಟ್ ಕೊಡುವ ರೀತಿ ಇದೆಯಲ್ಲಾ, ನಮ್ಮಲ್ಲಿರುವ ಅವನೊಬ್ಬ ಕೆಟ್ಟ ಜಡ್ಜ್. ಜನರೆದುರು ಒಂದು ತಪ್ಪು ಮಾಡಿದ್ರೆ, ಆ ತಪ್ಪನ್ನು ಒಪ್ಪಿಕೊಳ್ಳದೇ ಮರೆಮಾಚಲು ಪ್ರಯತ್ನಿಸುತ್ತೇವೆ. ಆದರೆ ನಾವು ಒಬ್ಬರೇ ಇದ್ದಾಗ, ಆ 'ಜಡ್ಜ್' ಅದೆಷ್ಟು ಪ್ರಬಲವಾಗುತ್ತಾನೆ ಅಂದ್ರೆ, ಅಪರಾಧಪ್ರಜ್ಞೆ ವಿಪರೀತವಾಗಿ ಕಾಡುತ್ತೆ. ಆಗ ನಾವು ನಮ್ಮನ್ನೇ ದಡ್ಡರು, ಕೆಟ್ಟವರು ಅಥವಾ ಅಪ್ರಯೋಜಕರು ಅಂತ ಅಂದುಕೊಳ್ಳುತ್ತೇವೆ.

ನಿಮ್ಮ ಇಡೀ ಜೀವನದಲ್ಲಿ ಯಾರೂ ನಿಮ್ಮನ್ನು ನಿಮ್ಮಷ್ಟು ಹಿಂಸಿಸಿಲ್ಲ. ಇದು ಕಹಿಯಾದರೂ ಸತ್ಯ. ನಿಮ್ಮ ಆತ್ಮ-ಹಿಂಸೆಯ ಮಿತಿ ಎಷ್ಟಿರುತ್ತದೆಯೋ, ನೀವು ಇನ್ನೊಬ್ಬರಿಂದ ಸಹಿಸಿಕೊಳ್ಳುವ ಹಿಂಸೆಯ ಮಿತಿಯೂ ಅಷ್ಟೇ ಇರುತ್ತದೆ. ಯಾರಾದರೂ ನಿಮ್ಮನ್ನು ನೀವು ಹಿಂಸಿಸಿಕೊಳ್ಳುವುದಕ್ಕಿಂತ ಸ್ವಲ್ಪ ಹೆಚ್ಚು ಹಿಂಸಿಸಿದರೆ, ನೀವು ಬಹುಶಃ ಆ ವ್ಯಕ್ತಿಯಿಂದ ದೂರ ಸರಿಯುತ್ತೀರಿ. ಆದರೆ, ಯಾರಾದರೂ ನಿಮ್ಮನ್ನು ನೀವು ಹಿಂಸಿಸಿಕೊಳ್ಳುವುದಕ್ಕಿಂತ ಸ್ವಲ್ಪ ಕಡಿಮೆ ಹಿಂಸಿಸಿದರೆ, ನೀವು ಬಹುಶಃ ಆ ಸಂಬಂಧದಲ್ಲಿ ಉಳಿದುಕೊಂಡು ಅದನ್ನು ನಿರಂತರವಾಗಿ ಸಹಿಸಿಕೊಳ್ಳುತ್ತೀರಿ.

ನೀವು ನಿಮ್ಮನ್ನು ಅತಿ ಕೆಟ್ಟದಾಗಿ ಹಿಂಸಿಸಿಕೊಳ್ಳುತ್ತಿದ್ದರೆ, ನಿಮ್ಮನ್ನು ಹೊಡೆಯುವ, ಅವಮಾನಿಸುವ, ಮತ್ತು ಕೊಳಕಿನಂತೆ ನಡೆಸಿಕೊಳ್ಳುವವರನ್ನೂ ನೀವು ಸಹಿಸಿಕೊಳ್ಳಬಹುದು ಯಾಕೆ? ಏಕೆಂದರೆ, ನೀವು ಕಟ್ಟಿಕೊಂಡಿರುವ ನಂಬಿಕೆಯ ವ್ಯವಸ್ಥೆಯಲ್ಲಿ ನೀವು, "ನಾನು ಇದಕ್ಕೆ ಅರ್ಹ. ಈ ವ್ಯಕ್ತಿ ನನ್ನ ಜೊತೆ ಇರುವುದೇ ಒಂದು ದೊಡ್ಡ ಸಹಾಯ. ನಾನು ಪ್ರೀತಿ ಮತ್ತು ಗೌರವಕ್ಕೆ ಯೋಗ್ಯನಲ್ಲ. ನಾನು ಅಸಮರ್ಥ" ಎಂದು ಹೇಳಿಕೊಳ್ಳುತ್ತೀರಿ.

ನಮಗೆ ಇತರರಿಂದ ಒಪ್ಪಿಗೆ ಮತ್ತು ಪ್ರೀತಿ ಬೇಕು. ಆದರೆ, ನಮ್ಮನ್ನು ನಾವೇ ಒಪ್ಪಿಕೊಳ್ಳಲು ಮತ್ತು ಪ್ರೀತಿಸಲು ನಮಗೆ ಸಾಧ್ಯವಾಗುವುದಿಲ್ಲ. ನಾವು ನಮ್ಮನ್ನು ಎಷ್ಟು ಹೆಚ್ಚು ಪ್ರೀತಿಸುತ್ತೇವೆಯೋ, ಅಷ್ಟೇ ಕಡಿಮೆ ಆತ್ಮ-ಹಿಂಸೆಯನ್ನು ಅನುಭವಿಸುತ್ತೇವೆ. ಆತ್ಮ-ಹಿಂಸೆ ಬರುವುದು ಆತ್ಮ-ತಿರಸ್ಕಾರದಿಂದ, ಮತ್ತು ಆತ್ಮ-ತಿರಸ್ಕಾರ ಬರುವುದು 'ಪರಿಪೂರ್ಣತೆ' ಎಂದರೆ ಏನು ಎನ್ನುವ ಒಂದು ಚಿತ್ರವನ್ನು ಮನಸ್ಸಿನಲ್ಲಿಟ್ಟುಕೊಂಡು, ಅದಕ್ಕೆ ಎಂದಿಗೂ ನಾವು ಹೊಂದಿಕೊಳ್ಳಲು ಆಗದಿರುವುದರಿಂದ. ನಮ್ಮ 'ಪರಿಪೂರ್ಣತೆಯ ಚಿತ್ರ'ವೇ ನಾವು ನಮ್ಮನ್ನು ತಿರಸ್ಕರಿಸಲು ಕಾರಣ. ನಾವು ಇರುವಂತೆಯೇ ನಮ್ಮನ್ನು ನಾವು ಏಕೆ ಒಪ್ಪಿಕೊಳ್ಳುವುದಿಲ್ಲ, ಮತ್ತು ಇತರರನ್ನು ಅವರು ಇರುವಂತೆಯೇ ಏಕೆ ಒಪ್ಪಿಕೊಳ್ಳುವುದಿಲ್ಲ ಎಂಬುದಕ್ಕೆ ಇದೇ ಕಾರಣ.

ಹೊಸ ಕನಸಿಗೊಂದು ಮುನ್ನುಡಿ

ನೋಡಿ, ನೀವು ನಿಮ್ಮೊಂದಿಗೆ, ಇತರರೊಂದಿಗೆ, ನಿಮ್ಮ ಜೀವನದ ಕನಸಿನೊಂದಿಗೆ, ದೇವರೊಂದಿಗೆ, ಸಮಾಜದೊಂದಿಗೆ, ನಿಮ್ಮ ಹೆತ್ತವರೊಂದಿಗೆ, ನಿಮ್ಮ ಸಂಗಾತಿಯೊಂದಿಗೆ, ನಿಮ್ಮ ಮಕ್ಕಳೊಂದಿಗೆ, ಹೀಗೆ ಸಾವಿರಾರು ಒಪ್ಪಂದಗಳನ್ನು ಮಾಡಿಕೊಂಡಿದ್ದೀರಿ. ಆದರೆ, ಇವೆಲ್ಲಕ್ಕಿಂತ ಮುಖ್ಯವಾದ ಒಪ್ಪಂದಗಳು ಯಾವುವೆಂದರೆ, ನೀವು ನಿಮ್ಮೊಂದಿಗೆ ಮಾಡಿಕೊಂಡಿರುವ ಒಪ್ಪಂದಗಳು. ಈ ಒಪ್ಪಂದಗಳಲ್ಲಿ ನೀವು ನಿಮ್ಮ ಬಗ್ಗೆ ನೀವೇ ಹೇಳಿಕೊಳ್ಳುತ್ತೀರಿ– ನೀವು ಯಾರು, ನಿಮಗೆ ಏನನಿಸುತ್ತದೆ, ನೀವು ಏನನ್ನು ನಂಬುತ್ತೀರಿ ಮತ್ತು ಹೇಗೆ ವರ್ತಿಸಬೇಕು ಎಂದು. ಇದರ ಫಲಿತಾಂಶವೇ ನಿಮ್ಮ ವ್ಯಕ್ತಿತ್ವ. ಈ ಒಪ್ಪಂದಗಳಲ್ಲಿ ನೀವು, 'ನಾನು ಹೀಗಿದ್ದೇನೆ. ನಾನು ಇದನ್ನು ನಂಬುತ್ತೇನೆ. ನನಗೆ ಕೆಲವು ಕೆಲಸಗಳನ್ನು ಮಾಡಲು ಸಾಧ್ಯ, ಕೆಲವು ಕೆಲಸಗಳನ್ನು ಮಾಡಲು ಸಾಧ್ಯವಿಲ್ಲ. ಇದು ವಾಸ್ತವ, ಅದು ಕಲ್ಪನೆ, ಇದು ಸಾಧ್ಯ, ಅದು ಅಸಾಧ್ಯ' ಎಂದು ನಿರ್ಧರಿಸಿಕೊಳ್ಳುತ್ತೀರಿ.

ಒಂದೇ ಒಂದು ಒಪ್ಪಂದ ದೊಡ್ಡ ಸಮಸ್ಯೆ ಆಗುವುದಿಲ್ಲ. ಆದರೆ, ನಮ್ಮಲ್ಲಿ ಅನೇಕ ಒಪ್ಪಂದಗಳಿವೆ. ಅವು ನಮ್ಮನ್ನು ನೋಯಿಸುತ್ತವೆ, ಜೀವನದಲ್ಲಿ ನಮ್ಮನ್ನು ಸೋಲಿಸುತ್ತವೆ. ನೀವು ಸಂತೋಷ ಮತ್ತು ತೃಪ್ತಿಯ ಜೀವನವನ್ನು ಬದುಕಲು ಬಯಸಿದರೆ, ಭಯಾಧಾರಿತ ಒಪ್ಪಂದಗಳನ್ನು ಮುರಿಯಲು ನೀವು ಧೈರ್ಯವನ್ನು ಬೆಳೆಸಿಕೊಳ್ಳಬೇಕು. ನಿಮ್ಮ ವೈಯಕ್ತಿಕ ಶಕ್ತಿಯನ್ನು ಮತ್ತೆ ಪಡೆದುಕೊಳ್ಳಬೇಕು. ಭಯದಿಂದ ಬರುವ ಒಪ್ಪಂದಗಳು ನಮ್ಮಿಂದ ಅಪಾರ ಶಕ್ತಿಯನ್ನು ಬೇಡುತ್ತವೆ. ಆದರೆ, ಪ್ರೀತಿಯಿಂದ ಬರುವ ಒಪ್ಪಂದಗಳು ನಮ್ಮ ಶಕ್ತಿಯನ್ನು ಉಳಿಸಲು ಸಹಾಯ ಮಾಡುತ್ತವೆ, ಮತ್ತು ನಮಗೆ ಹೆಚ್ಚು ಶಕ್ತಿಯನ್ನೂ ನೀಡುತ್ತವೆ.

ನಮ್ಮಲ್ಲಿ ಪ್ರತಿಯೊಬ್ಬರೂ ಹುಟ್ಟುವಾಗ ನಮ್ಮಲ್ಲಿ ವೈಯಕ್ತಿಕ ಶಕ್ತಿ ಇರುತ್ತದೆ. ಪ್ರತಿ ದಿನ ನಾವು ವಿಶ್ರಾಂತಿ ಪಡೆದ ನಂತರ, ಈ ಶಕ್ತಿಯನ್ನು ಮತ್ತೆ ತುಂಬಿಸಿಕೊಳ್ಳುತ್ತೇವೆ. ಆದರೆ ದುರದೃಷ್ಟವಶಾತ್, ನಾವು ನಮ್ಮ ಈ ವೈಯಕ್ತಿಕ ಶಕ್ತಿಯನ್ನೆಲ್ಲಾ ಮೊದಲು ಆ ಸಾವಿರಾರು ಒಪ್ಪಂದಗಳನ್ನು ಸೃಷ್ಟಿಸಲು ಬಳಸುತ್ತೇವೆ, ಆಮೇಲೆ ಅವನ್ನು ಪಾಲಿಸಲು ಖರ್ಚು ಮಾಡುತ್ತೇವೆ. ನಾವು ಮಾಡಿಕೊಂಡಿರುವ ಎಲ್ಲ ಒಪ್ಪಂದಗಳಿಂದಾಗಿ ನಮ್ಮ ವೈಯಕ್ತಿಕ ಶಕ್ತಿ ಹರಿದು ಹೋಗುತ್ತದೆ. ಇದರ ಪರಿಣಾಮ ಏನಂದ್ರೆ, ನಾವು ಶಕ್ತಿಹೀನರು ಅಂತ ಅನಿಸುತ್ತದೆ. ಪ್ರತಿದಿನ ಹೇಗೋ ಬದುಕುಳಿಯುವಷ್ಟು ಶಕ್ತಿ ಮಾತ್ರ ನಮ್ಮಲ್ಲಿ ಉಳಿದಿರುತ್ತದೆ. ಯಾಕಂದ್ರೆ, ನಮ್ಮ ಹೆಚ್ಚಿನ ಶಕ್ತಿ, ಈ ಭೂಮಿಯ ಕನಸಿನಲ್ಲಿ ನಮ್ಮನ್ನು ಸಿಲುಕಿಸಿರುವ ಒಪ್ಪಂದಗಳನ್ನು ಉಳಿಸಿಕೊಳ್ಳಲು ಬಳಕೆಯಾಗಿಬಿಡುತ್ತದೆ. ಒಂದು ಸಣ್ಣ ಒಪ್ಪಂದವನ್ನೂ ಬದಲಾಯಿಸಲು ನಮಗೆ ಶಕ್ತಿ ಇಲ್ಲದಿದ್ದಾಗ, ನಮ್ಮ ಇಡೀ ಜೀವನದ ಕನಸನ್ನು ಹೇಗೆ ಬದಲಾಯಿಸಲು ಸಾಧ್ಯ?

ನಮ್ಮ ಜೀವನವನ್ನು ಆಳುತ್ತಿರುವುದು ನಮ್ಮ ಒಪ್ಪಂದಗಳೇ ಅಂತ ನಮಗೆ ಅರ್ಥವಾದಾಗ, ಮತ್ತು ನಮ್ಮ ಜೀವನದ ಕನಸು ನಮಗೆ ಇಷ್ಟವಾಗದಿದ್ದರೆ, ನಾವು ಆ ಒಪ್ಪಂದಗಳನ್ನು ಬದಲಾಯಿಸಬೇಕು. ನಮ್ಮ ಒಪ್ಪಂದಗಳನ್ನು ಬದಲಾಯಿಸಲು ನಾವು ಕೊನೆಗೂ ಸಿದ್ಧರಾದಾಗ, ನಾಲ್ಕು ಅತ್ಯಂತ ಶಕ್ತಿಶಾಲಿ ಒಪ್ಪಂದಗಳು ನಮ್ಮ ನೆರವಿಗೆ ಬರುತ್ತವೆ. ಅವು ಭಯದಿಂದ ಬಂದಿರುವ ಮತ್ತು ನಮ್ಮ ಶಕ್ತಿಯನ್ನು ಹೀರುವ ಒಪ್ಪಂದಗಳನ್ನು

ಮುರಿಯಲು ನಮಗೆ ಸಹಾಯ ಮಾಡುತ್ತವೆ.

ನೀವು ಒಂದು ಒಪ್ಪಂದವನ್ನು ಮುರಿದಾಗಲೆಲ್ಲಾ, ಅದನ್ನು ಸೃಷ್ಟಿಸಲು ನೀವು ಬಳಸಿದ ಎಲ್ಲಾ ಶಕ್ತಿಯೂ ನಿಮಗೆ ಮರಳಿ ಸಿಗುತ್ತದೆ. ಈ ನಾಲ್ಕು ಹೊಸ ಒಪ್ಪಂದಗಳನ್ನು ನೀವು ಅಳವಡಿಸಿಕೊಂಡರೆ, ನಿಮ್ಮ ಹಳೆಯ ಒಪ್ಪಂದಗಳ ಇಡೀ ವ್ಯವಸ್ಥೆಯನ್ನು ಬದಲಾಯಿಸಲು ಸಾಕಷ್ಟು ವೈಯಕ್ತಿಕ ಶಕ್ತಿಯನ್ನು ಅವು ಸೃಷ್ಟಿಸುತ್ತವೆ.

ಈ 'ನಾಲ್ಕು ಒಪ್ಪಂದಗಳನ್ನು' ಅಳವಡಿಸಿಕೊಳ್ಳಲು ನಿಮಗೆ ಅತ್ಯಂತ ಪ್ರಬಲವಾದ ಇಚ್ಛಾಶಕ್ತಿ ಬೇಕು. ಆದರೆ, ಈ ಒಪ್ಪಂದಗಳೊಂದಿಗೆ ನಿಮ್ಮ ಜೀವನವನ್ನು ನಡೆಸಲು ಶುರು ಮಾಡಿದರೆ, ನಿಮ್ಮ ಜೀವನದಲ್ಲಿ ಆಗುವ ಪರಿವರ್ತನೆ ಅದ್ಭುತವಾಗಿರುತ್ತದೆ! ನಿಮ್ಮ ಕಣ್ಣ ಮುಂದೆಯೇ ನರಕದ ನಾಟಕ ಕಣ್ಮರೆಯಾಗುವುದನ್ನು ನೋಡುತ್ತೀರಿ. ನರಕದ ಕನಸಿನಲ್ಲಿ ಬದುಕುವ ಬದಲು, ನೀವು ಒಂದು ಹೊಸ ಕನಸನ್ನು ಸೃಷ್ಟಿಸುತ್ತೀರಿ, ಅದೇ ನಿಮ್ಮ ವೈಯಕ್ತಿಕ ಸ್ವರ್ಗದ ಕನಸು.

2

ಮೊದಲ ಒಪ್ಪಂದ

ನಿಮ್ಮ ನುಡಿಯಲ್ಲಿ ನಿಷ್ಕಳಂಕರಾಗಿರಿ

ಮೊದಲ ಒಪ್ಪಂದವೇ ಅತ್ಯಂತ ಪ್ರಮುಖವಾದದ್ದು, ಮತ್ತು ಅದನ್ನು ಪಾಲಿಸುವುದು ಅಷ್ಟೇ ಕಷ್ಟಕರವಾದದ್ದು ಕೂಡ. ಇದರ ಮಹತ್ವ ಎಷ್ಟಿದೆಯೆಂದರೆ, ಕೇವಲ ಈ ಒಂದು ಒಪ್ಪಂದವನ್ನು ಅನುಸರಿಸುವುದರಿಂದಲೇ, ನೀವು 'ಭೂಮಿಯ ಮೇಲಿನ ಸ್ವರ್ಗ' ಎಂದು ನಾನು ಕರೆಯುವ ಉನ್ನತ ಮಟ್ಟದ ಜೀವನಕ್ಕೆ ಏರಲು ಸಾಧ್ಯವಾಗುತ್ತದೆ.

ಮೊದಲ ಒಪ್ಪಂದದ ತಿರುಳು ಎಂದರೆ– 'ನಿಮ್ಮ ಮಾತಿನಲ್ಲಿ ಯಾವುದೇ ದೋಷವಿರಬಾರದು'. ಇದು ಕೇಳುವುದಕ್ಕೆ ತುಂಬಾ ಸರಳವಾಗಿದೆ, ಆದರೆ ಇದು ಅತ್ಯಂತ ಶಕ್ತಿಶಾಲಿಯಾಗಿದೆ. ನಿಮ್ಮ ಮಾತಿಗೆ ಏಕೆ ಇಷ್ಟೊಂದು ಪ್ರಾಮುಖ್ಯತೆ? ಏಕೆಂದರೆ, ನಿಮ್ಮ ಮಾತುಗಳು ಶಕ್ತಿಯನ್ನು ಸೃಷ್ಟಿಸುತ್ತದೆ. ನಿಮ್ಮ ಮಾತು ದೇವರಿಂದ ನೇರವಾಗಿ ಬಂದ ಉಡುಗೊರೆ. ಬೈಬಲ್‌ನ ಜಾನ್ ಸುವಾರ್ತೆಯಲ್ಲಿ, ವಿಶ್ವದ ಸೃಷ್ಟಿಯ ಬಗ್ಗೆ ಮಾತನಾಡುವಾಗ, "ಆರಂಭದಲ್ಲಿ ವಾಕ್ಯವಿತ್ತು, ಆ ವಾಕ್ಯವು ದೇವರೊಂದಿಗಿತ್ತು, ಮತ್ತು ಆ ವಾಕ್ಯವೇ ದೇವರು" ಎಂದು ಹೇಳುತ್ತಾರೆ. ನಿಮ್ಮ ಮಾತಿನ ಮೂಲಕವೇ ನಿಮ್ಮ ಸೃಜನಾತ್ಮಕ ಶಕ್ತಿಯನ್ನು ನೀವು ವ್ಯಕ್ತಪಡಿಸುತ್ತೀರಿ. ನಿಮ್ಮ ಮಾತಿನ ಮೂಲಕವೇ ನೀವು ಎಲ್ಲವನ್ನೂ ಸಾಕಾರಗೊಳಿಸುತ್ತೀರಿ. ನೀವು ಯಾವುದೇ ಭಾಷೆ ಮಾತನಾಡಿದರೂ ಪರವಾಗಿಲ್ಲ, ಆದರೆ ನಿಮ್ಮ ಉದ್ದೇಶವು ಮಾತಿನ ಮೂಲಕವೇ ವ್ಯಕ್ತವಾಗುತ್ತದೆ. ನಿಮ್ಮ ಕನಸುಗಳು, ನಿಮ್ಮ ಭಾವನೆಗಳು ಮತ್ತು ನೀವು ನಿಜವಾಗಿ ಏನಿದ್ದೀರಿ, ಇವೆಲ್ಲವೂ ನಿಮ್ಮ ಮಾತಿನ ಮೂಲಕವೇ ವ್ಯಕ್ತವಾಗುತ್ತವೆ.

ಮಾತು ಕೇವಲ ಒಂದು ಶಬ್ದ ಅಥವಾ ಬರೆದ ಸಂಕೇತವಲ್ಲ. ಮಾತು ಒಂದು ಶಕ್ತಿ. ಅದು ನಿಮ್ಮಲ್ಲಿರುವ ಭಾವನೆಗಳನ್ನು ವ್ಯಕ್ತಪಡಿಸುವ, ಸಂವಹನ ಮಾಡುವ, ಯೋಚಿಸುವ ಮತ್ತು ಅದರ ಮೂಲಕ ನಿಮ್ಮ ಜೀವನದಲ್ಲಿ ಘಟನೆಗಳನ್ನು ಸೃಷ್ಟಿಸುವ ಸಾಮರ್ಥ್ಯವೆನ್ನಬಹುದು. ನೀವು ಮಾತನಾಡಬಲ್ಲಿರಿ. ಭೂಮಿಯ ಮೇಲಿರುವ ಇನ್ನು ಯಾವ ಪ್ರಾಣಿ ಮಾತನಾಡಬಲ್ಲದು? ಮಾತು, ಮನುಷ್ಯರಾದ ನಿಮಗೆ ಇರುವ ಅತ್ಯಂತ

ಶಕ್ತಿಶಾಲಿ ಸಾಧನ. ಇದು ಮಾಂತ್ರಿಕ ಸಾಧನ. ಆದರೆ, ಮಾತು ಎರಡು ಅಂಚುಗಳ ಕತ್ತಿಯಂತೆ. ನಿಮ್ಮ ಮಾತು ಅತ್ಯಂತ ಸುಂದರವಾದ ಕನಸುಗಳನ್ನು ಸೃಷ್ಟಿಸಬಹುದು, ಅಥವಾ ನಿಮ್ಮ ಸುತ್ತಲಿನ ಎಲ್ಲವನ್ನೂ ನಾಶಪಡಿಸಬಹುದು. ಒಂದು ಅಂಚು ಮಾತಿನ ದುರುಪಯೋಗ ಅಂದುಕೊಳ್ಳಿ, ಇದು ಜೀವಂತ ನರಕವನ್ನು ಸೃಷ್ಟಿಸುತ್ತದೆ. ಇನ್ನೊಂದು ಅಂಚು ಮಾತಿನ ನಿಷ್ಕಳಂಕತೆ ಅಂದರೆ ದೋಷವಿಲ್ಲದಿರುವುದು, ಇದು ಕೇವಲ ಸೌಂದರ್ಯ, ಪ್ರೀತಿ ಮತ್ತು ಭೂಮಿಯ ಮೇಲೆ ಸ್ವರ್ಗವನ್ನು ಸೃಷ್ಟಿಸುತ್ತದೆ. ನಿಮ್ಮ ಮಾತನ್ನು ಹೇಗೆ ಬಳಸುತ್ತೀರಿ ಎಂಬುದರ ಮೇಲೆ ಅದು ನಿಮ್ಮನ್ನು ಬಂಧಮುಕ್ತರನ್ನಾಗಿಸಬಹುದು, ಅಥವಾ ನಿಮ್ಮನ್ನು ಕಟ್ಟಿಹಾಕಬಹುದು. ನಿಮ್ಮಲ್ಲಿರುವ ಎಲ್ಲಾ ಮಾಂತ್ರಿಕ ಶಕ್ತಿಯು ನಿಮ್ಮ ಮಾತಿನ ಮೇಲೆ ನಿಂತಿದೆ. ನಿಮ್ಮ ಮಾತು ಶುದ್ಧ ಮಾಂತ್ರಿಕ ಶಕ್ತಿಯೂ ಆಗಬಹುದು, ಅಥವಾ ನಿಮ್ಮ ಮಾತಿನ ದುರುಪಯೋಗವು ಕೆಟ್ಟ ಮಾಂತ್ರಿಕ ಶಕ್ತಿಯೂ ಆಗಬಹುದು.

ಮಾತು ಎಷ್ಟು ಶಕ್ತಿಶಾಲಿ ಎಂದರೆ, ಕೇವಲ ಒಂದು ಮಾತು ಒಂದು ಜೀವನವನ್ನೇ ಬದಲಾಯಿಸಬಹುದು ಅಥವಾ ಲಕ್ಷಾಂತರ ಜನರ ಬದುಕನ್ನು ನಾಶಪಡಿಸಬಹುದು. ಕೆಲವು ವರ್ಷಗಳ ಹಿಂದೆ ಜರ್ಮನಿಯಲ್ಲಿ ಹಿಟ್ಲರ್, ತನ್ನ ಮಾತಿನ ಶಕ್ತಿಯನ್ನು ಬಳಸಿ, ಅತಿ ಬುದ್ಧಿವಂತರಿದ್ದ ಇಡೀ ದೇಶವನ್ನೇ ತನ್ನ ಹತೋಟಿಗೆ ತೆಗೆದುಕೊಂಡನು. ತನ್ನ ಮಾತಿನ ಶಕ್ತಿಯಿಂದಲೇ ಅವರನ್ನು ವಿಶ್ವ ಯುದ್ಧಕ್ಕೆ ದೂಡಿದನು. ಜನಗಳು ಭೀಕರ ಹಿಂಸಾತ್ಮಕ ಕೃತ್ಯಗಳನ್ನು ಎಸಗುವಂತೆ ಮಾಡಿದನು. ಅವನು ತನ್ನ ಮಾತಿನಿಂದಲೇ ಜನರ ಭಯವನ್ನು ಕೆರಳಿಸಿದನು, ಆ ಸಮಯದಲ್ಲಿ ಒಂದು ದೊಡ್ಡ ಸ್ಫೋಟದಂತೆ, ಪ್ರಪಂಚದಾದ್ಯಂತ ಕೊಲೆಗಳು ಮತ್ತು ಯುದ್ಧಗಳಾದವು. ಪ್ರಪಂಚದಾದ್ಯಂತ ಮಾನವರು ಪರಸ್ಪರ ಭಯಪಟ್ಟು ಒಬ್ಬರನ್ನೊಬ್ಬರು ನಾಶಪಡಿಸಿದರು. ಹಿಟ್ಲರನ ಮಾತುಗಳು ಭಯ ಹುಟ್ಟಿಸುವ ನಂಬಿಕೆಗಳು ಮತ್ತು ಒಪ್ಪಂದಗಳಿಂದ ಕೂಡಿದ್ದು ಶತಮಾನಗಳು ಕಳೆದರು ನೆನಪಿನಲ್ಲಿ ಉಳಿದಿವೆ.

ಮಾನವನ ಮನಸ್ಸು ಫಲವತ್ತಾದ ಭೂಮಿಯಿದ್ದಂತೆ. ಅಲ್ಲಿ ಪದೇಪದೇ ಬೀಜಗಳು ಬಿತ್ತಲ್ಪಡುತ್ತವೆ. ಈ ಬೀಜಗಳು ಅಭಿಪ್ರಾಯಗಳು, ಆಲೋಚನೆಗಳು ಮತ್ತು ಪರಿಕಲ್ಪನೆಗಳು. ನೀವು ಒಂದು ಬೀಜವನ್ನು, ಒಂದು ಆಲೋಚನೆಯನ್ನು ನೆಡುತ್ತೀರಿ, ಮತ್ತು ಅದು ಬೆಳೆಯುತ್ತದೆ. ಪದಗಳು ಬೀಜಗಳಿದ್ದಂತೆ, ಮತ್ತು ಮಾನವನ ಮನಸ್ಸು ತುಂಬಾ ಫಲವತ್ತಾಗಿದೆ! ಆದರೆ, ಒಂದು ಸಮಸ್ಯೆಯೆಂದರೆ, ಸಾಮಾನ್ಯವಾಗಿ ಈ ಫಲವತ್ತಾದ ಮನಸ್ಸು ಹೆಚ್ಚಾಗಿ ಭಯದ ಬೀಜಗಳಿಗೆ ಫಲವತ್ತಾಗಿರುತ್ತದೆ. ಪ್ರತಿಯೊಬ್ಬರ ಮನಸ್ಸು ಫಲವತ್ತಾಗಿದೆ, ಆದರೆ ಯಾವ ಬೀಜಗಳಿಗೆ ಅದು ತಯಾರಾಗಿದೆಯೋ ಅದಕ್ಕಾಗಿ ಫಲವತ್ತಾಗಿರುತ್ತದೆ. ಮುಖ್ಯವಾದ ವಿಷಯವೆಂದರೆ, ನಮ್ಮ ಮನಸ್ಸು ಯಾವ ರೀತಿಯ ಬೀಜಗಳಿಗೆ ಫಲವತ್ತಾಗಿದೆ ಎಂಬುದನ್ನು ನಾವು ಅರ್ಥಮಾಡಿಕೊಳ್ಳಬೇಕು ಮತ್ತು ಪ್ರೀತಿಯ ಬೀಜಗಳಿಗಾಗಿ ಅದನ್ನು ಸಿದ್ಧಪಡಿಸಬೇಕು.

ಹಿಟ್ಲರನ ಉದಾಹರಣೆಯನ್ನು ತೆಗೆದುಕೊಳ್ಳಿ: ಅವನು ಭಯದ ಬೀಜಗಳನ್ನು ಬಿತ್ತಿದನು, ಮತ್ತು ಆ ಬೀಜಗಳು ಬಹಳ ಶಕ್ತಿಯುತವಾಗಿ ಬೆಳೆದು, ಭಾರಿ ವಿನಾಶಕ್ಕೆ ಕಾರಣವಾದವು. ಪದಗಳ ಅದ್ಭುತ ಶಕ್ತಿಯನ್ನು ನೋಡಿದಾಗ, ನಮ್ಮ ಬಾಯಿಂದ ಹೊರಡುವ ಮಾತುಗಳಿಗೆ ಎಷ್ಟು ಶಕ್ತಿ ಇದೆ ಎಂಬುದನ್ನು ನಾವು ಅರ್ಥಮಾಡಿಕೊಳ್ಳಬೇಕು. ನಮ್ಮ ಮನಸ್ಸಿನಲ್ಲಿ ಬಿತ್ತಿದ ಒಂದು ಸಣ್ಣ ಭಯ ಅಥವಾ ಅನುಮಾನ ಕೊನೆಯಿಲ್ಲದ ಘಟನೆಗಳ

ನಾಟಕವನ್ನು ಸೃಷ್ಟಿಸಬಹುದು. ಒಂದು ಪದವು ಒಂದು ಮಂತ್ರವಿದ್ದಂತೆ, ಮನುಷ್ಯರು ಈ ಪದಗಳನ್ನು ಕೆಟ್ಟ ಮಂತ್ರವಾದಿಗಳಂತೆ ಒಬ್ಬರನ್ನೊಬ್ಬರು ಶಪಿಸಲು ಬಳಸುತ್ತಾರೆ.

ಪ್ರತಿಯೊಬ್ಬ ಮನುಷ್ಯನೂ ಒಬ್ಬ ಮಾಂತ್ರಿಕನಿದ್ದಂತೆ. ನಾವು ನಮ್ಮ ಮಾತುಗಳಿಂದ ಯಾರನ್ನಾದರೂ ಮಂತ್ರಕ್ಕೆ ಒಳಪಡಿಸಬಹುದು ಅಥವಾ ಆ ಮಂತ್ರದಿಂದ ಬಿಡುಗಡೆಗೊಳಿಸಬಹುದು. ನಾವು ನಮ್ಮ ಅಭಿಪ್ರಾಯಗಳ ಮೂಲಕ ಸದಾ ಮಂತ್ರಗಳನ್ನು ಹಾಕುತ್ತಲೇ ಇರುತ್ತೇವೆ. ನಾನು ಒಬ್ಬ ಸ್ನೇಹಿತನನ್ನು ನೋಡಿದಾಗ, ನನಗೆ ಇದ್ದಕ್ಕಿದ್ದಂತೆ ಹೊಳೆದ ಅಭಿಪ್ರಾಯವನ್ನು ಅವನಿಗೆ ಹೇಳುತ್ತೇನೆ, "ನಿನ್ನ ಮುಖದಲ್ಲಿರುವ ಬಣ್ಣವು ಕ್ಯಾನ್ಸರ್ ರೋಗಿಗಳಂತೆ ಇದೆ". ಒಂದು ವೇಳೆ ಅವನು ನನ್ನ ಮಾತನ್ನು ಕೇಳಿದರೆ ಮತ್ತು ಅದನ್ನು ಒಪ್ಪಿಕೊಂಡರೆ, ಒಂದು ವರ್ಷದೊಳಗೆ ಅವನಿಗೆ ಕ್ಯಾನ್ಸರ್ ಬರುವ ಸಾಧ್ಯತೆ ಇರುತ್ತದೆ. ಇದುವೇ ಪದಗಳ ಶಕ್ತಿ.

ನಾವು ಬೆಳೆಯುತ್ತಿರುವಾಗ, ನಮ್ಮ ಹೆತ್ತವರು ಮತ್ತು ಒಡಹುಟ್ಟಿದವರು ಏನೂ ಯೋಚಿಸದೆಯೇ ನಮ್ಮ ಬಗ್ಗೆ ಅಭಿಪ್ರಾಯಗಳನ್ನು ಕೊಡುತ್ತಿದ್ದರು. ಈ ಅಭಿಪ್ರಾಯಗಳನ್ನು ನಾವು ನಂಬಿದೆವು ಮತ್ತು ಅವುಗಳಿಂದಾಗಿ ಭಯದಲ್ಲಿ ಬದುಕಿದೆವು. ಉದಾಹರಣೆಗೆ "ನೀನು ಈಜಲು ಸರಿಯಾದವ ಅಲ್ಲ" ಅಥವಾ "ನೀನು ಕ್ರೀಡೆಗಳಲ್ಲಿ ಚೆನ್ನಾಗಿಲ್ಲ" ಅಥವಾ "ನಿನಗೆ ಬರೆಯಲು ಬರುವುದಿಲ್ಲ" ಎಂಬಂತಹ ಮಾತುಗಳು. ಯಾರೋ ಒಬ್ಬರು ಒಂದು ಅಭಿಪ್ರಾಯವನ್ನು ಹೇಳುತ್ತಾರೆ, "ನೋಡಿ, ಈ ಹುಡುಗಿ ಚಂದವಿಲ್ಲ!" ಆ ಹುಡುಗಿ ಅದನ್ನು ಕೇಳುತ್ತಾಳೆ, ತಾನು ಕುರೂಪಿ ಎಂದು ನಂಬುತ್ತಾಳೆ ಮತ್ತು ತಾನು ಚಂದವಿಲ್ಲದವಳು ಎಂಬ ಆಲೋಚನೆಯೊಂದಿಗೆ ಬೆಳೆಯುತ್ತಾಳೆ. ಅವಳು ಎಷ್ಟೇ ಸುಂದರವಾಗಿದ್ದರೂ, ತಾನು ನೋಡಲು ಅಂದವಿಲ್ಲ ಎಂಬುದನ್ನು ನಂಬುತ್ತಾಳೆ. ಅದೇ ಮಂತ್ರ ಅವಳನ್ನು ಕಟ್ಟಿಹಾಕಿರುತ್ತದೆ.

ಒಂದು ಪದ ನಮ್ಮ ಗಮನವನ್ನು ಸೆಳೆದು ನಮ್ಮ ಮನಸ್ಸನ್ನು ಪ್ರವೇಶಿಸಿ, ನಮ್ಮ ನಂಬಿಕೆಯನ್ನು ಒಳ್ಳೆಯಾಗಿ ಅಥವಾ ಕೆಟ್ಟದ್ದಾಗಿ ಬದಲಾಯಿಸಬಲ್ಲದು. ಇನ್ನೊಂದು ಉದಾಹರಣೆ ಇಲ್ಲಿದೆ. ಬಹಳ ದಿನಗಳಿಂದ ನಿಮ್ಮನ್ನು ನೀವು 'ನಾನು ದಡ್ಡ' ಎಂದು ನಂಬಿರಬಹುದು. ಈ ಒಪ್ಪಿಗೆ ಬಹಳ ಅಪಾಯಕಾರಿಯಾಗಬಹುದು, ಏಕೆಂದರೆ ನೀವು ದಡ್ಡರು ಎಂಬುದನ್ನು ದೃಢೀಕರಿಸಲು ಹಲವು ಕೆಲಸಗಳನ್ನು ಮಾಡುವಂತೆ ಇದು ನಿಮ್ಮನ್ನು ಪ್ರೇರೇಪಿಸುತ್ತದೆ. ನೀವು ಏನಾದರೂ ಕೆಲಸ ಮಾಡಿ, 'ನಾನು ಬುದ್ಧಿವಂತನಾಗಿದ್ದರೆ ಚೆನ್ನಾಗಿತ್ತು, ಆದರೆ ನಾನು ದಡ್ಡನಿರಬೇಕು ಅಥವಾ ಆ ಕೆಲಸವನ್ನು ನಾನು ಮಾಡಬಾರದಿತ್ತು' ಎಂದು ನಿಮ್ಮಲ್ಲಿ ನೀವೇ ಅಂದುಕೊಳ್ಳಬಹುದು. ಮನಸ್ಸು ನೂರಾರು ವಿಭಿನ್ನ ದಿಕ್ಕುಗಳಲ್ಲಿ ಹೋಗುತ್ತದೆ, ಮತ್ತು ನಮ್ಮ ಸ್ವಂತ ದಡ್ಡತನದ ಬಗ್ಗೆ ಇರುವ ಒಂದೇ ನಂಬಿಕೆಯಿಂದಾಗಿ ನಾವು ದಿನಗಟ್ಟಲೇ ಸಿಕ್ಕಿಹಾಕಿಕೊಳ್ಳಬಹುದು.

ಒಂದು ದಿನ ಯಾರೋ ಒಬ್ಬರು ನಿಮ್ಮ ಹತ್ತಿರ ಬಂದು ಮಾತನಾಡಿ ನೀವು ದಡ್ಡರಲ್ಲ ಎಂದು ಹೇಳುತ್ತಾರೆ. ನೀವು ಆ ವ್ಯಕ್ತಿಯ ಮಾತುಗಳನ್ನು ನಂಬುತ್ತೀರಿ ಮತ್ತು ಹೊಸ ಒಪ್ಪಂದವನ್ನು ಮಾಡಿಕೊಳ್ಳುತ್ತೀರಿ. ಇದರ ಪರಿಣಾಮವಾಗಿ, ನೀವು ಎಂದೂ ನಿಮ್ಮನ್ನು ದಡ್ಡರು ಎಂದುಕೊಳ್ಳುವುದಿಲ್ಲ ಮತ್ತು ಹಾಗೆ ನಡೆದುಕೊಳ್ಳುವುದಿಲ್ಲ. ಒಂದು ಪದದ ಶಕ್ತಿಯಿಂದ ಇಡೀ ಮಂತ್ರವು ತನ್ನ ಶಕ್ತಿಯನ್ನು ಕಳೆದುಕೊಳ್ಳುತ್ತದೆ. ಇದಕ್ಕೆ ವಿರುದ್ಧವಾಗಿ,

ನೀವು ದಡ್ಡರು ಎಂದು ನಂಬಿದ್ದರೆ, ಮತ್ತು ಯಾರಾದರೂ ನಿಮ್ಮ ಬಳಿ ಬಂದು, "ಹೌದು, ನೀವು ನಿಜವಾಗಿಯೂ ನಾನು ಭೇಟಿಯಾದ ಅತ್ಯಂತ ದಡ್ಡ ವ್ಯಕ್ತಿ" ಎಂದು ಹೇಳಿದರೆ, ನಿಮ್ಮ ಹಿಂದಿನ ಒಪ್ಪಂದಕ್ಕೆ ಪುಷ್ಟಿ ಸಿಗುತ್ತದೆ ಮತ್ತು ಅದು ಇನ್ನಷ್ಟು ಗಟ್ಟಿಯಾಗುತ್ತದೆ.

ಇಪ್ಪೆಕ್ಕೆಬಿಲಿಟಿ (ನಿರ್ದೋಷತ್ವ) ಎಂದರೆ 'ಪಾಪವಿಲ್ಲದೆ ಇರುವುದು'. ಇಂಪೆಕ್ಕೆಬಲ್ ಎಂಬ ಪದವು ಲ್ಯಾಟಿನ್ ಭಾಷೆಯ 'ಪೆಕಾಟಸ್' ನಿಂದ ಬಂದಿದೆ, 'ಪೆಕಾಟಸ್' ಎಂದರೆ 'ಪಾಪ'. 'ಇಮ್' ಎಂದರೆ 'ಇಲ್ಲದೆ' ಎಂದರ್ಥ. ಆದ್ದರಿಂದ 'ಇಂಪೆಕ್ಕೆಬಲ್' ಎಂದರೆ 'ಪಾಪವಿಲ್ಲದೆ' ಎಂದಾಗುತ್ತದೆ. ಧರ್ಮಗಳು ಪಾಪ ಮತ್ತು ಪಾಪಿಗಳ ಬಗ್ಗೆ ಮಾತನಾಡುತ್ತವೆ, ಆದರೆ ಪಾಪ ಮಾಡುವುದೆಂದರೆ ಏನು ಎಂಬುದನ್ನು ಅರ್ಥಮಾಡಿಕೊಳ್ಳೋಣ. ಪಾಪ ಎಂದರೆ ನೀವು ನಿಮ್ಮ ವಿರುದ್ಧವಾಗಿ ಮಾಡುವ ಯಾವುದೇ ಕೆಲಸ. ನಿಮ್ಮ ವಿರುದ್ಧವಾಗಿ ನೀವು ಭಾವಿಸುವ, ನಂಬುವ ಅಥವಾ ಹೇಳುವ ಪ್ರತಿಯೊಂದೂ ಪಾಪವೇ. ನೀವು ನಿಮ್ಮ ವಿರುದ್ಧವೇ ತೀರ್ಪು ನೀಡಿಕೊಂಡಾಗ ಅಥವಾ ನಿಮ್ಮನ್ನು ನೀವು ದೂಷಿಸಿ ಕೊಂಡಾಗ ನೀವು ನಿಮ್ಮ ವಿರುದ್ಧವೇ ಹೋಗುತ್ತಿದ್ದೀರಿ ಎಂದರ್ಥ. ನಿರ್ದೋಷಿಯಾಗಿರುವುದು ಎಂದರೆ ನಿಮಗೆ ವಿರುದ್ಧವಾದ ಕೆಲಸ ಮಾಡದಿರುವುದು. ನೀವು ನಿರ್ದೋಷಿಯಾಗಿರುವಾಗ, ನಿಮ್ಮ ಕ್ರಿಯೆಗಳಿಗೆ ನೀವು ಜವಾಬ್ದಾರಿ ವಹಿಸಿಕೊಳ್ಳುತ್ತೀರಿ, ಆದರೆ ನಿಮಗೆ ನೀವೇ ತೀರ್ಪು ನೀಡಿಕೊಳ್ಳುವುದಿಲ್ಲ ಅಥವಾ ದೂಷಿಸಿಕೊಳ್ಳುವುದಿಲ್ಲ.

ಇದೇ ದೃಷ್ಟಿಕೋನದಿಂದ ನೋಡಿದಾಗ, ಪಾಪದ ಸಂಪೂರ್ಣ ಪರಿಕಲ್ಪನೆಯು ನೈತಿಕ ಅಥವಾ ಧಾರ್ಮಿಕ ವಿಷಯದಿಂದ ಸಾಮಾನ್ಯಜ್ಞಾನದ ವಿಷಯವಾಗಿ ಬದಲಾಗುತ್ತದೆ. ಪಾಪವು ನಿಮ್ಮನ್ನು ನೀವೇ ತಿರಸ್ಕರಿಸುವುದರಿಂದ ಪ್ರಾರಂಭವಾಗುತ್ತದೆ. ನಿಮ್ಮನ್ನು ನೀವೇ ತಿರಸ್ಕರಿಸುವುದು ನೀವು ಮಾಡುವ ಅತ್ಯಂತ ದೊಡ್ಡ ಪಾಪ. ಧಾರ್ಮಿಕ ಪರಿಭಾಷೆಯಲ್ಲಿ, ನಿಮ್ಮನ್ನು ನೀವೇ ತಿರಸ್ಕರಿಸುವುದು 'ಮಾರಣಾಂತಿಕ ಪಾಪ', ಇದು ಸಾವಿದ್ದಂತೆ. ಆದರೆ, ನಿರ್ದೋಷಿತ್ವ ಜೀವಿಸಲು ಕಾರಣಕಾರಿ.

ನಿಮ್ಮ ಮಾತುಗಳಲ್ಲಿ ದೋಷರಹಿತವಾಗಿರುವುದು ಎಂದರೆ, ನಿಮ್ಮ ಮಾತನ್ನು ನಿಮ್ಮ ವಿರುದ್ಧವೇ ಬಳಸಲು ಅವಕಾಶ ನೀಡದಿರುವುದು. ಉದಾಹರಣೆಗೆ, ನಾನು ನಿಮ್ಮನ್ನು ಬೀದಿಯಲ್ಲಿ ನೋಡಿ "ದಡ್ಡ" ಎಂದು ಕರೆದರೆ, ಮೇಲ್ನೋಟಕ್ಕೆ ನಾನು ಆ ಮಾತನ್ನು ನಿಮ್ಮ ವಿರುದ್ಧ ಬಳಸಿದಂತೆ ಕಾಣಿಸುತ್ತದೆ. ಆದರೆ, ವಾಸ್ತವವಾಗಿ, ನಾನು ನನ್ನ ಮಾತನ್ನು ನನಗೇ ವಿರೋಧವಾಗಿ ಬಳಸುತ್ತಿದ್ದೇನೆ. ಏಕೆಂದರೆ, ನನ್ನ ಈ ಮಾತಿನಿಂದ ನೀವು ನನ್ನ ಮೇಲೆ ದ್ವೇಷ ಸಾಧಿಸುತ್ತೀರಿ, ಮತ್ತು ನೀವು ನನ್ನನ್ನು ದ್ವೇಷಿಸುವುದು ನನಗೆ ಖಂಡಿತವಾಗಿಯೂ ಒಳ್ಳೆಯದಲ್ಲ. ಆದ್ದರಿಂದ, ನಾನು ಕೋಪದಲ್ಲಿ, ನಕಾರಾತ್ಮಕ ಭಾವನೆಗಳು ಮತ್ತು ಸಿಟ್ಟು-ಸೆಡವುಗಳನ್ನು ನನ್ನ ಮಾತಿನ ಮೂಲಕ ನಿಮಗೆ ಕಳುಹಿಸಿದರೆ, ಆ ಮಾತುಗಳು ನನ್ನ ವಿರುದ್ಧ ತಿರುಗಿ ನನ್ನನ್ನೇ ಚುಚ್ಚುತ್ತವೆ.

ನನ್ನನ್ನು ನಾನು ಪ್ರೀತಿಸಿದರೆ, ನಾನು ನಿಮ್ಮೊಂದಿಗೆ ಪ್ರೀತಿಯ ಮಾತನ್ನು ಆಡುತ್ತೇನೆ. ಆಗ ನಾನು ನನ್ನ ಮಾತಿನ ಮೂಲಕ ನಿರ್ದೋಷಿಯಾಗಿರುತ್ತೇನೆ, ಏಕೆಂದರೆ ಈ ಕಾರ್ಯವು ಅದೇ ರೀತಿಯ ಪ್ರತಿಕ್ರಿಯೆಯನ್ನು ಉಂಟುಮಾಡುತ್ತದೆ. ನಾನು ನಿಮ್ಮನ್ನು ಪ್ರೀತಿಸಿದರೆ, ನೀವು ನನ್ನನ್ನು ಪ್ರೀತಿಸುತ್ತೀರಿ. ನಾನು ನಿಮ್ಮನ್ನು ಅವಮಾನಿಸಿದರೆ, ನೀವು ನನ್ನನ್ನು

ಅವಮಾನಿಸುತ್ತೀರಿ. ನಾನು ನಿಮಗೆ ಕೃತಜ್ಞನಾಗಿದ್ದರೆ, ನೀವು ನನಗೆ ಕೃತಜ್ಞರಾಗಿರುತ್ತೀರಿ. ನಾನು ನಿಮ್ಮೊಂದಿಗೆ ಸ್ವಾರ್ಥಿಯಾಗಿ ವರ್ತಿಸಿದರೆ, ನೀವು ನನ್ನೊಂದಿಗೆ ಸ್ವಾರ್ಥಿಯಾಗಿ ವರ್ತಿಸುತ್ತೀರಿ. ನಾನು ನನ್ನ ಮಾತಿನಿಂದೇನಾದರು ನಿಮ್ಮ ಮೇಲೆ 'ಮಂತ್ರ' ಹಾಕಿದರೆ, ನೀವು ನನ್ನ ಮೇಲೆ 'ತಿರುಮಂತ್ರ' ಹಾಕುತ್ತೀರಿ.

ಮಾತಿನಲ್ಲಿ ನಿರ್ದೋಷಿಯಾಗಿರುವುದು ಎಂದರೆ ನಿಮ್ಮ ಶಕ್ತಿಯನ್ನು ಸರಿಯಾಗಿ ಬಳಸಿಕೊಳ್ಳುವುದು. ಇದರರ್ಥ, ನಿಮ್ಮ ಶಕ್ತಿಯನ್ನು ಸತ್ಯದ ದಿಕ್ಕಿನಲ್ಲಿ ಹರಿಸುವುದು ಮತ್ತು ನಿಮ್ಮನ್ನು ನೀವೇ ಪ್ರೀತಿಸುವುದು. ನೀವು ನಿಮ್ಮ ಮಾತಿನಲ್ಲಿ ನಿರ್ದೋಷಿಯಾಗಿರುತ್ತೇನೆ ಎಂದು ಒಪ್ಪಂದ ಮಾಡಿಕೊಂಡರೆ, ಕೇವಲ ಆ ಉದ್ದೇಶದಿಂದಲೇ, ಸತ್ಯವು ನಿಮ್ಮ ಮೂಲಕ ಪ್ರಕಟಗೊಳ್ಳುತ್ತದೆ ಮತ್ತು ನಿಮ್ಮಲ್ಲಿರುವ ಎಲ್ಲಾ ನಕಾರಾತ್ಮಕ ವಿಷವನ್ನು ಶುದ್ಧೀಕರಿಸುತ್ತದೆ. ಆದರೆ, ಈ ಒಪ್ಪಂದವನ್ನು ಮಾಡಿಕೊಳ್ಳುವುದು ಕಷ್ಟ, ಏಕೆಂದರೆ ನಾವು ಇದಕ್ಕೆ ವಿರುದ್ಧವಾದುದನ್ನು ಅನುಸರಿಸುತ್ತಿದ್ದೇವೆ. ನಾವು ಬೇರೆಯವರೊಂದಿಗೆ, ಮತ್ತು ಹೆಚ್ಚು ಮುಖ್ಯವಾಗಿ ನಮ್ಮೊಂದಿಗೇ ಮಾತನಾಡುವಾಗ ಸುಳ್ಳು ಹೇಳುವುದನ್ನು ಅಭ್ಯಾಸ ಮಾಡಿಕೊಂಡಿದ್ದೇವೆ. ಆದ್ದರಿಂದ ನಾವು ನಮ್ಮ ಮಾತಿನಲ್ಲಿ ನಿರ್ದೋಷಿಗಳಲ್ಲ.

ನರಕದಲ್ಲಿ ಪದದ ಶಕ್ತಿಯನ್ನು ಸಂಪೂರ್ಣವಾಗಿ ದುರುಪಯೋಗ ಪಡಿಸಿಕೊಳ್ಳಲಾಗುತ್ತದೆ. ನಾವು ಶಪಿಸಲು, ದೂಷಿಸಲು, ತಪ್ಪಿತಸ್ಥರೆಂದು ಘೋಷಿಸಲು, ನಾಶಮಾಡಲು ಪದಗಳನ್ನು ಬಳಸುತ್ತೇವೆ. ಖಂಡಿತ, ನಾವು ಪದಗಳನ್ನು ಸರಿಯಾದ ರೀತಿಯಲ್ಲಿಯೂ ಬಳಸುತ್ತೇವೆ, ಆದರೆ ಅದು ಕಡಿಮೆ. ನಾವು ವೈಯಕ್ತಿಕ ವಿಷವನ್ನು ಹರಡಲು ಅಂದರೆ ಕೋಪ, ಅಸೂಯೆ, ಈರ್ಷ್ಯೆ, ಮತ್ತು ದ್ವೇಷವನ್ನು ವ್ಯಕ್ತಪಡಿಸಲು ಪದಗಳನ್ನು ಬಳಸುತ್ತೇವೆ. ಪದವು ಶುದ್ಧ ಮಾಂತ್ರಿಕ ಶಕ್ತಿ– ಮನುಷ್ಯರಾದ ನಮಗೆ ಇರುವ ಅತ್ಯಂತ ಶಕ್ತಿಶಾಲಿ ಉಡುಗೊರೆ –ಮತ್ತು ನಾವು ಅದನ್ನು ನಮ್ಮ ವಿರುದ್ಧವೇ ಬಳಸುತ್ತೇವೆ. ನಾವು ಪ್ರತೀಕಾರವನ್ನು ಯೋಜಿಸುತ್ತೇವೆ. ಪದದಿಂದ ನಾವು ಗೊಂದಲವನ್ನು ಸೃಷ್ಟಿಸುತ್ತೇವೆ. ವಿಭಿನ್ನ ಜನಾಂಗಗಳ ನಡುವೆ, ವಿಭಿನ್ನ ಜನರ ನಡುವೆ, ಕುಟುಂಬಗಳ ನಡುವೆ, ರಾಷ್ಟ್ರಗಳ ನಡುವೆ ದ್ವೇಷವನ್ನು ಸೃಷ್ಟಿಸಲು ನಾವು ಪದವನ್ನು ಬಳಸುತ್ತೇವೆ. ನಾವು ಪದವನ್ನು ಹೆಚ್ಚಾಗಿ ದುರುಪಯೋಗಪಡಿಸಿಕೊಳ್ಳುತ್ತೇವೆ, ಮತ್ತು ಈ ದುರುಪಯೋಗವೇ ನಾವು ನರಕದ ಕನಸನ್ನು ಸೃಷ್ಟಿಸುವ ಮತ್ತು ಮುಂದುವರಿಸುವ ವಿಧಾನವಾಗಿದೆ. ಪದದ ದುರುಪಯೋಗವು ನಾವು ಒಬ್ಬರನ್ನೊಬ್ಬರು ಕೆಳಗೆ ಎಳೆಯುವ ಮತ್ತು ಭಯ ಹಾಗೂ ಅನುಮಾನದ ಸ್ಥಿತಿಯಲ್ಲಿ ಇರಿಸುವ ಮಾರ್ಗವಾಗಿದೆ. ಪದವು ಮನುಷ್ಯರು ಹೊಂದಿರುವ ಮಾಂತ್ರಿಕ ಶಕ್ತಿಯಾಗಿದ್ದು, ಪದದ ದುರುಪಯೋಗವು ಕೆಟ್ಟ ಮಂತ್ರದಂತೆ, ನಮ್ಮ ಪದವು ಮಾಂತ್ರಿಕ ಶಕ್ತಿ ಎಂದು ತಿಳಿಯದೆಯೇ ನಾವು ಸದಾ ಕೆಟ್ಟ ಮಾಂತ್ರಿಕತೆಯನ್ನು ಬಳಸುತ್ತಿದ್ದೇವೆ.

ಒಬ್ಬಳು ಮಹಿಳೆ ಇದ್ದಳು, ಅವಳು ತುಂಬಾ ಬುದ್ಧಿವಂತೆ ಮತ್ತು ಒಳ್ಳೆಯ ಹೃದಯದವಳು. ಅವಳಿಗೆ ಒಬ್ಬ ಮಗಳಿದ್ದಳು, ಆ ಮಗಳೆಂದರೆ ಅವಳಿಗೆ ಅಚ್ಚುಮೆಚ್ಚು ಮತ್ತು ತುಂಬಾ ಪ್ರೀತಿ. ಒಂದು ರಾತ್ರಿ, ಕೆಲಸದಲ್ಲಿ ಕೆಟ್ಟ ದಿನವನ್ನು ಕಳೆದು ಮನೆಗೆ ಬಂದಳು, ತುಂಬಾ ಸುಸ್ತಾಗಿದ್ದಳು, ಮಾನಸಿಕ ಒತ್ತಡದಲ್ಲಿದ್ದಳು ಮತ್ತು ತಲೆನೋವು ವಿಪರೀತವಾಗಿತ್ತು. ಅವಳಿಗೆ ಶಾಂತಿ ಮತ್ತು ನೆಮ್ಮದಿ ಬೇಕಿತ್ತು. ಆದರೆ, ಅವಳ ಮಗಳು ಸಂತೋಷದಿಂದ ಹಾಡುತ್ತಾ, ಕುಣಿದಾಡುತ್ತಿದ್ದಳು. ತನ್ನ ತಾಯಿಯ ಮನಸ್ಥಿತಿ ಆ ಮಗಳಿಗೆ

ತಿಳಿದಿರಲಿಲ್ಲ. ಅವಳು ತನ್ನದೇ ಆದ ಪ್ರಪಂಚದಲ್ಲಿ, ತನ್ನದೇ ಕನಸಿನಲ್ಲಿ ಮುಳುಗಿದ್ದಳು. ಅವಳು ತುಂಬಾ ಸಂತೋಷದಿಂದ ಕುಣಿದಾಡುತ್ತಾ ಹಾಡುತ್ತಿದ್ದಳು. ಅವಳು ಅಷ್ಟು ಜೋರಾಗಿ ಹಾಡುತ್ತಿದ್ದುದು ತಾಯಿಯ ತಲೆನೋವನ್ನು ಇನ್ನಷ್ಟು ಹೆಚ್ಚಿಸಿತು, ಮತ್ತು ಒಂದು ಕ್ಷಣದಲ್ಲಿ ತಾಯಿ ನಿಯಂತ್ರಣ ಕಳೆದುಕೊಂಡಳು. ಕೋಪದಿಂದ ತನ್ನ ಸುಂದರ ಪುಟ್ಟ ಮಗಳ ಕಡೆಗೆ ನೋಡಿ, "ಸುಮ್ಮನಿರು! ನಿನ್ನ ಧ್ವನಿ ಅಸಹ್ಯವಾಗಿದೆ. ನೀನು ಸುಮ್ಮನಿರಲು ಸಾಧ್ಯವಿಲ್ಲವೇ?!" ಎಂದು ಹೇಳಿದಳು.

ನಿಜ ಹೇಳಬೇಕೆಂದರೆ, ಆ ತಾಯಿಗೆ ಆಗ ಯಾವುದೇ ಶಬ್ದವನ್ನು ಸಹಿಸಿಕೊಳ್ಳುವ ತಾಳ್ಮೆ ಇರಲಿಲ್ಲ. ಪುಟ್ಟ ಹುಡುಗಿಯ ಧ್ವನಿ ನಿಜವಾಗಿಯೂ ಅಸಹ್ಯವಾಗಿರಲಿಲ್ಲ. ಆದರೆ, ಆ ಮಗಳು ತನ್ನ ತಾಯಿ ಹೇಳಿದ ಮಾತನ್ನು ನಂಬಿದಳು, ಮತ್ತು ಆ ಕ್ಷಣದಲ್ಲಿ ತನ್ನೊಂದಿಗೇ ಒಪ್ಪಂದ ಮಾಡಿಕೊಂಡಳು. ಆ ಘಟನೆಯ ನಂತರ ಅವಳು ಹಾಡುವುದನ್ನೇ ನಿಲ್ಲಿಸಿದಳು, ಏಕೆಂದರೆ ತನ್ನ ಧ್ವನಿ ಅಸಹ್ಯವಾಗಿದೆ ಮತ್ತು ಅದನ್ನು ಕೇಳಿದವರಿಗೆ ಕಿರಿಕಿರಿಯಾಗುತ್ತದೆ ಎಂದು ಅವಳು ನಂಬಿದ್ದಳು. ಶಾಲೆಯಲ್ಲಿ ಅವಳು ನಾಚಿಕೆ ಸ್ವಭಾವದವಳಾದಳು, ಮತ್ತು ಹಾಡಲು ಕೇಳಿದಾಗಲೆಲ್ಲಾ ನಿರಾಕರಿಸಿದಳು. ಬೇರೆಯವರೊಂದಿಗೆ ಮಾತನಾಡುವುದೂ ಅವಳಿಗೆ ಕಷ್ಟವಾಯಿತು. ಈ ಹೊಸ ಒಪ್ಪಂದದಿಂದಾಗಿ ಆ ಪುಟ್ಟ ಹುಡುಗಿಯ ಬದುಕೇ ಬದಲಾಯಿತು. ಸ್ವೀಕರಿಸಲ್ಪಡಲು ಮತ್ತು ಪ್ರೀತಿಸಲ್ಪಡಲು ತನ್ನ ಭಾವನೆಗಳನ್ನು ನಿಗ್ರಹಿಸಿಕೊಳ್ಳಬೇಕು ಎಂದು ಅವಳು ನಂಬಿದಳು.

ಯಾವಾಗ ನಾವು ಒಂದು ಅಭಿಪ್ರಾಯವನ್ನು ಕೇಳಿ ಅದನ್ನು ನಂಬುತ್ತೇವೆಯೋ, ಆಗ ನಾವು ಒಂದು ಒಪ್ಪಂದ ಮಾಡಿಕೊಳ್ಳುತ್ತೇವೆ, ಮತ್ತು ಅದು ನಮ್ಮ ನಂಬಿಕೆಯ ಭಾಗವಾಗುತ್ತದೆ. ಈ ಪುಟ್ಟ ಹುಡುಗಿ ಬೆಳೆದು ದೊಡ್ಡವಳಾದಳು, ಮತ್ತು ಅವಳಿಗೆ ಸುಂದರವಾದ ಧ್ವನಿ ಇದ್ದರೂ, ಅವಳು ಮತ್ತೆಂದೂ ಹಾಡಲಿಲ್ಲ. ಕೇವಲ ಒಂದು 'ಮಂತ್ರದಿಂದ' ಅವಳು ಒಂದು ದೊಡ್ಡ ಕೀಳರಿಮೆಯನ್ನು ಬೆಳೆಸಿಕೊಂಡಳು. ಈ ಮಂತ್ರವನ್ನು ಅವಳ ಮೇಲೆ ಹಾಕಿದವರು ಅವಳನ್ನು ಹೆಚ್ಚು ಪ್ರೀತಿಸುವ ವ್ಯಕ್ತಿಯೇ ಆಗಿದ್ದರು. ಅವಳ ಸ್ವಂತ ತಾಯಿ. ತನ್ನ ಮಾತುಗಳಿಂದ ತಾನು ಏನು ಮಾಡಿದೆ ಎಂದು ಆ ತಾಯಿಗೆ ತಿಳಿದಿರಲಿಲ್ಲ. ತಾನು 'ಕಪ್ಪು ಮಾಂತ್ರಿಕತೆ'ಯನ್ನು ಬಳಸಿ ತನ್ನ ಮಗಳ ಮೇಲೆ ಒಂದು ಮಂತ್ರವನ್ನು ಹಾಕಿದ್ದೇನೆ ಎಂದು ಅವಳಿಗೆ ಗೊತ್ತಿರಲಿಲ್ಲ. ತನ್ನ ಮಾತಿನ ಶಕ್ತಿ ಎಷ್ಟೆಂದು ಆ ತಾಯಿಗೆ ತಿಳಿದಿರಲಿಲ್ಲ, ಹಾಗಾಗಿ ಅವಳು ದೋಷಿಯಲ್ಲ. ಅವಳಿಗೂ ಅವಳ ಅಮ್ಮ, ಅಪ್ಪ ಮತ್ತು ಇತರರು ಅನೇಕ ವಿಧಗಳಲ್ಲಿ ಈ ಮಂತ್ರವನ್ನೇ ಹಾಕಿದ್ದರು. ಅವರು ತಾವು ಆಡುವ ಮಾತನ್ನು ದುರುಪಯೋಗಪಡಿಸಿಕೊಂಡಿದ್ದರು.

ನಾವೂ ಸಹ ನಮ್ಮ ಮಕ್ಕಳಿಗೆ ಇದನ್ನೇ ಎಷ್ಟು ಬಾರಿ ಮಾಡುತ್ತೇವೆ? ನಾವೂ ಅವರಿಗೆ ಕೆಟ್ಟ ಅಭಿಪ್ರಾಯಗಳನ್ನು ನೀಡುತ್ತೇವೆ ಮತ್ತು ನಮ್ಮ ಮಕ್ಕಳು ಕಪ್ಪು ಮಂತ್ರವನ್ನು ವರ್ಷಗಟ್ಟಲೇ ತಮ್ಮೊಂದಿಗೆ ಕೊಂಡೊಯ್ಯುತ್ತಾರೆ. ನಮ್ಮನ್ನು ಪ್ರೀತಿಸುವವರೇ ನಮ್ಮ ಮೇಲೆ ಕಪ್ಪು ಮಾಂತ್ರಿಕತೆ ಮಾಡುತ್ತಾರೆ, ಆದರೆ ತಾವೇನು ಮಾಡುತ್ತಿದ್ದಾರೆಂದು ಅವರಿಗೆ ಗೊತ್ತಿರುವುದಿಲ್ಲ. ಅದಕ್ಕಾಗಿಯೇ ನಾವು ಅವರನ್ನು ಕ್ಷಮಿಸಬೇಕು.

ಮತ್ತೊಂದು ಉದಾಹರಣೆ ಇಲ್ಲಿದೆ, ನೀವು ಬೆಳಿಗ್ಗೆ ಎದ್ದಾಗ ತುಂಬಾ ಸಂತೋಷವಾಗಿರುತ್ತೀರಿ. ನಿಮಗೆ ಖುಷಿಯಾಗುತ್ತದೆ, ಕನ್ನಡಿಯ ಮುಂದೆ ಒಂದೆರಡು

ಗಂಟೆ ನಿಂತು ಸುಂದರವಾಗಿ ಸಿದ್ಧಗೊಳ್ಳುತ್ತೀರಿ. ಆಗ ನಿಮ್ಮ ಆಪ್ತ ಸ್ನೇಹಿತೆಯರಲ್ಲಿ ಒಬ್ಬಳು ಬಂದು, "ನಿನಗೆ ಏನಾಗಿದೆ? ನೀನು ಎಷ್ಟು ಅಸಹ್ಯವಾಗಿ ಕಾಣುತ್ತಿದ್ದೀಯ! ನೀನು ಹಾಕಿರುವ ಬಟ್ಟೆ ನೋಡು, ನೀನು ಹಾಸ್ಯಾಸ್ಪದವಾಗಿ ಕಾಣುತ್ತಿದ್ದೀಯ" ಎಂದು ಹೇಳುತ್ತಾಳೆ. ಅಷ್ಟೇ ಸಾಕು, ಆ ಮಾತು ನಿಮ್ಮನ್ನು ಸಂಪೂರ್ಣವಾಗಿ ನರಕಕ್ಕೆ ತಳ್ಳುತ್ತದೆ. ಬಹುಶಃ ಈ ಸ್ನೇಹಿತೆ ನಿಮ್ಮನ್ನು ನೋಯಿಸಲು ಹೀಗೆ ಹೇಳಿರಬಹುದು. ಮತ್ತು, ಅವಳು ನಿಮ್ಮನ್ನು ನೋಯಿಸಿದಳು ಕೂಡಾ. ಅವಳು ತನ್ನ ಮಾತಿನ ಎಲ್ಲಾ ಶಕ್ತಿಯನ್ನು ಒಗ್ಗೂಡಿಸಿ ನಿಮ್ಮ ಬಗ್ಗೆ ಒಂದು ತೀರ್ಪನ್ನು ನೀಡಿದಳು. ಒಂದು ವೇಳೆ ನೀವು ಆ ಅಭಿಪ್ರಾಯವನ್ನು ಒಪ್ಪಿಕೊಂಡರೆ, ಅದು ಈಗ ಒಂದು ಒಪ್ಪಂದವಾಗಿ ಬದಲಾಗುತ್ತದೆ, ಮತ್ತು ನೀವು ಎಲ್ಲಾ ಶಕ್ತಿಯನ್ನು ಆ ಅಭಿಪ್ರಾಯಕ್ಕೆ ಸುರಿಯುತ್ತೀರಿ. ಆ ಅಭಿಪ್ರಾಯವು ಕಪ್ಪು ಮಾಂತ್ರಿಕತೆಯಾಗಿ ಬದಲಾಗುತ್ತದೆ.

ಈ ರೀತಿಯ 'ಮಂತ್ರಗಳನ್ನು' ಮುರಿಯುವುದು ಕಷ್ಟ. ಒಂದು ಮಂತ್ರವನ್ನು ಮುರಿಯಲು ಇರುವ ಏಕೈಕ ಮಾರ್ಗವೆಂದರೆ ಸತ್ಯದ ಆಧಾರದ ಮೇಲೆ ಹೊಸ ಒಪ್ಪಂದವನ್ನು ಮಾಡಿಕೊಳ್ಳುವುದು. ನಿಮ್ಮ ಮಾತಿನಲ್ಲಿ ನಿಷ್ಕಳಂಕಿತರಾಗಿರುವುದರ ಅತೀ ಮುಖ್ಯವಾದ ಭಾಗವೇ ಈ ಸತ್ಯ. ಕತ್ತಿಯ ಒಂದು ಬದಿಯಲ್ಲಿ, ಕಪ್ಪು ಮಾಂತ್ರಿಕತೆಯನ್ನು ಸೃಷ್ಟಿಸುವ ಸುಳ್ಳುಗಳು ಇರುತ್ತವೆ. ಮತ್ತೊಂದು ಬದಿಯಲ್ಲಿ, ಕಪ್ಪು ಮಾಂತ್ರಿಕತೆಯ ಮಂತ್ರವನ್ನು ಮುರಿಯುವ ಶಕ್ತಿಯನ್ನು ಹೊಂದಿರುವ ಸತ್ಯ ಇರುತ್ತದೆ. ಸತ್ಯ ಮಾತ್ರ ನಮ್ಮನ್ನು ಸ್ವತಂತ್ರಗೊಳಿಸುತ್ತದೆ.

ನಮ್ಮ ದಿನನಿತ್ಯದ ಸಂವಹನಗಳನ್ನು ಗಮನಿಸಿದರೆ, ನಮ್ಮ ಮಾತುಗಳಿಂದ ಒಬ್ಬರಿಗೊಬ್ಬರು ಎಷ್ಟು ಬಾರಿ 'ಮಂತ್ರ' ಹಾಕುತ್ತೇವೆ ಎಂಬುದನ್ನು ಊಹಿಸಿ. ಕಾಲಾನಂತರದಲ್ಲಿ, ಈ ರೀತಿಯ ಸಂವಹನವು ಕಪ್ಪು ಮಾಂತ್ರಿಕತೆಯ ಕೆಟ್ಟ ರೂಪವಾಗಿ ಮಾರ್ಪಟ್ಟಿದೆ, ಮತ್ತು ನಾವು ಇದನ್ನು ಚಾಡಿ ಮಾತು ಎಂದು ಕರೆಯುತ್ತೇವೆ.

ಚಾಡಿ ಮಾತು ಅತೀ ಕೆಟ್ಟ ಕಪ್ಪು ಮಾಂತ್ರಿಕತೆ, ಏಕೆಂದರೆ ಅದು ಶುದ್ಧ ವಿಷ. ನಾವು ಒಪ್ಪಂದಗಳ ಮೂಲಕ ಚಾಡಿ ಮಾತು ಆಡಲು ಕಲಿತೆವು. ನಾವು ಮಕ್ಕಳಾಗಿದ್ದಾಗ, ನಮ್ಮ ಸುತ್ತಲಿನ ವಯಸ್ಕರು ಸದಾ ಚಾಡಿ ಮಾತು ಆಡುವುದನ್ನು ಕೇಳುತ್ತಿದ್ದೆವು, ಇತರ ಜನರ ಬಗ್ಗೆ ತಮ್ಮ ಅಭಿಪ್ರಾಯಗಳನ್ನು ಬಹಿರಂಗವಾಗಿ ಹೇಳುತ್ತಿದ್ದರು. ಅವರಿಗೆ ಪರಿಚಯವಿಲ್ಲದ ಜನರ ಬಗ್ಗೆಯೂ ಅವರು ಗೇಲಿಯ ಅಭಿಪ್ರಾಯಗಳನ್ನು ಹೊಂದಿದ್ದರು. ಕೆಟ್ಟ ಅಭಿಪ್ರಾಯಗಳ ಭಾವನಾತ್ಮಕ ವಿಷವು ಅದರಲ್ಲಿ ಸೇರಿತು, ಮತ್ತು ನಾವು ಇದನ್ನೇ ಸಂವಹನ ನಡೆಸಲು ಸಾಮಾನ್ಯ ಮಾರ್ಗವೆಂದು ಕಲಿತೆವು.

ಚಾಡಿ ಮಾತು ಮಾನವ ಸಮಾಜದಲ್ಲಿ ಸಂವಹನದ ಮುಖ್ಯ ರೂಪವಾಗಿ ಮಾರ್ಪಟ್ಟಿದೆ. ಇದು ನಾವು ಒಬ್ಬರಿಗೊಬ್ಬರು ಹತ್ತಿರವಾಗಿದ್ದೇವೆ ಎಂದು ಭಾಸವಾಗುವ ವಿಧಾನವಾಗಿದೆ, ಏಕೆಂದರೆ ಬೇರೆಯವರು ನಮ್ಮಂತೆಯೇ ಕೆಟ್ಟದಾಗಿ ಭಾವಿಸುವುದನ್ನು ನೋಡಿದಾಗ ನಮಗೆ ಖುಷಿಯೆನಿಸುತ್ತದೆ. ಒಂದು ಹಳೆಯ ನುಡಿಯಿದೆ, 'ದುಃಖಕ್ಕೆ ಸಂಗಾತಿ ಬೇಕು'. ಮತ್ತು ಸಂಕಟದಲ್ಲಿ ಸಿಲುಕಿರುವ ಜನರು ಏಕಾಂಗಿಯಾಗಿರಲು ಬಯಸುವುದಿಲ್ಲ. ಭಯ ಮತ್ತು ಸಂಕಟವು ಈ ಭೂಮಿಯ ಕನಸಿನ ಒಂದು ಪ್ರಮುಖ ಭಾಗವಾಗಿದೆ. ಅವು

ಭೂಮಿಯ ಕನಸು ನಮ್ಮನ್ನು ಕೆಳಗೆ ಇರಿಸುವ ವಿಧಾನಗಳಾಗಿವೆ.

ಮಾನವನ ಮನಸ್ಸನ್ನು ಕಂಪ್ಯೂಟರ್‌ಗೆ ಹೋಲಿಸಿದರೆ, ಚಾಡಿ ಮಾತು ಕಂಪ್ಯೂಟರ್ ವೈರಸ್‌ಗೆ ಸಮಾನವಾಗಿದೆ. ಕಂಪ್ಯೂಟರ್ ವೈರಸ್ ಎಂದರೆ, ಇತರ ಎಲ್ಲಾ ಕೋಡ್ ಭಾಷೆಯಂತೆ ಇದ್ದು, ಅದು ಹಾನಿಕಾರಕ ಉದ್ದೇಶವನ್ನು ಹೊಂದಿರುವ ಕಂಪ್ಯೂಟರ್ ಪ್ರೋಗ್ರಾಂ ಆಗಿರುತ್ತದೆ. ಈ ಕೋಡ್ ನಿಮ್ಮ ಕಂಪ್ಯೂಟರ್‌ನ ಪ್ರೋಗ್ರಾಂಗೆ ನೀವು ಕನಿಷ್ಠ ನಿರೀಕ್ಷಿಸಿದಾಗ ಮತ್ತು ಹೆಚ್ಚಿನ ಬಾರಿ ನಿಮ್ಮ ಅರಿವಿಲ್ಲದೇ ಸೇರಿಸಲಾಗಿರುತ್ತದೆ. ಈ ಕೋಡ್ ಒಳನುಸುಳಿದ ನಂತರ, ನಿಮ್ಮ ಕಂಪ್ಯೂಟರ್ ಸರಿಯಾಗಿ ಕೆಲಸ ಮಾಡುವುದಿಲ್ಲ, ಅಥವಾ ಅದು ಸಂಪೂರ್ಣವಾಗಿ ಕಾರ್ಯನಿರ್ವಹಿಸುವುದನ್ನು ನಿಲ್ಲಿಸುತ್ತದೆ. ಏಕೆಂದರೆ, ಅಸಂಖ್ಯಾತ ವಿರೋಧಾತ್ಮಕ ಸಂದೇಶಗಳೊಂದಿಗೆ ಕೋಡ್‌ಗಳು ಎಷ್ಟು ಗೊಂದಲಕ್ಕೊಳಗಾಗುತ್ತವೆ ಎಂದರೆ ಅದು ಉತ್ತಮ ಫಲಿತಾಂಶಗಳನ್ನು ನೀಡುವುದನ್ನು ನಿಲ್ಲಿಸುತ್ತದೆ.

ಉದಾಹರಣೆಗೆ, ನೀವು ಹೊಸ ಶಿಕ್ಷಕರೊಂದಿಗೆ ಹೊಸ ತರಗತಿಯನ್ನು ಪ್ರಾರಂಭಿಸುತ್ತಿದ್ದೀರಿ ಮತ್ತು ಇದಕ್ಕಾಗಿ ಬಹಳ ಸಮಯದಿಂದ ಕಾತರದಿಂದ ಕಾಯುತ್ತಿದ್ದೀರಿ. ತರಗತಿಯ ಮೊದಲ ದಿನದಂದು, ನೀವು ಹಿಂದೆ ಆ ತರಗತಿಯನ್ನು ತೆಗೆದುಕೊಂಡ ಯಾರನ್ನೋ ಭೇಟಿಯಾಗುತ್ತೀರಿ, ಅವರು ನಿಮಗೆ ಹೀಗೆ ಹೇಳುತ್ತಾರೆ, "ಅಯ್ಯೋ, ಆ ಉಪನ್ಯಾಸಕನೊಬ್ಬ ಅಹಂಕಾರಿ, ಅಯೋಗ್ಯ! ಅವನಿಗೆ ತಾನು ಏನು ಮಾತನಾಡುತ್ತಿದ್ದಾನೆಂದೇ ಗೊತ್ತಿಲ್ಲ, ಮತ್ತು ಅವನು ಒಬ್ಬ ಕಾಮುಕನೂ ಹೌದು, ಆದ್ದರಿಂದ ಎಚ್ಚರ!"

ನೀವು ತಕ್ಷಣವೇ ಆ ಮಾತುಗಳು ಮತ್ತು ಅದನ್ನು ಆ ವ್ಯಕ್ತಿ ಹೇಳಿದ ರೀತಿಯಿಂದ ಪ್ರಭಾವಿತರಾಗುತ್ತೀರಿ. ಆದರೆ, ನಿಮಗೆ ಗೊತ್ತಿರದ ವಿಷಯವೇನೆಂದರೆ, ಇದನ್ನು ನಿಮಗೆ ಹೇಳುವಲ್ಲಿ ಅವರ ಪ್ರೇರಣೆ ಏನು ಎಂಬುದು. ಈ ವ್ಯಕ್ತಿ ತರಗತಿಯಲ್ಲಿ ಅನುತ್ತೀರ್ಣನಾಗಿದ್ದಕ್ಕೆ ಕೋಪಗೊಂಡಿರಬಹುದು ಅಥವಾ ಕೇವಲ ಭಯಗಳು ಮತ್ತು ಪೂರ್ವಗ್ರಹಗಳ ಆಧಾರದ ಮೇಲೆ ಊಹೆಗಳನ್ನು ಮಾಡಿರಬಹುದು. ಆದರೆ, ನೀವು ಮಕ್ಕಳಂತೆ ಮಾಹಿತಿಯನ್ನು ಸೆಳೆದುಕೊಳ್ಳಲು ಕಲಿತಿರುವುದರಿಂದ, ನಿಮ್ಮ ಯಾವುದೋ ಒಂದು ಭಾಗವು ಆ ಚಾಡಿ ಮಾತನ್ನು ನಂಬುತ್ತದೆ ಮತ್ತು ನೀವು ತರಗತಿಗೆ ಹೋಗುತ್ತೀರಿ. ಶಿಕ್ಷಕರು ಮಾತನಾಡುತ್ತಿರುವಾಗ, ನಿಮ್ಮೊಳಗೆ ಆ ವಿಷವು ಏರುತ್ತಿರುವುದನ್ನು ನೀವು ಅನುಭವಿಸುತ್ತೀರಿ ಮತ್ತು ಆ ಚಾಡಿ ಮಾತನ್ನು ಹೇಳಿದ ವ್ಯಕ್ತಿಯ ಕಣ್ಣುಗಳಿಂದಲೇ ನೀವು ಶಿಕ್ಷಕರನ್ನು ನಿಮಗೆ ಅರಿವಿಲ್ಲದಂತೆ ನೋಡುತ್ತಿದ್ದೀರಿ. ನಂತರ ನೀವು ತರಗತಿಯಲ್ಲಿ ಇತರ ಜನರೊಂದಿಗೆ ಈ ಬಗ್ಗೆ ಮಾತನಾಡಲು ಪ್ರಾರಂಭಿಸುತ್ತೀರಿ, ಮತ್ತು ಅವರೂ ಸಹ ಶಿಕ್ಷಕರನ್ನು ಅದೇ ರೀತಿ ನೋಡಲು ಪ್ರಾರಂಭಿಸುತ್ತಾರೆ, ಆತ ಒಬ್ಬ ಅಯೋಗ್ಯ ಮತ್ತು ಕಾಮುಕ ಎಂಬಂತೆ. ನೀವು ಆ ತರಗತಿಯನ್ನು ನಿಜವಾಗಿಯೂ ದ್ವೇಷಿಸುತ್ತೀರಿ, ಮತ್ತು ಶೀಘ್ರದಲ್ಲೇ ಅದನ್ನು ಬಿಟ್ಟುಬಿಡಲು ನಿರ್ಧರಿಸುತ್ತೀರಿ. ನೀವು ಶಿಕ್ಷಕರನ್ನು ದೂಷಿಸುತ್ತೀರಿ, ಆದರೆ ನಿಜವಾಗಿ ದೂಷಿಸಬೇಕಾಗಿರುವುದು ಚಾಡಿ ಮಾತು.

ಈ ಎಲ್ಲಾ ಗೊಂದಲಕ್ಕೂ ಒಂದು ಚಿಕ್ಕ ಕಂಪ್ಯೂಟರ್ ವೈರಸ್ ಕಾರಣವಾಗಬಹುದು. ಒಂದು ಸಣ್ಣ ತಪ್ಪು ಮಾಹಿತಿ ಜನರ ನಡುವಿನ ಸಂವಹನವನ್ನು ಹಾಳುಮಾಡಬಹುದು, ಅದು ತಲುಪಿದ ಪ್ರತಿಯೊಬ್ಬ ವ್ಯಕ್ತಿಯೂ ಸೋಂಕಿತರಾಗಿ ಮತ್ತು ಇತರರಿಗೆ ಹರಡುವವರಾಗಿ

ಮಾರ್ಪಡಬಹುದು. ಇತರರು ನಿಮ್ಮೊಂದಿಗೆ ಚಾಡಿ ಮಾತು ಆಡಿದಾಗಲೆಲ್ಲಾ, ಅವರು ನಿಮ್ಮ ಮನಸ್ಸಿಗೆ ಕಂಪ್ಯೂಟರ್ ವೈರಸ್ ಅನ್ನು ಬಿಡುತ್ತಾರೆ ಎಂದು ಊಹಿಸಿಕೊಳ್ಳಿ. ಇದು ಪ್ರತಿ ಬಾರಿಯೂ ನಿಮ್ಮ ಯೋಚನಾ ಶಕ್ತಿಯನ್ನು ಕಡಿಮೆ ಮಾಡುತ್ತದೆ. ನಂತರ, ನಿಮ್ಮ ಸ್ವಂತ ಗೊಂದಲವನ್ನು ನಿವಾರಿಸಿಕೊಳ್ಳಲು ಮತ್ತು ಆ ವಿಷದಿಂದ ಸ್ವಲ್ಪ ಪರಿಹಾರ ಪಡೆಯಲು, ನೀವು ಚಾಡಿ ಮಾತು ಆಡುತ್ತಾ ಈ ವೈರಸ್‌ಗಳನ್ನು ಬೇರೆಯವರಿಗೆ ಹರಡುತ್ತೀರಿ ಎಂದು ಊಹಿಸಿಕೊಳ್ಳಿ.

ನಂತರ ಭೂಮಿಯ ಮೇಲಿನ ಎಲ್ಲಾ ಮನುಷ್ಯರ ನಡುವೆ ಅಂತ್ಯವಿಲ್ಲದ ಸರಪಳಿಯಲ್ಲಿ ಇದು ಮುಂದುವರಿಯುತ್ತದೆ ಎಂದು ಉಹಿಸಿಕೊಳ್ಳಿ. ಇದರ ಪರಿಣಾಮವಾಗಿ, ದಾರಿಯಲ್ಲಿ ವಿಷಪೂರಿತ, ಸಾಂಕ್ರಾಮಿಕ ವೈರಸ್‌ಗಳೇ ತುಂಬಿರುವ ಮಾಹಿತಿಯನ್ನು ಓದುವ ಮನುಷ್ಯರೇ ಇರುವ ಜಗತ್ತು ನಿರ್ಮಾಣವಾಗುತ್ತದೆ. ಮತ್ತೊಮ್ಮೆ ಹೇಳುವುದಾದರೆ, ಈ ವಿಷಪೂರಿತ ವೈರಸ್ ಅನ್ನು ಟೋಲ್ಟೆಕ್‌ಗಳು 'ಮಿಟೋಟೆ' ಎಂದು ಕರೆದಿದ್ದಾರೆ. ಇದು ಮನಸ್ಸಿನಲ್ಲಿ ಸಾವಿರಾರು ವಿಭಿನ್ನ ಧ್ವನಿಗಳು ಒಂದೇ ಸಮಯದಲ್ಲಿ ಮಾತನಾಡಲು ಪ್ರಯತ್ನಿಸುತ್ತಿರುವ ಗೊಂದಲದ ಸ್ಥಿತಿ.

ಉದ್ದೇಶಪೂರ್ವಕವಾಗಿ ಈ 'ವೈರಸ್' ಅನ್ನು ಹರಡುವ ಕಪ್ಪು ಮಾಂತ್ರಿಕರು ಅಥವಾ 'ಕಂಪ್ಯೂಟರ್ ಹ್ಯಾಕರ್‌ಗಳು' ಇನ್ನೂ ಕೆಟ್ಟವರು. ನೀವು ಬೇರೆಯವರ ಮೇಲೆ ಕೋಪಗೊಂಡು ಸೇಡು ತೀರಿಸಿಕೊಳ್ಳಲು ಬಯಸಿದ ಸಮಯವನ್ನು ನೆನಪಿಸಿಕೊಳ್ಳಿ. ಸೇಡು ತೀರಿಸಿಕೊಳ್ಳುವ ಉದ್ದೇಶದಿಂದ ನೀವು ಆ ವ್ಯಕ್ತಿಯ ಬಗ್ಗೆ ವಿಷವನ್ನು ಹರಡಲು ಮತ್ತು ಆ ವ್ಯಕ್ತಿಗೆ ತನ್ನ ಬಗ್ಗೆಯೇ ಕೆಟ್ಟ ಭಾವನೆ ಮೂಡುವಂತೆ ಏನನ್ನಾದರೂ ಹೇಳಿದ್ದಿರಿ. ಮಕ್ಕಳಾಗಿದ್ದಾಗ ನಾವು ಇದನ್ನು ಏನೂ ಯೋಚಿಸದೆಯೇ ಮಾಡುತ್ತೇವೆ, ಆದರೆ ದೊಡ್ಡವರಾದಂತೆ ಇತರರನ್ನು ಕೆಳಗೆ ತಳ್ಳುವ ನಮ್ಮ ಪ್ರಯತ್ನಗಳಲ್ಲಿ ನಾವು ಹೆಚ್ಚು ಲೆಕ್ಕಾಚಾರದಿಂದ ವರ್ತಿಸುತ್ತೇವೆ. ನಂತರ ನಾವು ಆ ವ್ಯಕ್ತಿ ತನ್ನ ತಪ್ಪಿಗೆ ಸರಿಯಾದ ಶಿಕ್ಷೆಯನ್ನು ಪಡೆದ ಎಂದು ನಮಗೆ ನಾವೇ ಸುಳ್ಳು ಹೇಳಿಕೊಳ್ಳುತ್ತೇವೆ.

ನಮ್ಮ ಸುತ್ತಲಿನ ಪ್ರಪಂಚವನ್ನು 'ಕಂಪ್ಯೂಟರ್ ವೈರಸ್' ಮೂಲಕ ನೋಡಿದಾಗ, ಅತ್ಯಂತ ಕ್ರೂರ ವರ್ತನೆಯನ್ನೂ ಸಹ ಸಮರ್ಥಿಸಿಕೊಳ್ಳುವುದು ಸುಲಭವಾಗುತ್ತದೆ. ಆದರೆ ನಾವು ಗಮನಿಸದಿರುವ ವಿಷಯವೇನೆಂದರೆ, ನಮ್ಮ ಮಾತಿನ ದುರುಪಯೋಗವು ನಮ್ಮನ್ನು ಆಳವಾದ ನರಕಕ್ಕೆ ತಳ್ಳುತ್ತಿದೆ.

ವರ್ಷಗಳಿಂದ ನಾವು ಇತರರ ಮಾತುಗಳಿಂದ ಬರುವ ಚಾಡಿ ಮಾತು ಮತ್ತು 'ಮಂತ್ರಗಳನ್ನು' ಸ್ವೀಕರಿಸಿದ್ದೇವೆ. ಆದರೆ, ನಮ್ಮ ಮಾತನ್ನು ನಮ್ಮೊಂದಿಗೇ ನಾವು ಬಳಸುವ ರೀತಿಯಿಂದಲೂ ಇವು ಬಂದಿವೆ. ನಾವು ನಮ್ಮೊಂದಿಗೇ ನಿರಂತರವಾಗಿ ಮಾತನಾಡುತ್ತೇವೆ ಮತ್ತು ಹೆಚ್ಚಿನ ಸಮಯ ಹೀಗೆ ಹೇಳಿಕೊಳ್ಳುತ್ತೇವೆ. "ಅಯ್ಯೋ, ನಾನು ದಪ್ಪಗಾಗಿದ್ದೇನೆ, ನಾನು ಕೊಳಕಾಗಿ ಕಾಣುತ್ತಿದ್ದೇನೆ. ನನಗೆ ವಯಸ್ಸಾಗುತ್ತಿದೆ, ನನ್ನ ಕೂದಲು ಉದುರುತ್ತಿವೆ. ನಾನು ದಡ್ಡ, ನನಗೇನೂ ಅರ್ಥವಾಗುವುದಿಲ್ಲ. ನಾನು ಎಂದಿಗೂ ಸಾಕಷ್ಟು ಒಳ್ಳೆಯವನಾಗುವುದಿಲ್ಲ, ಮತ್ತು ನಾನು ಎಂದಿಗೂ ಪರಿಪೂರ್ಣನಾಗುವುದಿಲ್ಲ." ನಾವು ನಮ್ಮ ಮಾತನ್ನು ಹೇಗೆ ನಮ್ಮ ವಿರುದ್ಧವೇ ಬಳಸುತ್ತೇವೆ ಎಂದು ನಿಮಗೆ ಅರ್ಥವಾಯಿತೇ? ಪದ ಅಂದರೆ ಏನು

ಮತ್ತು ಪದ ಏನು ಮಾಡುತ್ತದೆ ಎಂಬುದನ್ನು ನಾವು ಅರ್ಥಮಾಡಿಕೊಳ್ಳಬೇಕು. ನೀವು ಮೊದಲ ಒಪ್ಪಂದವನ್ನು, ಅಂದರೆ ನಿಮ್ಮ ಮಾತಿನಲ್ಲಿ ನಿರ್ದೋಷಿಯಾಗಿರುವುದನ್ನು ಅರ್ಥಮಾಡಿಕೊಂಡರೆ, ನಿಮ್ಮ ಜೀವನದಲ್ಲಿ ಸಂಭವಿಸಬಹುದಾದ ಎಲ್ಲಾ ಬದಲಾವಣೆಗಳನ್ನು ನೋಡಲು ಪ್ರಾರಂಭಿಸುತ್ತೀರಿ– ಮೊದಲು ನೀವು ನಿಮ್ಮೊಂದಿಗೆ ವ್ಯವಹರಿಸುವ ರೀತಿಯಲ್ಲಿ ಬದಲಾವಣೆ, ಮತ್ತು ನಂತರ ಬೇರೆಯ ಜನರೊಂದಿಗೆ, ವಿಶೇಷವಾಗಿ ನೀವು ಹೆಚ್ಚು ಪ್ರೀತಿಸುವವರೊಂದಿಗೆ ವ್ಯವಹರಿಸುವ ರೀತಿಯಲ್ಲಿ ಬದಲಾವಣೆಗಳು.

ನೀವು ಹೆಚ್ಚು ಪ್ರೀತಿಸುವ ವ್ಯಕ್ತಿಯ ಬಗ್ಗೆ ಹೊಂದಿರುವ ದೃಷ್ಟಿಕೋನಕ್ಕೆ ಇತರರಿಂದ ಬೆಂಬಲ ಪಡೆಯಲು ಎಷ್ಟು ಬಾರಿ ಚಾಡಿ ಮಾತು ಆಡಿದ್ದೀರಿ ಎಂದು ಯೋಚಿಸಿ. ನಿಮ್ಮ ಅಭಿಪ್ರಾಯವೇ ಸರಿ ಎಂದು ಸಾಬೀತುಪಡಿಸಲು, ಇತರರ ಗಮನವನ್ನು ಸೆಳೆದು, ನಿಮ್ಮ ಪ್ರೀತಿಪಾತ್ರರ ಬಗ್ಗೆ ಎಷ್ಟು ಬಾರಿ ವಿಷವನ್ನು ಹರಡಿದ್ದೀರಿ? ಎಂದು ಯೋಚಿಸಿ. ನಿಮ್ಮ ಅಭಿಪ್ರಾಯ ಎನ್ನುವುದು ನಿಮ್ಮ ವೈಯಕ್ತಿಕ ದೃಷ್ಟಿಕೋನ ಅಷ್ಟೇ. ಅದು ನಿಜವಾಗಿರಬೇಕೆಂದಿಲ್ಲ. ನಿಮ್ಮ ಅಭಿಪ್ರಾಯವು ನಿಮ್ಮ ನಂಬಿಕೆಗಳು, ನಿಮ್ಮ ಅಹಂ ಮತ್ತು ನಿಮ್ಮ ಸ್ವಂತ 'ಕನಸು'ಗಳಿಂದ ಬರುತ್ತದೆ. ಕೇವಲ ನಮ್ಮ ದೃಷ್ಟಿಕೋನದ ಬಗ್ಗೆ ನಾವು ಸರಿಯಾಗಿದ್ದೇವೆ ಎನ್ನಲು, ನಾವು ಈ ಎಲ್ಲಾ ವಿಷವನ್ನು ಸೃಷ್ಟಿಸಿ ಇತರರಿಗೆ ಹರಡುತ್ತೇವೆ.

ನಾವು ಮೊದಲ ಒಪ್ಪಂದವನ್ನು ಅಳವಡಿಸಿಕೊಂಡು, ನಮ್ಮ ಮಾತಿನಲ್ಲಿ ನಿರ್ದೋಷಿಗಳಾದರೆ, ಯಾವುದೇ ಭಾವನಾತ್ಮಕ ವಿಷವು ಕ್ರಮೇಣ ನಮ್ಮ ಮನಸ್ಸಿನಿಂದ ಮತ್ತು ನಮ್ಮ ಸಂಬಂಧಗಳಲ್ಲಿನ ಸಂವಹನದಿಂದ ಮಾಯವಾಗುತ್ತದೆ, ಅಷ್ಟೇ ಅಲ್ಲ, ನಮ್ಮ ಸಾಕು ನಾಯಿ ಅಥವಾ ಬೆಕ್ಕಿನೊಂದಿಗೂ ಸಹ ನಮ್ಮ ಸಂವಹನ ಶುದ್ಧವಾಗುತ್ತದೆ. ಮಾತಿನ ನಿರ್ದೋಷಿತ್ವವು ಯಾರಾದರೂ ನಿಮ್ಮ ಮೇಲೆ ಕೆಟ್ಟ ಮಂತ್ರ ಹಾಕಿದರೂ ಪ್ರತಿರಕ್ಷೆಯನ್ನು ನೀಡುತ್ತದೆ. ನಿಮ್ಮ ಮನಸ್ಸು ಆ ನಕಾರಾತ್ಮಕ ಆಲೋಚನೆಗೆ ಫಲವತ್ತಾಗಿದ್ದರೆ ಮಾತ್ರ ನೀವು ಅದನ್ನು ಸ್ವೀಕರಿಸುತ್ತೀರಿ. ನಿಮ್ಮ ಮಾತಿನಲ್ಲಿ ನೀವು ನಿರ್ದೋಷಿಯಾದಾಗ, ನಿಮ್ಮ ಮನಸ್ಸು ಕಪ್ಪು ಮಾಂತ್ರಿಕತೆಯನ್ನು ಸ್ವೀಕರಿಸುವುದಿಲ್ಲ. ಬದಲಿಗೆ, ನಿಮ್ಮ ಮನಸ್ಸು ಪ್ರೀತಿಯಿಂದ ಬರುವ ಮಾತುಗಳಿಗೆ ಫಲವತ್ತಾಗಿರುತ್ತದೆ. ನಿಮ್ಮ ಮಾತಿನ ನಿರ್ದೋಷಿತ್ವವನ್ನು ನಿಮ್ಮಲ್ಲಿರುವ ಆತ್ಮಪ್ರೀತಿಯ ಮಟ್ಟದಿಂದ ಅಳೆಯಬಹುದು. ನೀವು ನಿಮ್ಮನ್ನು ಎಷ್ಟು ಪ್ರೀತಿಸುತ್ತೀರಿ ಮತ್ತು ನಿಮ್ಮ ಬಗ್ಗೆಯೇ ನೀವು ಹೊಂದಿರುವ ಭಾವನೆ, ನಿಮ್ಮ ಮಾತಿನ ಸತ್ಯಸಂಧತ್ವ ಮತ್ತು ಪ್ರಾಮಾಣಿಕತೆಯನ್ನು ಬಿಂಬಿಸುತ್ತದೆ. ನೀವು ಮಾತಿನಲ್ಲಿ ನಿರ್ದೋಷಿಯಾದಾಗ, ನಿಮಗೆ ಉತ್ತಮವೆನಿಸುತ್ತದೆ. ನೀವು ಸಂತೋಷವಾಗಿ ಮತ್ತು ಶಾಂತಿಯಿಂದ ಇರುತ್ತೀರಿ.

ನಿಮ್ಮ ಮಾತಿನಲ್ಲಿ ನಿರ್ದೋಷಿಯಾಗಿರುವ ಒಪ್ಪಂದವನ್ನು ಮಾಡಿಕೊಳ್ಳುವ ಮೂಲಕ ನೀವು ನರಕದ ಕನಸನ್ನು ಮೀರಿ ನಿಲ್ಲಬಹುದು. ಈಗ ನಾನು ಆ ಬೀಜವನ್ನು ನಿಮ್ಮ ಮನಸ್ಸಿನಲ್ಲಿ ಬಿತ್ತುತ್ತಿದ್ದೇನೆ. ಈ ಬೀಜವು ಮೊಳಕೆಯೊಡೆಯುತ್ತದೋ ಇಲ್ಲವೋ ಎಂಬುದು ನಿಮ್ಮ ಮನಸ್ಸು ಪ್ರೀತಿಯ ಬೀಜಗಳಿಗೆ ಎಷ್ಟು ಫಲವತ್ತಾಗಿದೆ ಎಂಬುದರ ಮೇಲೆ ಅವಲಂಬಿತವಾಗಿದೆ. ಈ ಒಪ್ಪಂದವನ್ನು ನಿಮ್ಮೊಂದಿಗೆ ಮಾಡಿಕೊಳ್ಳುವುದು ನಿಮಗೆ ಬಿಟ್ಟದ್ದು: 'ನಾನು ನನ್ನ ಮಾತಿನಲ್ಲಿ ನಿರ್ದೋಷಿ.' ಈ ಬೀಜವನ್ನು ಪೋಷಿಸಿ, ಅದು ನಿಮ್ಮ ಮನಸ್ಸಿನಲ್ಲಿ ಬೆಳೆದಂತೆ, ಪ್ರೀತಿಯ ಬೀಜಗಳು ಹೆಚ್ಚು ಹೆಚ್ಚು ಸೃಷ್ಟಿಯಾಗುತ್ತವೆ ಮತ್ತು ಅವು ಭಯದ ಬೀಜಗಳ ಸ್ಥಾನವನ್ನು ತೆಗೆದುಕೊಳ್ಳುತ್ತವೆ. ಈ ಮೊದಲ ಒಪ್ಪಂದವು ನಿಮ್ಮ

ಮನಸ್ಸು ಯಾವ ರೀತಿಯ ಬೀಜಗಳಿಗೆ ಫಲವತ್ತಾಗಿದೆ ಎಂಬುದನ್ನು ಗೊತ್ತುಪಡಿಸುತ್ತದೆ.

ನಿಮ್ಮ ಮಾತಿನಲ್ಲಿ ನಿರ್ದೋಷಿಯಾಗಿರಿ. ನೀವು ಮುಕ್ತರಾಗಲು, ಸಂತೋಷವಾಗಿರಲು ಮತ್ತು ನರಕದ ಸ್ಥಿತಿಯ ಮಟ್ಟವನ್ನು ಮೀರಿ ನಿಲ್ಲಬೇಕೆಂದರೆ ನೀವು ಮಾಡಬೇಕಾದ ಮೊದಲ ಒಪ್ಪಂದ ಇದು. ಇದು ಬಹಳ ಶಕ್ತಿಯುತವಾಗಿದೆ. ಮಾತನ್ನು ಸರಿಯಾದ ರೀತಿಯಲ್ಲಿ ಬಳಸಿ. ನಿಮ್ಮ ಪ್ರೀತಿಯನ್ನು ಹಂಚಿಕೊಳ್ಳಲು ಮಾತನ್ನು ಬಳಸಿ. ನಿಮ್ಮಿಂದಲೇ ಪ್ರಾರಂಭಿಸಿ, ಸಾತ್ವಿಕ ಮಾಂತ್ರಿಕತೆಯನ್ನು ಬಳಸಿ. ನೀವು ಎಷ್ಟು ಅದ್ಭುತವಾಗಿದ್ದೀರಿ, ನೀವು ಎಷ್ಟು ಶ್ರೇಷ್ಠರು ಎಂದು ನಿಮಗೆ ನೀವೇ ಹೇಳಿಕೊಳ್ಳಿ. ನಿಮ್ಮನ್ನು ನೀವು ಎಷ್ಟು ಪ್ರೀತಿಸುತ್ತೀರಿ ಎಂದು ಹೇಳಿಕೊಳ್ಳಿ. ನಿಮ್ಮನ್ನು ಸಂಕಟಕ್ಕೆ ಸಿಲುಕಿಸುವ ಆ ಚಿಕ್ಕ ಚಿಕ್ಕ ಒಪ್ಪಂದಗಳನ್ನೆಲ್ಲಾ ಮುರಿಯಲು ಮಾತನ್ನು ಬಳಸಿ.

ಇದು ಸಾಧ್ಯ, ಏಕೆಂದರೆ ನಾನು ಇದನ್ನು ಮಾಡಿದ್ದೇನೆ. ನಾನೇನು ನಿಮಗಿಂತ ಶ್ರೇಷ್ಠನಲ್ಲ. ಇಲ್ಲ, ನಾವಿಬ್ಬರೂ ನಿಖರವಾಗಿ ಒಂದೇ. ನಮ್ಮೆಲ್ಲರ ಮೆದುಳು ಒಂದೇ ರೀತಿ ಇದೆ, ನಮ್ಮ ದೇಹಗಳು ಒಂದೇ ರೀತಿ ಇವೆ. ನಾವೆಲ್ಲರೂ ಮನುಷ್ಯರು. ನಾನು ಆ ಹಳೆಯ ಒಪ್ಪಂದಗಳನ್ನು ಮುರಿದು ಹೊಸ ಒಪ್ಪಂದಗಳನ್ನು ಮಾಡಿಕೊಳ್ಳಲು ಸಾಧ್ಯವಾಗಿದ್ದರೆ, ನಿಮಗೂ ಅದೇ ರೀತಿ ಮಾಡಲು ಸಾಧ್ಯ. ನಾನು ನನ್ನ ಮಾತಿನಲ್ಲಿ ನಿರ್ದೋಷಿಯಾಗಿರಲು ಸಾಧ್ಯವಾದರೆ, ನಿಮಗೇಕೆ ಸಾಧ್ಯವಿಲ್ಲ? ಕೇವಲ ಈ ಒಂದು ಒಪ್ಪಂದವು ನಿಮ್ಮ ಇಡೀ ಜೀವನವನ್ನು ಬದಲಾಯಿಸಬಲ್ಲದು. ಮಾತಿನ ನಿರ್ದೋಷಿತ್ವವು ನಿಮ್ಮನ್ನು ವೈಯಕ್ತಿಕ ಸ್ವಾತಂತ್ರ್ಯಕ್ಕೆ, ಅಪಾರ ಯಶಸ್ಸಿಗೆ ಮತ್ತು ಸಮೃದ್ಧಿಗೆ ಕೊಂಡೊಯ್ಯಬಲ್ಲದು. ಅದು ಎಲ್ಲಾ ಭಯವನ್ನು ದೂರ ಮಾಡಿ, ಸಂತೋಷ ಮತ್ತು ಪ್ರೀತಿಯನ್ನು ಸೃಷ್ಟಿಸಬಲ್ಲದು.

ಮಾತಿನಲ್ಲಿ ನಿರ್ದೋಷಿಯಾಗುವುದರಿಂದ ನೀವು ಏನೆಲ್ಲಾ ಸೃಷ್ಟಿಸಬಹುದು ಎಂದು ಕಲ್ಪಿಸಿಕೊಳ್ಳಿ. ಮಾತಿನ ನಿರ್ದೋಷಿತ್ವದೊಂದಿಗೆ ನೀವು ಭಯದ ಕನಸನ್ನು ಮೀರಿ ನಿಲ್ಲಬಹುದು ಮತ್ತು ವಿಭಿನ್ನ ಜೀವನವನ್ನು ನಡೆಸಬಹುದು. ಸಾವಿರಾರು ಜನರು ನರಕದಲ್ಲಿ ಒದ್ದಾಡುತ್ತಿದ್ದರೂ, ನೀವು ಸ್ವರ್ಗದಲ್ಲಿ ಬದುಕಬಹುದು, ಏಕೆಂದರೆ ನಿಮಗೆ ಆ ನರಕದಿಂದ ರಕ್ಷಣೆ ಇರುತ್ತದೆ. ಕೇವಲ ಈ ಒಂದು ಒಪ್ಪಂದದಿಂದ ನೀವು ಸ್ವರ್ಗ ಸಾಮ್ರಾಜ್ಯವನ್ನು ತಲುಪಬಹುದು: ನಿಮ್ಮ ಮಾತಿನಲ್ಲಿ ನಿರ್ದೋಷಿಯಾಗಿರಿ.

3

ಎರಡನೇ ಒಪ್ಪಂದ

ಯಾವುದನ್ನೂ ವೈಯಕ್ತಿಕವಾಗಿ ತೆಗೆದುಕೊಳ್ಳಬೇಡಿ

ನೀವು ಮೊದಲ ಒಪ್ಪಂದವನ್ನು ಅಂದರೆ–'ನಿಮ್ಮ ಮಾತುಗಳಲ್ಲಿ ದೋಷರಹಿತವಾಗಿರಿ'– ಎಂಬುದನ್ನು ಪೂರ್ಣವಾಗಿ ಅರ್ಥಮಾಡಿಕೊಂಡರೆ, ಮುಂದಿನ ಮೂರು ಒಪ್ಪಂದಗಳು ಅದರಿಂದಲೇ ಹುಟ್ಟಿಕೊಂಡಿವೆ ಎಂದು ಸುಲಭವಾಗಿ ತಿಳಿಯಬಹುದು. ಈ ಒಪ್ಪಂದಗಳಲ್ಲಿ ಎರಡನೆಯದು 'ಯಾವುದನ್ನೂ ವೈಯಕ್ತಿಕವಾಗಿ ತೆಗೆದುಕೊಳ್ಳಬೇಡಿ' ಎಂಬುದು.

ನಿಮ್ಮ ಸುತ್ತ ಏನು ನಡೆದರೂ, ಅದನ್ನು ವೈಯಕ್ತಿಕವಾಗಿ ತೆಗೆದುಕೊಳ್ಳಬೇಡಿ. ಹಿಂದಿನ ಉದಾಹರಣೆಯನ್ನೇ ತೆಗೆದುಕೊಳ್ಳಿ: ನೀವು ನನಗೆ ಪರಿಚಯವಿಲ್ಲದಿದ್ದರು ನಾನು ನಿಮ್ಮನ್ನು ಬೀದಿಯಲ್ಲಿ ನೋಡಿ, "ಹೇ, ನೀನು ಎಷ್ಟು ದಡ್ಡ!" ಎಂದು ಹೇಳಿದರೆ, ಅದು ನಿಮ್ಮ ಬಗ್ಗೆ ಆಗಿರದೇ, ನನ್ನ ಬಗ್ಗೆಯೇ ಆಗಿರುತ್ತದೆ. ಒಂದು ವೇಳೆ ನೀವು ಆ ಮಾತನ್ನು ಏನಾದರು ವೈಯಕ್ತಿಕವಾಗಿ ತೆಗೆದುಕೊಂಡರೆ, ಬಹುಶಃ ನೀವು ನಿಮ್ಮನ್ನು ನಿಜವಾಗಿಯೂ ದಡ್ಡ ಎಂದು ನಂಬಬಹುದು. ಆಗ ನೀವು ನಿಮ್ಮಲ್ಲೇ, "ಅವನಿಗೆ ಹೇಗೆ ಗೊತ್ತಾಯಿತು? ಅವನೇನು ಅತೀಂದ್ರಿಯ ದೃಷ್ಟಿಯುಳ್ಳವನಾ, ಅಥವಾ ಎಲ್ಲರಿಗೂ ನಾನು ಎಷ್ಟು ದಡ್ಡ ಎಂದು ಕಾಣಿಸುತ್ತಿದೆಯಾ?" ಎಂದು ಯೋಚಿಸಲು ಪ್ರಾರಂಭಿಸಬಹುದು.

ನೀವು ಯಾರಾದರೂ ಹೇಳಿದ ಮಾತನ್ನು ವೈಯಕ್ತಿಕವಾಗಿ ತೆಗೆದುಕೊಳ್ಳುತ್ತೀರಿ, ಏಕೆಂದರೆ ನೀವು ಆ ಮಾತನ್ನು ಒಪ್ಪಿಕೊಳ್ಳುತ್ತೀರಿ. ಒಮ್ಮೆ ನೀವು ಆ ಮಾತನ್ನು ಒಪ್ಪಿಕೊಂಡರೆ, ಆ 'ವಿಷ' ನಿಮ್ಮೊಳಗೆ ಸೇರಿಕೊಂಡುಬಿಡುತ್ತದೆ, ಮತ್ತು ನೀವು ನರಕದ ಕನಸಿನ ಸುಳಿಯಲ್ಲಿ ಸಿಕ್ಕಿಬೀಳುತ್ತೀರಿ. ನಿಮ್ಮನ್ನು ಹೀಗೆ ಸಿಕ್ಕಿಬೀಳಿಸುವುದಕ್ಕೆ ನಾವು 'ವೈಯಕ್ತಿಕ ಪ್ರಾಮುಖ್ಯತೆ' ಎಂದು ಕರೆಯುತ್ತೇವೆ. ವೈಯಕ್ತಿಕ ಪ್ರಾಮುಖ್ಯತೆ ಅಥವಾ ವಿಷಯಗಳನ್ನು ವೈಯಕ್ತಿಕವಾಗಿ ತೆಗೆದುಕೊಳ್ಳುವುದು ಸ್ವಾರ್ಥದ ಪರಮಾವಧಿ. ಏಕೆಂದರೆ, ಎಲ್ಲವೂ 'ನನ್ನ' ಬಗ್ಗೆಯೇ ಇದೆ ಎಂಬ ಊಹೆಯನ್ನು ನಾವು ಮಾಡಿಕೊಳ್ಳುತ್ತೇವೆ. ನಾವು ಬೆಳೆಯುವ ಸಮಯದಲ್ಲಿ, ಅಂದರೆ ನಮ್ಮ ಶಿಕ್ಷಣದ ಅವಧಿಯಲ್ಲಿ ಅಥವಾ ನಮ್ಮನ್ನು 'ಪಳಗಿಸುವ' ಪ್ರಕ್ರಿಯೆಯಲ್ಲಿ,

ಪ್ರತಿಯೊಂದನ್ನೂ ವೈಯಕ್ತಿಕವಾಗಿ ತೆಗೆದುಕೊಳ್ಳಲು ಕಲಿಯುತ್ತೇವೆ. ಎಲ್ಲದಕ್ಕೂ ನಾನೇ ಜವಾಬ್ದಾರ, 'ನಾನು, ನಾನು, ನಾನು' – ಯಾವಾಗಲೂ ನಾನೇ ಎಂಬ ಭಾವನೆ ನಮ್ಮಲ್ಲಿ ಮೂಡುತ್ತದೆ.

ಬೇರೆಯವರು ತಮ್ಮದೇ ಕಾರಣಗಳಿಗಾಗಿ ಕೆಲಸಮಾಡುತ್ತಾರೆಯೇ ಹೊರತು ನಿಮಗಾಗಿ ಅಲ್ಲ. ಪ್ರತಿಯೊಬ್ಬರೂ ತಮ್ಮದೇ ಆದ ಕನಸಿನಲ್ಲಿ, ತಮ್ಮದೇ ಆದ ಮನಸ್ಸಿನಲ್ಲಿ ಬದುಕುತ್ತಾರೆ. ಅವರು ನಾವು ಬದುಕುತ್ತಿರುವ ಪ್ರಪಂಚಕ್ಕಿಂತ ಸಂಪೂರ್ಣವಾಗಿ ಭಿನ್ನವಾದ ಜಗತ್ತಿನಲ್ಲಿ ಇರುತ್ತಾರೆ. ನಾವು ಏನನ್ನಾದರು ವೈಯಕ್ತಿಕವಾಗಿ ತೆಗೆದುಕೊಂಡಾಗ, ಬೇರೆಯವರಿಗೆ ನಮ್ಮ ಜಗತ್ತಿನಲ್ಲಿ ಏನಿದೆ ಎಂದು ತಿಳಿದು ಬಿಟ್ಟಿತು ಎಂದುಕೊಳ್ಳುತ್ತೇವೆ ಮತ್ತು ನಮ್ಮ ಜಗತ್ತನ್ನು ಅವರ ಜಗತ್ತಿನ ಮೇಲೆ ಹೇರಲು ಪ್ರಯತ್ನಿಸುತ್ತೇವೆ.

ಯಾವುದೇ ಪರಿಸ್ಥಿತಿ ನಿಮಗೆ ಎಷ್ಟೇ ವೈಯಕ್ತಿಕವಾಗಿ ಕಂಡರೂ, ಬೇರೆಯವರು ನಿಮ್ಮನ್ನು ನೇರವಾಗಿ ಅವಮಾನಿಸಿದರೂ ಸಹ, ಅದಕ್ಕೂ ನಿಮಗೂ ಯಾವುದೇ ಸಂಬಂಧವಿರುವುದಿಲ್ಲ. ಅವರು ಏನು ಹೇಳುತ್ತಾರೆ, ಏನು ಮಾಡುತ್ತಾರೆ ಮತ್ತು ಅವರ ಅಭಿಪ್ರಾಯಗಳು ಅವರದೇ ಮನಸ್ಸಿನಲ್ಲಿರುವ ನಂಬಿಕೆಗಳು ಮತ್ತು ಒಪ್ಪಂದಗಳ ಪ್ರಕಾರ ಇರುತ್ತವೆ. ಅವರ ದೃಷ್ಟಿಕೋನವು ಅವರು ಬೆಳೆದುಬಂದ ವಾತಾವರಣದಿಂದ ಅಂದರೆ, ಅವರು ಚಿಕ್ಕವರಿದ್ದಾಗ ಕಲಿತ ಸಂಗತಿಗಳು ಮತ್ತು ಅವರ ಮೇಲೆ ಆದ ಪ್ರಭಾವದಿಂದ ಬಂದಿರುತ್ತದೆ.

ಯಾರಾದರೂ ನಿಮಗೆ ಒಂದು ಅಭಿಪ್ರಾಯವನ್ನು ನೀಡಿ, "ಹೇ, ನೀವು ತುಂಬಾ ದಪ್ಪ ಕಾಣುತ್ತೀರಿ" ಎಂದು ಹೇಳಿದರೆ, ಅದನ್ನು ವೈಯಕ್ತಿಕವಾಗಿ ತೆಗೆದುಕೊಳ್ಳಬೇಡಿ. ಏಕೆಂದರೆ, ಸತ್ಯವೇನೆಂದರೆ, ಆ ವ್ಯಕ್ತಿ ತಮ್ಮದೇ ಆದ ಭಾವನೆಗಳು, ನಂಬಿಕೆಗಳು ಮತ್ತು ಅಭಿಪ್ರಾಯಗಳೊಂದಿಗೆ ವ್ಯವಹರಿಸುತ್ತಿದ್ದಾರೆ. ಆ ವ್ಯಕ್ತಿ ನಿಮ್ಮ ಕಡೆಗೆ 'ವಿಷ'ವನ್ನು ತಳ್ಳಲು ಪ್ರಯತ್ನಿಸಿದರು. ನೀವು ಅದನ್ನು ವೈಯಕ್ತಿಕವಾಗಿ ತೆಗೆದುಕೊಂಡರೆ, ಆ ವಿಷ ನಿಮ್ಮದಾಗುತ್ತದೆ. ವಿಷಯಗಳನ್ನು ವೈಯಕ್ತಿಕವಾಗಿ ತೆಗೆದುಕೊಳ್ಳುವುದರಿಂದ ನೀವು ಇಂತಹ 'ಬೇಟೆಗಾರರಿಗೆ' ಅಂದರೆ, ನಕಾರಾತ್ಮಕ ಶಕ್ತಿಗಳನ್ನು ಹರಡುವವರಿಗೆ ಅಥವಾ 'ಕಪ್ಪು ಮಾಂತ್ರಿಕರಿಗೆ' ಸುಲಭವಾಗಿ ಸಿಕ್ಕಿಹಾಕಿಕೊಳ್ಳುವ ಆಹಾರವಾಗುತ್ತೀರಿ. ಅವರು ಒಂದೇ ಒಂದು ಚಿಕ್ಕ ಅಭಿಪ್ರಾಯದೊಂದಿಗೆ ನಿಮ್ಮನ್ನು ಸುಲಭವಾಗಿ ಅಲುಗಾಡಿಸಬಹುದು ಮತ್ತು ಅವರಿಗೆ ಬೇಕಾದ ಯಾವುದೇ ವಿಷವನ್ನು ನಿಮಗೆ ತಿನ್ನಿಸಬಹುದು. ಮತ್ತು ನೀವು ಅದನ್ನು ವೈಯಕ್ತಿಕವಾಗಿ ತೆಗೆದುಕೊಳ್ಳುವುದರಿಂದ, ನೀವು ಅದನ್ನು ನಂಬಿಬಿಡುತ್ತೀರಿ.

ಅವರು ಎಸೆಯುವ ಎಲ್ಲಾ ಭಾವನಾತ್ಮಕ ಕಸವನ್ನು ನೀವು ತಿನ್ನುತ್ತೀರಿ, ಮತ್ತು ಈಗ ಅದು ನಿಮ್ಮ ಕಸವಾಗಿ ಬದಲಾಗುತ್ತದೆ. ಆದರೆ, ನೀವು ಅದನ್ನು ವೈಯಕ್ತಿಕವಾಗಿ ತೆಗೆದುಕೊಳ್ಳದಿದ್ದರೆ, ನೀವು ನರಕದ ಮಧ್ಯದಲ್ಲಿದ್ದರೂ ಪ್ರತಿರೋಧ ಶಕ್ತಿಯನ್ನು ಹೊಂದಿರುತ್ತೀರಿ. ನರಕದ ಮಧ್ಯದಲ್ಲಿ ವಿಷಕ್ಕೆ ಪ್ರತಿರೋಧಕ ಶಕ್ತಿ ಅಂದರೆ, ವಿಷದಿಂದ ಯಾವುದೇ ಹಾನಿಯಾಗದಿರುವುದೇ ಈ ಒಪ್ಪಂದದ ಕೊಡುಗೆ.

ಯಾವುದೇ ವಿಷಯವನ್ನು ನೀವು ವೈಯಕ್ತಿಕವಾಗಿ ತೆಗೆದುಕೊಂಡಾಗ, ನಿಮಗೆ ನೋವುಂಟಾಗುತ್ತದೆ. ಆಗ ನೀವು ನಿಮ್ಮ ನಂಬಿಕೆಗಳನ್ನು ಸಮರ್ಥಿಸಿಕೊಳ್ಳಲು ಜಗಳಗಳನ್ನು ಸೃಷ್ಟಿಸುತ್ತೀರಿ. ಸಣ್ಣ ವಿಷಯವನ್ನು ದೊಡ್ಡದಾಗಿ ಮಾಡುತ್ತೀರಿ, ಏಕೆಂದರೆ ನಿಮಗೆ

'ನೀವೇ ಸರಿ' ಎಂದು ಸಾಬೀತುಪಡಿಸುವ ಮತ್ತು ಉಳಿದವರೆಲ್ಲರೂ ತಪ್ಪು ಎಂದು ತೋರಿಸುವ ಅಗತ್ಯವಿರುತ್ತದೆ. ನಿಮ್ಮದೇ ಅಭಿಪ್ರಾಯಗಳನ್ನು ನೀಡಿ, ನೀವು ಸರಿ ಎಂದು ಸಾಬೀತುಪಡಿಸಲು ತುಂಬಾ ಪ್ರಯತ್ನಿಸುತ್ತೀರಿ. ಅದೇ ರೀತಿ, ನೀವು ಏನು ಭಾವಿಸುತ್ತೀರಿ ಮತ್ತು ಏನು ಮಾಡುತ್ತೀರಿ ಎಂಬುದು ನಿಮ್ಮ ವ್ಯಯಕ್ತಿಕ ಕನಸಿನ ಪ್ರದರ್ಶನ, ನಿಮ್ಮದೇ ಆದ ಒಪ್ಪಂದಗಳ ಪ್ರತಿಫಲನವಾಗಿದೆ. ನೀವು ಏನು ಹೇಳುತ್ತೀರಿ, ಏನು ಮಾಡುತ್ತೀರಿ ಮತ್ತು ನಿಮ್ಮ ಅಭಿಪ್ರಾಯಗಳು ಯಾವುವು ಎಂಬುದು ನೀವು ಮಾಡಿಕೊಂಡಿರುವ ಒಪ್ಪಂದಗಳ ಪ್ರಕಾರವೇ ಇರುತ್ತದೆ – ಮತ್ತು ಈ ಅಭಿಪ್ರಾಯಗಳಿಗೂ ನನಗೂ ಯಾವುದೇ ಸಂಬಂಧವಿರುವುದಿಲ್ಲ.

ನೀವು ನನ್ನ ಬಗ್ಗೆ ಏನು ಯೋಚಿಸುತ್ತೀರಾ ಎಂಬುದು ನನಗೆ ಮುಖ್ಯವಲ್ಲ, ಮತ್ತು ನಿಮ್ಮ ಆಲೋಚನೆಗಳನ್ನು ನಾನು ವೈಯಕ್ತಿಕವಾಗಿ ತೆಗೆದುಕೊಳ್ಳುವುದಿಲ್ಲ. ಜನರು "ಮಿಗೇಲ್, ನೀನು ಅತ್ಯುತ್ತಮ" ಎಂದು ಹೇಳಿದಾಗಲೂ ನಾನು ಅದನ್ನು ವೈಯಕ್ತಿಕವಾಗಿ ತೆಗೆದುಕೊಳ್ಳುವುದಿಲ್ಲ, ಮತ್ತು "ಮಿಗೇಲ್, ನೀನು ಅತೀ ಕೆಟ್ಟವನು" ಎಂದು ಹೇಳಿದಾಗಲೂ ಅದನ್ನು ವೈಯಕ್ತಿಕವಾಗಿ ತೆಗೆದುಕೊಳ್ಳುವುದಿಲ್ಲ. ನನಗೆ ಗೊತ್ತು ನೀವು ಸಂತೋಷವಾಗಿದ್ದಾಗ, "ಮಿಗೇಲ್, ನೀನು ನಿಜಕ್ಕೂ ದೇವದೂತ!" ಎನ್ನುತ್ತೀರಿ. ಆದರೆ, ನನ್ನ ಮೇಲೆ ಕೋಪಗೊಂಡಾಗ, "ಓಹ್, ಮಿಗೇಲ್, ನೀನು ಎಂತಹ ದೆವ್ವ! ನೀನು ತುಂಬಾ ಅಸಹ್ಯಕರ. ಆ ರೀತಿ ಹೇಗೆ ಮಾತನಾಡಲು ಸಾಧ್ಯ?" ಎಂದು ಹೇಳುತ್ತೀರಿ. ಯಾವುದೇ ಸಂದರ್ಭವಿರಲಿ, ಅದು ನನ್ನ ಮೇಲೆ ಪರಿಣಾಮ ಬೀರುವುದಿಲ್ಲ, ಏಕೆಂದರೆ ನಾನು ಏನಿದ್ದೇನೆ ಎಂಬುದು ನನಗೆ ತಿಳಿದಿದೆ. ನನಗೆ ಯಾರಿಂದಲೂ ಒಪ್ಪಿಗೆ ಸಿಗಬೇಕು ಎಂಬ ಅವಶ್ಯಕತೆಯಿಲ್ಲ. "ಮಿಗೇಲ್, ನೀನು ಚೆನ್ನಾಗಿ ಕೆಲಸ ಮಾಡುತ್ತಿದ್ದೀಯಾ!" ಅಥವಾ "ನೀನು ಹಾಗೆ ಮಾಡಲು ಹೇಗೆ ಧೈರ್ಯ ಮಾಡಿದೆ!" ಎಂದು ಯಾರಾದರೂ ಹೇಳಬೇಕೆಂಬ ಅಗತ್ಯ ನನಗಿಲ್ಲ.

ಇಲ್ಲ, ನಾನು ಅದನ್ನು ವೈಯಕ್ತಿಕವಾಗಿ ತೆಗೆದುಕೊಳ್ಳುವುದಿಲ್ಲ. ನೀವು ಏನೇ ಯೋಚಿಸಿದರೂ, ಏನೇ ಭಾವಿಸಿದರೂ, ಅದು ನಿಮ್ಮ ಸಮಸ್ಯೆ, ನನ್ನ ಸಮಸ್ಯೆಯಲ್ಲ. ಅದು ನೀವು ಜಗತ್ತನ್ನು ನೋಡುವ ವಿಧಾನ. ಅದು ವೈಯಕ್ತಿಕವಾದದ್ದಲ್ಲ, ಏಕೆಂದರೆ ನೀವು ನಿಮ್ಮೊಂದಿಗೇ ವ್ಯವಹರಿಸುತ್ತಿದ್ದೀರಿ, ನನ್ನೊಂದಿಗೆ ಅಲ್ಲ. ಇತರರು ತಮ್ಮದೇ ಆದ ಅಭಿಪ್ರಾಯಗಳನ್ನು ಹೊಂದಿರಬಹುದು, ಅದು ಅವರ ನಂಬಿಕೆಯ ವ್ಯವಸ್ಥೆಯ ಪ್ರಕಾರ ಇರುತ್ತದೆ. ಆದ್ದರಿಂದ ಅವರು ನನ್ನ ಬಗ್ಗೆ ಯೋಚಿಸುವುದು ಯಾವುದೂ ನನ್ನ ಬಗ್ಗೆ ಅಲ್ಲವೇ ಅಲ್ಲ, ಅದು ಅವರ ಬಗ್ಗೆಯೇ ಆಗಿರುತ್ತದೆ.

ನೀವು ನನ್ನ ಹತ್ತಿರ ಬಂದು, "ಮಿಗೇಲ್, ನೀವು ಹೇಳುತ್ತಿರುವುದು ನನಗೆ ನೋವುಂಟುಮಾಡುತ್ತಿದೆ" ಎನ್ನಬಹುದು. ಆದರೆ, ನಿಜವಾಗಿ ನನ್ನ ಮಾತುಗಳು ನಿಮಗೆ ನೋವುಂಟು ಮಾಡುತ್ತಿಲ್ಲ; ಬದಲಿಗೆ ನಿಮ್ಮಲ್ಲಿ ಈಗಾಗಲೇ ಗಾಯಗಳಿವೆ, ಮತ್ತು ನಾನು ಹೇಳಿದ ಮಾತುಗಳಿಂದ ಆ ಗಾಯಗಳನ್ನು ಸ್ಪರ್ಶಿಸಿದ್ದೇನೆ. ನಿಮಗೆ ನೀವೇ ನೋವು ಮಾಡಿಕೊಳ್ಳುತ್ತಿದ್ದೀರಿ. ಇದನ್ನು ನಾನು ವೈಯಕ್ತಿಕವಾಗಿ ತೆಗೆದುಕೊಳ್ಳಲು ಸಾಧ್ಯವೇ ಇಲ್ಲ. ಏಕೆಂದರೆ, ನಾನು ನಿಮ್ಮನ್ನು ನಂಬುವುದಿಲ್ಲ ಅಥವಾ ವಿಶ್ವಾಸವಿಡುತ್ತಿಲ್ಲ ಎಂದಲ್ಲ, ಆದರೆ ನೀವು ಜಗತ್ತನ್ನು ಬೇರೆ ಕಣ್ಣುಗಳಿಂದ, ನಿಮ್ಮದೇ ಕಣ್ಣುಗಳಿಂದ ನೋಡುತ್ತಿದ್ದೀರಿ ಎಂದು

ನನಗೆ ತಿಳಿದಿದೆ. ನಿಮ್ಮ ಮನಸ್ಸಿನಲ್ಲಿ ನೀವು ಒಂದು ಸಂಪೂರ್ಣ ಚಿತ್ರವನ್ನು ಅಥವಾ ಚಲನಚಿತ್ರವನ್ನು ಸೃಷ್ಟಿಸುತ್ತೀರಿ, ಮತ್ತು ಆ ಚಿತ್ರದಲ್ಲಿ ನೀವೇ ನಿರ್ದೇಶಕರು, ನೀವೇ ನಿರ್ಮಾಪಕರು, ನೀವೇ ಮುಖ್ಯ ನಟ ಅಥವಾ ನಟಿ. ಉಳಿದವರೆಲ್ಲರೂ ಸಹ ನಟರು ಅಥವಾ ನಟಿಯರು. ಅದು ನಿಮ್ಮದೇ ಚಲನಚಿತ್ರ.

ನೀವು ಆ 'ಚಲನಚಿತ್ರ'ವನ್ನು ಅಂದರೆ, ನಿಮ್ಮ ಜೀವನವನ್ನು ನೋಡುವ ರೀತಿ, ನಿಮ್ಮ ಜೀವನದೊಂದಿಗೆ ನೀವು ಮಾಡಿಕೊಂಡಿರುವ ಒಪ್ಪಂದಗಳ ಪ್ರಕಾರವೇ ಇರುತ್ತದೆ. ನಿಮ್ಮ ದೃಷ್ಟಿಕೋನವು ನಿಮಗೆ ವೈಯಕ್ತಿಕವಾದದ್ದು. ಅದು ನಿಮ್ಮ ಸತ್ಯವೇ ಹೊರತು ಬೇರೆಯವರ ಸತ್ಯವಲ್ಲ. ಹಾಗಾಗಿ, ನೀವು ನನ್ನ ಮೇಲೆ ಕೋಪಗೊಂಡರೆ, ನೀವು ನಿಮ್ಮೊಂದಿಗೆ ವ್ಯವಹರಿಸುತ್ತಿದ್ದೀರಿ ಎಂದು ನನಗೆ ತಿಳಿದಿದೆ. ನೀವು ಕೋಪಗೊಳ್ಳಲು ನಾನು ಒಂದು ನೆಪವಷ್ಟೇ. ಮತ್ತು ನೀವು ಕೋಪಗೊಳ್ಳುವುದು ನಿಮಗೆ ಭಯವಿರುವುದರಿಂದ, ಏಕೆಂದರೆ ನೀವು ಭಯದೊಂದಿಗೆ ಹೋರಾಡುತ್ತಿದ್ದೀರಿ. ನಿಮಗೆ ಭಯವಿಲ್ಲದಿದ್ದರೆ, ನೀವು ನನ್ನ ಮೇಲೆ ಕೋಪಗೊಳ್ಳಲು ಸಾಧ್ಯವೇ ಇಲ್ಲ. ನಿಮಗೆ ಭಯವಿಲ್ಲದಿದ್ದರೆ, ನೀವು ನನ್ನನ್ನು ದ್ವೇಷಿಸಲು ಸಾಧ್ಯವೇ ಇಲ್ಲ. ನಿಮಗೆ ಭಯವಿಲ್ಲದಿದ್ದರೆ, ನೀವು ಅಸೂಯೆ ಅಥವಾ ದುಃಖಪಡಲು ಸಾಧ್ಯವೇ ಇಲ್ಲ.

ನೀವು ಭಯವಿಲ್ಲದೆ ಬದುಕಿದರೆ, ನೀವು ಪ್ರೀತಿಸಿದರೆ, ಅಲ್ಲಿ ಯಾವುದೇ ನಕಾರಾತ್ಮಕ ಭಾವನೆಗಳಿಗೆ ಜಾಗವಿರುವುದಿಲ್ಲ. ನಿಮಗೆ ಭಯದ ಭಾವನೆಗಳು ಇಲ್ಲದಿದ್ದರೆ, ನೀವು ಚೆನ್ನಾಗಿ ಭಾವಿಸುತ್ತೀರಿ ಎಂಬುದು ತಾರ್ಕಿಕ. ನೀವು ಚೆನ್ನಾಗಿ ಭಾವಿಸಿದಾಗ, ನಿಮ್ಮ ಸುತ್ತಲಿನ ಎಲ್ಲವೂ ಚೆನ್ನಾಗಿರುತ್ತದೆ. ನಿಮ್ಮ ಸುತ್ತಲಿನ ಎಲ್ಲವೂ ಅದ್ಭುತವಾಗಿದ್ದಾಗ, ನಿಮಗೆ ಜಗತ್ತು ಸುಂದರ ಎನ್ನಿಸುತ್ತದೆ. ನಿಮ್ಮ ಸುತ್ತಲಿರುವುದನ್ನೆಲ್ಲಾ ನೀವು ಪ್ರೀತಿಸುತ್ತೀರಿ, ಕಾರಣ ನೀವು ನಿಮ್ಮನ್ನು ಪ್ರೀತಿಸುತ್ತಿದ್ದೀರಿ. ಏಕೆಂದರೆ ನೀವು ನಿಮ್ಮನ್ನು ಇಷ್ಟಪಡುತ್ತೀರಿ ಮತ್ತು ನಿಮ್ಮ ಬಗ್ಗೆ ತೃಪ್ತರಾಗಿದ್ದೀರಿ. ಮತ್ತು ಜೀವನದ ಬಗ್ಗೆಯೂ ನೀವು ಸಂತೋಷವಾಗಿದ್ದೀರಿ. ನೀವು ನಿರ್ಮಿಸಿರುವ ಚಲನಚಿತ್ರದ ಬಗ್ಗೆ ನೀವು ಸಂತೋಷವಾಗಿದ್ದೀರಿ, ನೀವು ಜೀವನದೊಂದಿಗಿನ ನಿಮ್ಮ ಒಪ್ಪಂದಗಳಿಂದ ಸಂತೋಷವಾಗಿದ್ದೀರಿ. ನೀವು ಶಾಂತವಾಗಿದ್ದೀರಿ. ಎಲ್ಲವೂ ಅದ್ಭುತವಾಗಿರುವ, ಎಲ್ಲವೂ ಸುಂದರವಾಗಿರುವ ಆನಂದದ ಮನಃಸ್ಥಿತಿಯಲ್ಲಿ ನೀವಿದ್ದೀರಿ. ಇಂತಹ ಆನಂದದ ಸ್ಥಿತಿಯಲ್ಲಿ ನೀವು ಯಾವಾಗಲೂ ನಿಮ್ಮ ಸಂಪರ್ಕಕ್ಕೆ ಬರುವ, ನೀವು ನೋಡುವ ಎಲ್ಲದರೊಂದಿಗೂ ಪ್ರೀತಿಯನ್ನು ಹಂಚುತ್ತಿದ್ದೀರಿ.

ಜನರು ಏನೇ ಮಾಡಿದರೂ, ಏನೇ ಭಾವಿಸಿದರೂ, ಏನೇ ಯೋಚಿಸಿದರೂ ಅಥವಾ ಏನೇ ಹೇಳಿದರೂ, ಅದನ್ನು ವೈಯಕ್ತಿಕವಾಗಿ ತೆಗೆದುಕೊಳ್ಳಬೇಡಿ. ಒಂದು ವೇಳೆ ಅವರು 'ನೀವು ಎಷ್ಟು ಅದ್ಭುತವಾಗಿದ್ದೀರಿ' ಎಂದು ನಿಮಗೆ ಹೇಳಿದರೂ, ಅದನ್ನು ಅವರು ನಿಮ್ಮ ಕಾರಣದಿಂದ ಹೇಳುತ್ತಿಲ್ಲ. ನೀವು ಅದ್ಭುತ ವ್ಯಕ್ತಿ ಎಂದು ನಿಮಗೆ ಈಗಾಗಲೇ ತಿಳಿದಿದೆ. ನೀವು ಅದ್ಭುತ ಎಂದು ಹೇಳುವ ಇತರರನ್ನು ನಂಬುವ ಅಗತ್ಯವಿಲ್ಲ. ಯಾವುದನ್ನೂ ವೈಯಕ್ತಿಕವಾಗಿ ತೆಗೆದುಕೊಳ್ಳಬೇಡಿ. ಅತ್ಯಂತ ವಿಪರೀತ ಸಂದರ್ಭದಲ್ಲೂ ಸಹ, ಉದಾಹರಣೆಗೆ ಯಾರಾದರೂ ಗನ್ ತೆಗೆದುಕೊಂಡು ನಿಮ್ಮ ತಲೆಗೆ ಗುಂಡು ಹಾರಿಸಿದರೂ, ಅದು ವೈಯಕ್ತಿಕವಲ್ಲ. ಆ ಘೋರ ಕೃತ್ಯ ಕೂಡಾ ಅವರ ಆಂತರಿಕ ಪ್ರಪಂಚ, ಅವರ

ಮನಸ್ಸಿನ ಸ್ಥಿತಿಯ ಪ್ರಕಟಣೆಯೇ ಹೊರತು, ನಿಮ್ಮ ಬಗ್ಗೆ ಅಲ್ಲ.

ನಿಮ್ಮ ಬಗ್ಗೆ ನೀವು ಹೊಂದಿರುವ ಅಭಿಪ್ರಾಯಗಳೂ ಸಹ ಯಾವಾಗಲೂ ನಿಜವಾಗಿರುವುದಿಲ್ಲ. ಹಾಗಾಗಿ, ನಿಮ್ಮ ಸ್ವಂತ ಮನಸ್ಸಿನಲ್ಲಿ ನೀವು ಕೇಳುವ ಯಾವುದೇ ಮಾತನ್ನು ವೈಯಕ್ತಿಕವಾಗಿ ತೆಗೆದುಕೊಳ್ಳುವ ಅಗತ್ಯವಿಲ್ಲ. ಮನಸ್ಸಿಗೆ ತನ್ನೊಳಗೆ ತಾನೇ ಮಾತನಾಡಿಕೊಳ್ಳುವ ಸಾಮರ್ಥ್ಯವಿದೆ, ಅಲ್ಲದೇ ಇತರ ಲೋಕಗಳಿಂದ, ಇತರ ನೆಲೆಗಳಿಂದ ಲಭ್ಯವಿರುವ ಮಾಹಿತಿಯನ್ನು ಗ್ರಹಿಸುವ ಸಾಮರ್ಥ್ಯವೂ ಅದಕ್ಕಿದೆ. ಕೆಲವೊಮ್ಮೆ ನಿಮ್ಮ ಮನಸ್ಸಿನಲ್ಲಿ ಒಂದು ಧ್ವನಿ ಕೇಳಿಬರುತ್ತದೆ, ಮತ್ತು ಅದು ಎಲ್ಲಿಂದ ಬಂತು ಎಂದು ನೀವು ಆಶ್ಚರ್ಯಪಡಬಹುದು. ಈ ಧ್ವನಿ, ಮಾನವ ಮನಸ್ಸಿಗೆ ಹೋಲುವ ಜೀವಂತ ಜೀವಿಗಳಿರುವ ಇನ್ನೊಂದು ವಾಸ್ತವದಿಂದ ಬಂದಿರಬಹುದು. ಟೋಲ್ಟೆಕ್‌ಗಳು ಈ ಜೀವಿಗಳನ್ನು 'ಮಿತ್ರರು' ಎಂದು ಕರೆದರು. ಯುರೋಪ್, ಆಫ್ರಿಕಾ ಮತ್ತು ಭಾರತದಲ್ಲಿ ಅವುಗಳನ್ನು 'ದೇವರುಗಳು' ಎಂದು ಕರೆದರು.

ನಮ್ಮ ಮನಸ್ಸು ಸಹ ದೇವರುಗಳು ಇರುವ ನೆಲೆಯಲ್ಲಿ ಇರುತ್ತದೆ. ನಮ್ಮ ಮನಸ್ಸು ಆ ವಾಸ್ತವದಲ್ಲಿಯೂ ಇರುತ್ತದೆ ಮತ್ತು ಆ ವಾಸ್ತವವನ್ನು ಗ್ರಹಿಸುತ್ತದೆ. ಮನಸ್ಸು ಕಣ್ಣುಗಳಿಂದ ನೋಡುತ್ತದೆ ಮತ್ತು ಈ ಎಚ್ಚರದ ವಾಸ್ತವವನ್ನು ಗ್ರಹಿಸುತ್ತದೆ. ಆದರೆ, ಮನಸ್ಸು ಕಣ್ಣುಗಳಿಲ್ಲದೆಯೂ ನೋಡುತ್ತದೆ ಮತ್ತು ಗ್ರಹಿಸುತ್ತದೆ, ಆದರೂ ನಮ್ಮ ತರ್ಕಶೀಲ ಮನಸ್ಸಿಗೆ ಈ ಗ್ರಹಿಕೆಯ ಬಗ್ಗೆ ಅಷ್ಟಾಗಿ ಅರಿವಿರುವುದಿಲ್ಲ. ಮನಸ್ಸು ಒಂದಕ್ಕಿಂತ ಹೆಚ್ಚು ಆಯಾಮಗಳಲ್ಲಿ ಜೀವಿಸುತ್ತದೆ. ಕೆಲವೊಮ್ಮೆ ನಿಮಗೆ ಕೆಲವು ಆಲೋಚನೆಗಳು ಬರಬಹುದು, ಅವು ನಿಮ್ಮದೇ ಮನಸ್ಸಿನಲ್ಲಿ ಹುಟ್ಟಿಕೊಂಡಿರುವುದಿಲ್ಲ, ಆದರೆ ನಿಮ್ಮ ಮನಸ್ಸಿನಿಂದ ನೀವು ಅವುಗಳನ್ನು ಗ್ರಹಿಸುತ್ತೀರಿ. ಈ ಧ್ವನಿಗಳನ್ನು ನಂಬಲು ಅಥವಾ ನಂಬದಿರಲು ನಿಮಗೆ ಹಕ್ಕಿದೆ, ಮತ್ತು ಅವು ಹೇಳುವುದನ್ನು ವೈಯಕ್ತಿಕವಾಗಿ ತೆಗೆದುಕೊಳ್ಳದಿರಲು ನಿಮಗೆ ಹಕ್ಕಿದೆ. ನಮ್ಮ ಮನಸ್ಸಿನಲ್ಲಿ ನಾವು ಕೇಳುವ ಧ್ವನಿಗಳನ್ನು ನಂಬಬೇಕೇ ಅಥವಾ ಬೇಡವೇ ಎಂಬುದನ್ನು ಆಯ್ಕೆ ಮಾಡುವ ಸ್ವಾತಂತ್ರ್ಯ ನಮಗಿದೆ, ಹೇಗೆ ಈ ಭೂಮಿಯ ಕನಸಿನಲ್ಲಿ ಏನನ್ನು ನಂಬಬೇಕು ಮತ್ತು ಏನನ್ನು ಒಪ್ಪಿಕೊಳ್ಳಬೇಕು ಎಂಬುದನ್ನು ಆಯ್ಕೆ ಮಾಡುವ ಸ್ವಾತಂತ್ರ್ಯ ನಮಗಿದೆಯೋ ಹಾಗೆ.

ಮನಸ್ಸು ತನ್ನೊಂದಿಗೆ ತಾನೇ ಮಾತನಾಡಬಲ್ಲದು ಮತ್ತು ತನ್ನನ್ನು ತಾನು ಆಲಿಸಬಲ್ಲದು. ನಿಮ್ಮ ದೇಹವನ್ನು ವಿಭಜಿಸಿದಂತೆ, ಮನಸ್ಸು ಕೂಡ ವಿಭಜಿಸಲ್ಪಟ್ಟಿದೆ. ನೀವು "ನನಗೆ ಒಂದು ಕೈ ಇದೆ, ಮತ್ತು ನಾನು ಇನ್ನೊಂದು ಕೈಯನ್ನು ಅಲುಗಾಡಿಸಬಹುದು ಹಾಗೂ ಇನ್ನೊಂದು ಕೈಯನ್ನು ಫೀಲ್ ಮಾಡಬಹುದು" ಎಂದು ಹೇಳುವಂತೆ, ಮನಸ್ಸು ತನ್ನೊಂದಿಗೆ ತಾನೇ ಮಾತನಾಡಬಲ್ಲದು. ಮನಸ್ಸಿನ ಒಂದು ಭಾಗ ಮಾತನಾಡುತ್ತಿದ್ದರೆ, ಇನ್ನೊಂದು ಭಾಗ ಕೇಳುತ್ತಿರುತ್ತದೆ. ಆದರೆ, ನಿಮ್ಮ ಮನಸ್ಸಿನ ಸಾವಿರಾರು ಭಾಗಗಳು ಒಂದೇ ಸಮಯದಲ್ಲಿ ಮಾತನಾಡಲು ಶುರು ಮಾಡಿದಾಗ, ಅದು ದೊಡ್ಡ ಸಮಸ್ಯೆಯಾಗುತ್ತದೆ. ಇದನ್ನು ನಾವು 'ಮಿಟೋಟೆ' ಎಂದು ಕರೆಯುತ್ತೇವೆ, ನೆನಪಿದೆಯೇ? ಮಿಟೋಟೆ ಎಂದರೆ ಮನಸ್ಸಿನಲ್ಲಿ ನಡೆಯುವ ಗೊಂದಲಮಯ, ಅಸ್ತವ್ಯಸ್ತ ಆಲೋಚನೆಗಳ ಹರಿವು.

ಮಿಟೋಟೆಯನ್ನು ಒಂದು ದೊಡ್ಡ ಸಂತೆಗೆ ಹೋಲಿಸಬಹುದು, ಅಲ್ಲಿ ಸಾವಿರಾರು ಜನರು ಒಂದೇ ಸಮಯದಲ್ಲಿ ಮಾತನಾಡುತ್ತಾ, ವಸ್ತುಗಳನ್ನು ವಿನಿಮಯ

ಮಾಡಿಕೊಳ್ಳುತ್ತಿರುತ್ತಾರೆ. ಪ್ರತಿಯೊಬ್ಬರಿಗೂ ವಿಭಿನ್ನ ಆಲೋಚನೆಗಳು ಮತ್ತು ಭಾವನೆಗಳಿರುತ್ತವೆ; ಪ್ರತಿಯೊಬ್ಬರಿಗೂ ವಿಭಿನ್ನ ದೃಷ್ಟಿಕೋನವಿರುತ್ತದೆ. ಮನಸ್ಸಿನಲ್ಲಿರುವ 'ಪ್ರೋಗ್ರಾಮಿಂಗ್' – ಅಂದರೆ ನಾವು ಮಾಡಿಕೊಂಡಿರುವ ಎಲ್ಲಾ ಒಪ್ಪಂದಗಳು – ಯಾವಾಗಲೂ ಪರಸ್ಪರ ಹೊಂದಿಕೆಯಾಗಬೇಕಾಗಿಲ್ಲ. ಪ್ರತಿ ಒಪ್ಪಂದವೂ ಒಂದು ಪ್ರತ್ಯೇಕ ಜೀವಿಯಂತೆ; ಅದಕ್ಕೆ ತನ್ನದೇ ಆದ ವ್ಯಕ್ತಿತ್ವ ಮತ್ತು ತನ್ನದೇ ಆದ ಧ್ವನಿಯಿರುತ್ತದೆ. ಕೆಲವು ಒಪ್ಪಂದಗಳಿಗೆ ವಿರುದ್ಧವಾದ ಒಪ್ಪಂದಗಳಿರುತ್ತವೆ, ಮತ್ತು ಹೀಗೆ ಮುಂದುವರಿದು ಅದು ಮನಸ್ಸಿನಲ್ಲಿ ಒಂದು ದೊಡ್ಡ ಯುದ್ಧವಾಗಿ ಮಾರ್ಪಡುತ್ತದೆ. ಮನುಷ್ಯರು ತಮಗೆ ಏನು ಬೇಕು, ಅದು ಹೇಗೆ ಬೇಕು, ಮತ್ತು ಯಾವಾಗ ಬೇಕು ಎಂಬುದನ್ನು ಅಷ್ಟಾಗಿ ತಿಳಿದುಕೊಳ್ಳದಿರಲು ಕಾರಣ ಈ ಮಿಟೋಟೆಯೆ. ಅವರು ತಮ್ಮನ್ನು ತಾವೇ ಒಪ್ಪಿಕೊಳ್ಳುವುದಿಲ್ಲ, ಏಕೆಂದರೆ ಮನಸ್ಸಿನ ಒಂದು ಭಾಗ ಒಂದು ವಿಷಯವನ್ನು ಬಯಸಿದರೆ ಇನ್ನೊಂದು ಭಾಗ ಸಂಪೂರ್ಣ ವಿರುದ್ಧವಾದುದನ್ನು ಬಯಸುತ್ತದೆ.

ಮನಸ್ಸಿನ ಒಂದು ಭಾಗ ಕೆಲವು ವಿಚಾರ ಮತ್ತು ಕಾರ್ಯಗಳನ್ನು ಬೇಡ ಎನ್ನುತ್ತದೆ, ಮತ್ತು ಇನ್ನೊಂದು ಭಾಗ ಆ ವಿಚಾರಗಳನ್ನು ಬೇಕು ಎನ್ನುತ್ತದೆ. ನಮ್ಮ ಮನಸ್ಸಿನಲ್ಲಿ ಜೀವಿಸುತ್ತಿರುವ ಈ ಎಲ್ಲ ಸಣ್ಣ ಜೀವಂತ ಘಟಕಗಳು ಅಂದರೆ ನಮ್ಮೊಳಗಿನ ಒಪ್ಪಂದಗಳು ಆಂತರಿಕ ಸಂಘರ್ಷವನ್ನು ಸೃಷ್ಟಿಸುತ್ತವೆ, ಏಕೆಂದರೆ ಅವು ಜೀವಂತವಾಗಿವೆ ಮತ್ತು ಪ್ರತಿಯೊಂದಕ್ಕೂ ತನ್ನದೇ ಆದ ಧ್ವನಿಯಿದೆ. ನಾವು ಮಾಡಿಕೊಂಡಿರುವ ಒಪ್ಪಂದಗಳನ್ನು ದಾಖಲೆ ಮಾಡುವ ಮೂಲಕ ಮಾತ್ರ, ನಾವು ಮನಸ್ಸಿನಲ್ಲಿರುವ ಎಲ್ಲಾ ಸಂಘರ್ಷಗಳನ್ನು ಹೊರಹಾಕಬಹುದು ಮತ್ತು ಅಂತಿಮವಾಗಿ 'ಮಿಟೋಟೆ'ಯ ಮನಸ್ಸಿನ ಗೊಂದಲವನ್ನು ಸರಿಪಡಿಸಬಹದು.

ಯಾವುದನ್ನೂ ವೈಯಕ್ತಿಕವಾಗಿ ತೆಗೆದುಕೊಳ್ಳಬೇಡಿ, ಏಕೆಂದರೆ ಅದರಿಂದ ನಿಮಗೆ ಅನವಶ್ಯಕವಾಗಿ ನೋವಾಗುತ್ತದೆ. ಮನುಷ್ಯರು ಬಗೆಬಗೆಯ ರೀತಿಯಲ್ಲಿ ನೋವಿಗೆ ದಾಸರಾಗಿದ್ದಾರೆ, ಮತ್ತು ಇದನ್ನು ಮುಂದುವರೆಸಲು ನಾವು ಒಬ್ಬರಿಗೊಬ್ಬರು ಬೆಂಬಲಿಸುತ್ತೇವೆ. ಮನುಷ್ಯರು ನೋವು ಅನುಭವಿಸಲು ಒಬ್ಬರಿಗೊಬ್ಬರು ಸಹಾಯ ಮಾಡಲು ಒಪ್ಪಿಕೊಂಡಿದ್ದಾರೆ. ನಿಮ್ಮನ್ನು ಕೆಟ್ಟದಾಗಿ ನಡೆಸಿಕೊಳ್ಳುವ ಅಗತ್ಯ ನಿಮ್ಮೊಳಗಿದ್ದರೆ, ಬೇರೆಯವರಿಂದ ನೀವು ಸುಲುಭವಾಗಿ ದುರುಪಯೋಗಕ್ಕೆ ಒಳಗಾಗುತ್ತೀರ. ಅದೇ ರೀತಿ, ನೀವು ನೋವನ್ನು ಸ್ವಾಗತಿಸುವ ಜನರೊಂದಿಗಿದ್ದರೆ, ನಿಮ್ಮೊಳಗಿನ ಏನೋ ಒಂದು ಅವರನ್ನು ದುರುಪಯೋಗಪಡಿಸಿಕೊಳ್ಳುವಂತೆ ಮಾಡುತ್ತದೆ. ಅವರೇ ಬೆನ್ನ ಮೇಲೆ 'ದಯವಿಟ್ಟು ನನ್ನನ್ನು ಒದೆಯಿರಿ' ಎಂದು ಬರೆದಂತೆ. ಅವರು ತಮ್ಮ ನೋವಿಗೆ ಸಮರ್ಥನೆಯನ್ನು ಕೇಳುತ್ತಿದ್ದಾರೆ. ಅವರ ನೋವಿನ ವ್ಯಸನವು ಪ್ರತಿದಿನವೂ ಬಲಗೊಳ್ಳುತ್ತಿರುವ ಒಂದು ಒಪ್ಪಂದವೇ ಸರಿ.

ನೀವು ಎಲ್ಲಿಗೆ ಹೋದರೂ ಜನರು ನಿಮಗೆ ಸುಳ್ಳು ಹೇಳುವುದನ್ನು ಕಾಣುತ್ತೀರಿ, ಮತ್ತು ನಿಮ್ಮಲ್ಲಿ ಜಾಗೃತಿ ಹೆಚ್ಚುತ್ತಿದ್ದಂತೆ ನೀವೂ ಸಹ ನಿಮಗೆ ನೀವೇ ಸುಳ್ಳು ಹೇಳಿಕೊಳ್ಳುತ್ತೀರಿ ಎಂಬುದನ್ನು ಗಮನಿಸುವಿರಿ. ಜನರು ನಿಮಗೆ ಸತ್ಯವನ್ನು ಹೇಳುತ್ತಾರೆ ಎಂದು ನಿರೀಕ್ಷಿಸಬೇಡಿ, ಏಕೆಂದರೆ ಜನರೂ ಸಹ ತಮ್ಮಷ್ಟಕ್ಕೆ ತಾವೇ ಸುಳ್ಳು ಹೇಳಿಕೊಳ್ಳುತ್ತಾರೆ. ನೀವು ನಿಮ್ಮನ್ನು

ನಂಬಬೇಕು ಮತ್ತು ಯಾರಾದರೂ ನಿಮಗೆ ಹೇಳುವ ವಿಷಯವನ್ನು ನಂಬಬೇಕೇ ಅಥವಾ ಬೇಡವೇ ಎಂಬುದನ್ನು ಆರಿಸಿಕೊಳ್ಳಬೇಕು.

ಇತರರನ್ನು ಅವರು ಹೇಗಿದ್ದಾರೋ ಹಾಗೆಯೇ, ಯಾವುದೇ ವಿಷಯವನ್ನು ವೈಯಕ್ತಿಕವಾಗಿ ತೆಗೆದುಕೊಳ್ಳದೇ ನೋಡಿದಾಗ, ಅವರು ಏನು ಹೇಳಿದರೂ ಅಥವಾ ಮಾಡಿದರೂ ನಮಗೆ ಎಂದಿಗೂ ನೋವಾಗುವುದಿಲ್ಲ. ಇತರರು ನಿಮಗೆ ಸುಳ್ಳು ಹೇಳಿದರೂ ಪರವಾಗಿಲ್ಲ. ಅವರು ಸುಳ್ಳು ಹೇಳುತ್ತಿರುವುದು ಭಯದಿಂದಾಗಿ. ಅವರು ಪರಿಪೂರ್ಣರಾಗಿಲ್ಲ ಎಂದು ನಿಮಗೆ ತಿಳಿಯುತ್ತದೆ ಎಂದು ಅವರಿಗೆ ಭಯವಿರುತ್ತದೆ. ಆ ಸಾಮಾಜಿಕ ಮುಖವಾಡವನ್ನು ತೆಗೆದುಹಾಕುವುದು ನೋವುಂಟುಮಾಡುತ್ತದೆ. ಒಂದು ವೇಳೆ ಬೇರೆಯವರು ಮಾತಿನಲ್ಲಿ ಒಂದು ಹೇಳಿ ನಡೆಯಲ್ಲಿ ಇನ್ನೊಂದು ಮಾಡಿದರೆ, ನೀವು ಅವರ ನಡೆಯನ್ನು ಗಮನಿಸದಿದ್ದರೆ, ನೀವೇ ನಿಮಗೆ ಸುಳ್ಳು ಹೇಳಿಕೊಳ್ಳುತ್ತಿದ್ದೀರಿ ಎಂದಾಗುತ್ತದೆ. ಆದರೆ, ನೀವು ಸತ್ಯವಂತರಾಗಿದ್ದರೆ, ಬಹಳಷ್ಟು ಭಾವನೆಗಳು ಉಂಟುಮಾಡುವ ನೋವಿನಿಂದ ನೀವು ಪಾರಾಗುತ್ತೀರಿ. ನಿಮಗೆ ನೀವೇ ಅದರ ಸತ್ಯವನ್ನು ಹೇಳಿಕೊಳ್ಳುವುದು ನೋವುಂಟುಮಾಡಬಹುದು, ಆದರೆ ನೀವು ಆ ನೋವಿಗೆ ಅಂಟಿಕೊಳ್ಳುವ ಅಗತ್ಯವಿಲ್ಲ. ಹೀಲಿಂಗ್ ನಿಮ್ಮ ಬಳಿ ಬರುತ್ತಲಿದೆ, ಕೆಲವೇ ಸಮಯದಲ್ಲಿ ಎಲ್ಲವೂ ಸರಿಹೋಗುತ್ತದೆ.

ಯಾರಾದರೂ ನಿಮ್ಮನ್ನು ಪ್ರೀತಿ ಮತ್ತು ಗೌರವದಿಂದ ನಡೆಸಿಕೊಳ್ಳದಿದ್ದರೆ ಅವರು ನಿಮ್ಮಿಂದ ದೂರ ಸರಿದರೆ ಅದೊಂದು ವರ. ಆ ವ್ಯಕ್ತಿ ದೂರ ಸರಿಯದಿದ್ದರೆ, ನೀವು ಖಂಡಿತವಾಗಿಯೂ ಅವರೊಂದಿಗೆ ಅನೇಕ ವರ್ಷಗಳ ಕಾಲ ಕಷ್ಟಪಡಬೇಕಾಗುತ್ತದೆ. ದೂರ ಸರಿಯುವುದು ಸ್ವಲ್ಪ ಸಮಯದವರೆಗೆ ನೋವುಂಟುಮಾಡಬಹುದು, ಆದರೆ ನಿಮ್ಮ ಹೃದಯದ ಬೇನೆ ಅಂತಿಮವಾಗಿ ವಾಸಿಯಾಗುತ್ತದೆ. ಆಗ ನೀವು ಬೇಕಾದನ್ನು ಆರಿಸಿಕೊಳ್ಳಬಹುದು. ಸರಿಯಾದ ಆಯ್ಕೆಗಳನ್ನು ಮಾಡಲು ನೀವು ಬೇರೆಯವರನ್ನು ನಂಬವ ಅಗತ್ಯವಿಲ್ಲ, ನಿಮ್ಮನ್ನು ನೀವು ನಂಬಿದರೆ ಸಾಕು ಎಂಬುದನ್ನು ಕಂಡುಕೊಳ್ಳುವಿರಿ.

ಯಾವುದನ್ನೂ ವೈಯಕ್ತಿಕವಾಗಿ ತೆಗೆದುಕೊಳ್ಳಬಾರದು– ಈ ಅಭ್ಯಾಸವನ್ನು ನೀವು ಮಾಡಿಕೊಂಡರೆ, ಜೀವನದಲ್ಲಿ ಅನೇಕ ಅಸಮಾಧಾನಗಳನ್ನು ತಪ್ಪಿಸಬಹುದು. ನೀವು ವಿಚಾರಗಳನ್ನು ವೈಯಕ್ತಿಕವಾಗಿ ತೆಗೆದುಕೊಳ್ಳದಿದ್ದರೆ ನಿಮ್ಮ ಕೋಪ, ಅಸೂಯೆ ಮತ್ತು ಈರ್ಷ್ಯೆಯು ತಂತಾನೆ ಮಾಯವಾಗುತ್ತವೆ, ಮತ್ತು ನಿಮ್ಮ ದುಃಖವೂ ಕೂಡ ಮಾಯವಾಗುತ್ತದೆ.

ಈ ಎರಡನೇ ಒಪ್ಪಂದ ಅಂದರೆ ಯಾವುದನ್ನೂ ವೈಯಕ್ತಿಕವಾಗಿ ತೆಗೆದುಕೊಳ್ಳದಿರುವುದು– ಇದನ್ನು ದೃಢವಾದ ಅಭ್ಯಾಸವನ್ನಾಗಿ ಮಾಡಿಕೊಂಡರೆ, ನಿಮ್ಮನ್ನು ಮತ್ತೆ ನರಕಕ್ಕೆ ತಳ್ಳಲು ಯಾರಿಂದಲೂ, ಯಾವುದರಿಂದಲೂ ಸಾಧ್ಯವಾಗುವುದಿಲ್ಲ. ಯಾವುದನ್ನೂ ವೈಯಕ್ತಿಕವಾಗಿ ತೆಗೆದುಕೊಳ್ಳದಿದ್ದಾಗ, ಅಪಾರವಾದ ಸ್ವಾತಂತ್ರ್ಯ ನಿಮ್ಮ ಬಳಿ ಬರುತ್ತದೆ. ನೀವು 'ಕಪ್ಪು ಮಾಂತ್ರಿಕರಿಗೆ' ಅಂದರೆ ನಕಾರಾತ್ಮಕ ಶಕ್ತಿಗಳನ್ನು ಹರಡುವವರ ವಿರುದ್ಧ ಪ್ರತಿರೋಧಕತೆ ಬೆಳೆಸಿಕೊಳ್ಳುತ್ತೀರಿ, ಮತ್ತು ನಕಾರಾತ್ಮಕವಾದ ಯಾವುದೇ ಮಂತ್ರ, ಅದು ಎಷ್ಟೇ ಪ್ರಬಲವಾಗಿದ್ದರೂ ನಿಮಗೇನೂ ಮಾಡಲಾಗುವುದಿಲ್ಲ. ಇಡೀ ಜಗತ್ತು ನಿಮ್ಮ ಬಗ್ಗೆ ಗಾಸಿಪ್ ಮಾಡಿದರೂ, ನೀವು ಅದನ್ನು ವೈಯಕ್ತಿಕವಾಗಿ ತೆಗೆದುಕೊಳ್ಳದಿದ್ದರೆ, ನಿಮಗೆ

ಏನೂ ಆಗುವುದಿಲ್ಲ. ಅದು ನಿಮ್ಮ ಮೇಲೆ ಯಾವುದೇ ಪ್ರಭಾವವನ್ನು ಬೀರಲಾರದು. ಯಾರಾದರೂ ನಿಮ್ಮ ಬಳಿ ಭಾವನಾತ್ಮಕ ವಿಷವನ್ನು ಉದ್ದೇಶಪೂರ್ವಕವಾಗಿ ಕಳಿಸಬಹುದು, ಆದರೆ ನೀವು ಅದನ್ನು ವೈಯಕ್ತಿಕವಾಗಿ ತೆಗೆದುಕೊಳ್ಳದಿದ್ದರೆ ನೀವು ಆ ವಿಷವನ್ನು ಸೇವಿಸುವುದಿಲ್ಲ. ನೀವು ಆ ಭಾವನಾತ್ಮಕ ವಿಷವನ್ನು ಸೇವಿಸದಿದ್ದರೆ ಅದನ್ನು ಕಳುಹಿಸಿದ ವ್ಯಕ್ತಿಯಲ್ಲಿ ಅದು ಇನ್ನಷ್ಟು ಕೆಟ್ಟದಾಗುತ್ತದೆ, ಆದರೆ ನಿಮ್ಮೊಳಗೆ ಅಲ್ಲ.

ಈ ಒಪ್ಪಂದ ಎಷ್ಟು ಮುಖ್ಯ ಎಂದು ನಿಮಗೆ ಈಗ ಅರ್ಥವಾಗಬಹುದು. ನಿಮ್ಮನ್ನು ನರಕದಲ್ಲಿ ಸಿಕ್ಕಿಹಾಕಿಕೊಳ್ಳುವಂತೆ ಮಾಡಿ, ಅನಗತ್ಯವಾಗಿ ನೋವು ಅನುಭವಿಸುವಂತೆ ಮಾಡುವ ಅಭ್ಯಾಸಗಳು ಮತ್ತು ದಿನಚರಿಗಳಿಂದ ಹೊರಬರಲು ಇದು ಸಹಾಯ ಮಾಡುತ್ತದೆ. ಕೇವಲ ಈ ಒಪ್ಪಂದವನ್ನು ಆಚರಣೆಗೆ ತರುವುದರಿಂದಲೇ, ನೀವು ನಿಮಗೆ ನೋವುಂಟುಮಾಡುವ ಡಜನ್‌ಗಟ್ಟಲೆ ಸಣ್ಣ-ಪುಟ್ಟ ಒಪ್ಪಂದಗಳನ್ನು ಮುರಿಯಲು ಪ್ರಾರಂಭಿಸುತ್ತೀರಿ. ಮತ್ತು ಈ ಮೊದಲೆರಡು ಒಪ್ಪಂದಗಳನ್ನು ಪಾಲಿಸುವುದರಿಂದ ನಿಮ್ಮನ್ನು ನರಕದಲ್ಲಿ ಸಿಕ್ಕಿಹಾಕಿಸಿರುವ ಶೇಕಡಾ ಎಪ್ಪತ್ತೈದರಷ್ಟು ಸಣ್ಣ-ಪುಟ್ಟ ಒಪ್ಪಂದಗಳನ್ನು ನೀವು ಮುರಿಯುತ್ತೀರಿ. ಈ ಒಪ್ಪಂದವೂ ನಿಮಗೆ ಸದಾ ಕಾಲ ನೆನಪಿರಬೇಕಾದರೆ ಅದನ್ನು ಬರೆದು ಫ್ರಿಜ್ ಮೇಲೆ ಅಂಟಿಸಿರಿ: 'ಯಾವುದನ್ನೂ ವೈಯಕ್ತಿಕವಾಗಿ ತೆಗೆದುಕೊಳ್ಳಬೇಡ'.

ನೀವು ಯಾವುದನ್ನೂ ವೈಯಕ್ತಿಕವಾಗಿ ತೆಗೆದುಕೊಳ್ಳದಿರುವ ಅಭ್ಯಾಸದಿಂದ ಇತರರು ಏನು ಮಾಡುತ್ತಾರೆ ಅಥವಾ ಹೇಳುತ್ತಾರೆ ಎಂಬುದರ ಬಗ್ಗೆ ತಲೆಕೆಡಿಸಿಕೊಳ್ಳಬೇಕಾಗಿಲ್ಲ. ನೀವು ಜವಾಬ್ದಾರಿಯುತ ಆಯ್ಕೆಗಳನ್ನು ಮಾಡಲು ನಿಮ್ಮನ್ನೇ ನಂಬಬೇಕು. ಇತರರ ಕಾರ್ಯಗಳಿಗೆ ನೀವು ಎಂದಿಗೂ ಜವಾಬ್ದಾರರಾಗಿರುವುದಿಲ್ಲ. ನೀವು ಕೇವಲ ನಿಮ್ಮ ಬಗ್ಗೆ ಮಾತ್ರ ಜವಾಬ್ದಾರರಾಗಿರುತ್ತೀರಿ. ಇದನ್ನು ನೀವು ನಿಜವಾಗಿಯೂ ಅರ್ಥಮಾಡಿಕೊಂಡಾಗ, ಮತ್ತು ವಿಷಯಗಳನ್ನು ವೈಯಕ್ತಿಕವಾಗಿ ತೆಗೆದುಕೊಳ್ಳಲು ಒಪ್ಪದಿದ್ದಾಗ, ಇತರರ ಬೇಜವಬ್ದಾರಿ ಕಾಮೆಂಟ್‌ಗಳು ಅಥವಾ ಕಾರ್ಯಗಳಿಂದ ನಿಮಗೆ ನೋವಾಗುವುದಿಲ್ಲ.

ನೀವು ಈ ಯಾವುದನ್ನೂ ವೈಯಕ್ತಿಕವಾಗಿ ತೆಗೆದುಕೊಳ್ಳದಿರುವಿಕೆಯನ್ನು ಪಾಲಿಸಿಕೊಂಡು ಹೋದಾಗ ಹೃದಯವನ್ನು ಸಂಪೂರ್ಣವಾಗಿ ತೆರೆದು ಪ್ರಪಂಚದಾದ್ಯಂತ ಸಂಚರಿಸಬಹುದು ಮತ್ತು ಯಾರೂ ನಿಮ್ಮನ್ನು ನೋಯಿಸಲು ಸಾಧ್ಯವಿರುವುದಿಲ್ಲ. ನೀವು ಅಪಹಾಸ್ಯಕ್ಕೊಳಗಾಗುವ ಅಥವಾ ತಿರಸ್ಕರಿಸಲ್ಪಡುವ ಭಯವಿಲ್ಲದೆ, "ನಾನು ನಿನ್ನನ್ನು ಪ್ರೀತಿಸುತ್ತೇನೆ" ಎನ್ನಬಹುದು. ನಿಮಗೆ ಏನು ಬೇಕೋ ಅದನ್ನು ಕೇಳಬಹುದು. ಯಾವುದೇ ತಪ್ಪಿತಸ್ಥ ಭಾವನೆ ಇಲ್ಲದೆ ನೀವು 'ಹೌದು' ಅಥವಾ 'ಇಲ್ಲ' ಎಂದು ಹೇಳಬಹುದು. ನೀವು ಸದಾ ನಿಮ್ಮ ಹೃದಯ ಹೇಳಿದಂತೆ ನಡೆಯಬಹುದು. ಆಗ ನೀವು ನರಕದ ಮಧ್ಯದಲ್ಲಿದ್ದರೂ ಸಹ ಆಂತರಿಕ ಶಾಂತಿ ಮತ್ತು ಸಂತೋಷವನ್ನು ಅನುಭವಿಸಬಹುದು, ಪರಮಾನಂದದ ಸ್ಥಿತಿಯಲ್ಲಿ ಉಳಿಯಬಹುದು, ಮತ್ತು ನರಕವು ನಿಮ್ಮ ಮೇಲೆ ಯಾವುದೇ ಪ್ರಭಾವವನ್ನು ಬೀರಲಾರದು.

4

ಮೂರನೇ ಒಪ್ಪಂದ

ಊಹೆಗಳನ್ನು ಮಾಡಬೇಡಿ

ನಾವು ಎಲ್ಲದರ ಬಗ್ಗೆಯೂ ಊಹೆ ಮಾಡುವ ಪ್ರವೃತ್ತಿ ಹೊಂದಿದ್ದೇವೆ. ಈ ಊಹೆಯ ದೊಡ್ಡ ಸಮಸ್ಯೆ ಏನೆಂದರೆ, ನಾವು ಅದನ್ನು ಸತ್ಯವೆಂದು ನಂಬುತ್ತೇವೆ. ಅವು ನಿಜವೆಂದು ಪ್ರಮಾಣ ಮಾಡಲು ಸಹ ನಾವು ಸಿದ್ಧರಿರುತ್ತೇವೆ. ಇತರರು ಏನು ಮಾಡುತ್ತಿದ್ದಾರೆ ಅಥವಾ ಏನು ಯೋಚಿಸುತ್ತಿದ್ದಾರೆ ಎಂಬುದರ ಬಗ್ಗೆ ನಾವು ಊಹೆ ಮಾಡಿಕೊಳ್ಳುತ್ತೇವೆ- ವೈಯಕ್ತಿಕವಾಗಿ ತೆಗೆದುಕೊಳ್ಳುತ್ತೇವೆ- ನಂತರ ಅವರನ್ನು ದೂಷಿಸುತ್ತೇವೆ ಮತ್ತು ನಮ್ಮ ಮಾತುಗಳ ಮೂಲಕ 'ಭಾವನಾತ್ಮಕ ವಿಷ' ವನ್ನು ಸುರಿಯುತ್ತೇವೆ. ಇದೇ ಕಾರಣಕ್ಕೆ, ನಾವು ಯಾವಾಗ ಊಹೆಗಳನ್ನು ಮಾಡಿಕೊಳ್ಳುತ್ತೇವೆಯೋ, ಆಗ ನಾವು ಸಮಸ್ಯೆಗಳನ್ನು ಆಹ್ವಾನಿಸಿದಂತೆಯೇ ಸರಿ. ಒಂದು ಊಹೆ ಮಾಡಿಕೊಳ್ಳುತ್ತೇವೆ, ತಪ್ಪು ತಿಳುವಳಿಕೆ ಬೆಳೆಸಿಕೊಳ್ಳುತ್ತೇವೆ, ಅದನ್ನು ವೈಯಕ್ತಿಕವಾಗಿ ತೆಗೆದುಕೊಳ್ಳುತ್ತೇವೆ ಮತ್ತು ಕೊನೆಗೆ ಏನೂ ಅಲ್ಲದ ವಿಷಯಕ್ಕೆ ದೊಡ್ಡ ಡ್ರಾಮಾವನ್ನೇ ಸೃಷ್ಟಿಸುತ್ತೇವೆ. ಇದರಿಂದ ಕೇವಲ ಅನಗತ್ಯ ತೊಂದರೆಗಳು ಮಾತ್ರ ಉಂಟಾಗುತ್ತವೆ.

ನಿಮ್ಮ ಜೀವನದಲ್ಲಿ ನೀವು ಅನುಭವಿಸಿದ ಎಲ್ಲಾ ದುಃಖ ಮತ್ತು ನಾಟಕೀಯ ಘಟನೆಗಳಿಗೆ ಊಹೆ ಮಾಡಿಕೊಳ್ಳುವುದು ಮತ್ತು ವಿಷಯಗಳನ್ನು ವೈಯಕ್ತಿಕವಾಗಿ ತೆಗೆದುಕೊಳ್ಳುವುದೇ ಮೂಲ ಕಾರಣ. ಈ ಮಾತಿನ ಸತ್ಯವನ್ನು ಒಮ್ಮೆ ಯೋಚಿಸಿ ನೋಡಿ. ಮನುಷ್ಯರ ನಡುವಿನ ನಿಯಂತ್ರಣಕ್ಕಾಗಿ ನಡೆಯುವ ಎಲ್ಲಾ 'ಯುದ್ಧ'ಗಳೂ ಸಹ ಊಹಿಸುವುದು ಮತ್ತು ವಿಷಯಗಳನ್ನು ವೈಯಕ್ತಿಕವಾಗಿ ತೆಗೆದುಕೊಳ್ಳುವುದರಿಂದಲೇ ಹುಟ್ಟಿಕೊಂಡಿವೆ. ನಮ್ಮ 'ನರಕದ ಕನಸು' ಕೂಡ ಇದನ್ನೇ ಆಧರಿಸಿದೆ.

ಊಹೆ ಮಾಡಿಕೊಳ್ಳುವುದರಿಂದ ಮತ್ತು ವಿಷಯಗಳನ್ನು ವೈಯಕ್ತಿಕವಾಗಿ ತೆಗೆದುಕೊಳ್ಳುವುದರಿಂದ ನಾವು ಸಾಕಷ್ಟು ಭಾವನಾತ್ಮಕ ವಿಷವನ್ನು ಸೃಷ್ಟಿಸುತ್ತೇವೆ. ಏಕೆಂದರೆ, ನಾವು ಸಾಮಾನ್ಯವಾಗಿ ನಮ್ಮ ಊಹೆಯ ಬಗ್ಗೆ ಗಾಸಿಪ್ ಮಾಡಲು ಪ್ರಾರಂಭಿಸುತ್ತೇವೆ.

ನೆನಪಿಡಿ, ಗಾಸಿಪ್ ಮಾಡುವುದು 'ನರಕದ ಕನಸ'ಲ್ಲಿ ನಾವು ಒಬ್ಬರಿಗೊಬ್ಬರು ಸಂವಹನ ನಡೆಸುವ ಮತ್ತು ವಿಷವನ್ನು ವರ್ಗಾಯಿಸುವ ವಿಧಾನವಾಗಿದೆ. ಯಾವುದೇ ವಿಷಯದ ಬಗ್ಗೆ ಸ್ಪಷ್ಟತೆ ಕೇಳಲು ನಾವು ಹೆದರುವುದರಿಂದ, ಊಹೆ ಮಾಡಿಕೊಳ್ಳುತ್ತೇವೆ ಮತ್ತು ನಮ್ಮ ಊಹೆಗಳು ಸರಿಯಾಗಿವೆ ಎಂದು ನಂಬುತ್ತೇವೆ. ನಂತರ ನಮ್ಮ ಊಹೆಗಳನ್ನು ಸಮರ್ಥಿಸಿಕೊಂಡು ಬೇರೆಯವರು ತಪ್ಪು ಎಂದು ಸಾಬೀತುಪಡಿಸಲು ಪ್ರಯತ್ನಿಸುತ್ತೇವೆ. ಊಹೆ ಮಾಡುವುದಕ್ಕಿಂತ ಪ್ರಶ್ನೆಗಳನ್ನು ಕೇಳುವುದು ಯಾವಾಗಲೂ ಉತ್ತಮ. ಏಕೆಂದರೆ ಊಹೆಗಳು ನಮ್ಮನ್ನು ಕಷ್ಟಗಳಿಗೆ ಸಿಲುಕಿಸುತ್ತವೆ.

ಮಾನವನ ಮನಸ್ಸಿನಲ್ಲಿರುವ ಬೃಹದಾಕಾರದ ಮಿಟೋಟೆ ಬಹಳಷ್ಟು ಗೊಂದಲವನ್ನು ಸೃಷ್ಟಿಸುತ್ತದೆ. ಇದು ಎಲ್ಲವನ್ನೂ ತಪ್ಪಾಗಿ ಅರ್ಥೈಸಿಕೊಳ್ಳುವಂತೆ ಮತ್ತು ಎಲ್ಲವನ್ನೂ ತಪ್ಪು ತಿಳುವಳಿಕೆಯಿಂದ ನೋಡುವಂತೆ ಮಾಡುತ್ತದೆ. ನಾವು ಏನನ್ನು ನೋಡಲು ಬಯಸುತ್ತೇವೆಯೋ ಅದನ್ನೇ ನೋಡುತ್ತೇವೆ, ಏನನ್ನು ಕೇಳಲು ಬಯಸುತ್ತೇವೆಯೋ ಅದನ್ನೇ ಕೇಳುತ್ತೇವೆ. ವಿಷಯಗಳು ಹೇಗಿವೆಯೋ ಹಾಗೆ ನಾವು ಅವುಗಳನ್ನು ಗ್ರಹಿಸುವುದಿಲ್ಲ. ವಾಸ್ತವಕ್ಕೆ ಯಾವುದೇ ಆಧಾರವಿಲ್ಲದೆ ಕನಸು ಕಾಣುವ ಅಭ್ಯಾಸ ನಮಗಿದೆ. ನಾವು ಅಕ್ಷರಶಃ ಕಲ್ಪನೆಗಳಲ್ಲಿ ವಿಷಯಗಳನ್ನು ಸೃಷ್ಟಿಸಿಕೊಳ್ಳುತ್ತೇವೆ. ಒಂದು ವಿಷಯ ನಮಗೆ ಅರ್ಥವಾಗದಿದ್ದಾಗ, ಅದರ ಅರ್ಥದ ಬಗ್ಗೆ ಊಹೆಯನ್ನು ಮಾಡಿಕೊಳ್ಳುತ್ತೇವೆ. ಮತ್ತು ಸತ್ಯ ಹೊರಬಂದಾಗ, ನಮ್ಮ ಕನಸಿನ ಗುಳ್ಳೆ ಒಡೆದುಹೋಗುತ್ತದೆ ಮತ್ತು ನಾವು ಅಂದುಕೊಂಡಿದ್ದಕ್ಕೂ ವಾಸ್ತವಕ್ಕೂ ಸಂಬಂಧವೇ ಇದ್ದಿರಲಿಲ್ಲ ಎಂದು ನಮಗೆ ತಿಳಿಯುತ್ತದೆ.

ಇದಕ್ಕೊಂದು ಉದಾಹರಣೆಯೆಂದರೆ, ನೀವು ಮಾಲ್‌ನಲ್ಲಿ ನಡೆದುಕೊಂಡು ಹೋಗುತ್ತಿದ್ದೀರಿ. ನಿಮಗೆ ಇಷ್ಟವಾದ ಒಬ್ಬ ವ್ಯಕ್ತಿಯನ್ನು ನೋಡುತ್ತೀರಿ. ಆ ವ್ಯಕ್ತಿ ನಿಮ್ಮ ಕಡೆ ತಿರುಗಿ ನಗುತ್ತಾರೆ, ನಂತರ ಮುಂದೆ ಹೋಗುತ್ತಾರೆ. ಈ ಒಂದೇ ಅನುಭವದಿಂದ ನೀವು ಹಲವಾರು ಊಹೆಗಳನ್ನು ಮಾಡಿಕೊಳ್ಳಬಹುದು. ಈ ಊಹೆಗಳೊಂದಿಗೆ ನೀವು ಒಂದು ದೊಡ್ಡ ಕಲ್ಪನಾ ಲೋಕವನ್ನೇ ಸೃಷ್ಟಿಸಬಹುದು. ಮತ್ತು ಈ ಕಲ್ಪನೆಯನ್ನು ನಿಜವೆಂದು ನಂಬಲು, ಅದನ್ನು ವಾಸ್ತವವಾಗಿಸಲು ನೀವು ನಿಜವಾಗಿಯೂ ಬಯಸುತ್ತೀರಿ. ಕೇವಲ ನಿಮ್ಮ ಊಹೆಗಳಿಂದಲೇ ಒಂದು ದೊಡ್ಡ ಕನಸು ರೂಪುಗೊಳ್ಳಲು ಪ್ರಾರಂಭಿಸುತ್ತದೆ, ಮತ್ತು ನೀವು 'ಓಹ್, ಈ ವ್ಯಕ್ತಿಗೆ ನಾನು ನಿಜವಾಗಿಯೂ ಇಷ್ಟ' ಎಂದು ನಂಬಬಹುದು. ನಿಮ್ಮ ಮನಸ್ಸಿನಲ್ಲಿ ಅದರಿಂದಲೇ ಒಂದು ಸಂಪೂರ್ಣ ಸಂಬಂಧ ಪ್ರಾರಂಭವಾಗುತ್ತದೆ. ಬಹುಶಃ ನೀವು ಈ ಕಲ್ಪನಾಲೋಕದಲ್ಲಿ ಮದುವೆಯಾಗಬಹುದು. ಆದರೆ ಈ ಕಲ್ಪನೆಯು ನಿಮ್ಮ ಮನಸ್ಸಿನಲ್ಲಿ, ನಿಮ್ಮದೇ ಆದ ಕನಸಿನಲ್ಲಿ ಮಾತ್ರ ಇರುತ್ತದೆ.

ನಮ್ಮ ಸಂಬಂಧಗಳಲ್ಲಿ ಊಹೆ ಮಾಡಿಕೊಳ್ಳುವುದು ನಿಜಕ್ಕೂ ಸಮಸ್ಯೆಯನ್ನು ಆಹ್ವಾನಿಸಿದಂತೆ. ಸಾಮಾನ್ಯವಾಗಿ, ನಮ್ಮ ಸಂಗಾತಿಗಳಿಗೆ ನಮ್ಮ ಮನಸ್ಸಿನಲ್ಲಿ ಏನಿದೆ ಎಂದು ತಿಳಿದಿದೆ ಮತ್ತು ನಮಗೆ ಏನು ಬೇಕು ಎಂದು ಹೇಳಬೇಕಾಗಿಲ್ಲ ಎಂದು ನಾವು ಊಹಿಸುತ್ತೇವೆ. ಅವರಿಗೆ ನಾವು ಚೆನ್ನಾಗಿ ಗೊತ್ತಿರುವುದರಿಂದ, ನಾವು ಬಯಸಿದ್ದನ್ನೇ ಅವರು ಮಾಡುತ್ತಾರೆ ಎಂದು ನಾವು ಭಾವಿಸುತ್ತೇವೆ. ಒಂದು ವೇಳೆ ಅವರು ನಾವು ಊಹಿಸಿದಂತೆ ನಡೆದುಕೊಳ್ಳದಿದ್ದರೆ, ನಮಗೆ ತುಂಬಾ ನೋವಾಗುತ್ತದೆ ಮತ್ತು "ನಿನಗೆ ಗೊತ್ತಿರಬೇಕಿತ್ತು" ಎಂದು ಹೇಳುತ್ತೇವೆ.

ಮತ್ತೊಂದು ಉದಾಹರಣೆಯೆಂದರೆ, ನೀವು ಮದುವೆಯಾಗಲು ನಿರ್ಧರಿಸುತ್ತೀರಿ. ಆಗ ನಿಮ್ಮ ಸಂಗಾತಿ ಮದುವೆಯ ಬಗ್ಗೆ ನಿಮ್ಮಂತೆಯೇ ಯೋಚಿಸುತ್ತಾರೆ ಎಂದು ಊಹಿಸುತ್ತೀರಿ. ನಂತರ ಇಬ್ಬರೂ ಒಟ್ಟಿಗೆ ಬದುಕಲು ಪ್ರಾರಂಭಿಸಿದಾಗ, ಇದು ನಿಜವಲ್ಲ ಎಂದು ನಿಮಗೆ ತಿಳಿಯುತ್ತದೆ. ಇದು ಬಹಳಷ್ಟು ಸಂಘರ್ಷಗಳನ್ನು ಸೃಷ್ಟಿಸುತ್ತದೆ. ಆದರೆ, ನೀವು ಮದುವೆಯ ಬಗ್ಗೆ ಭಾವನೆಗಳನ್ನು ಸ್ಪಷ್ಟಪಡಿಸಲು ಪ್ರಯತ್ನಿಸುವುದೇ ಇಲ್ಲ. ಗಂಡ ಕೆಲಸದಿಂದ ಮನೆಗೆ ಬಂದಾಗ ಹೆಂಡತಿಗೆ ಕೋಪ ಬಂದಿರುತ್ತದೆ, ಆದರೆ ಗಂಡನಿಗೆ ಏಕೆ ಎಂದು ತಿಳಿದಿರುವುದಿಲ್ಲ. ಬಹುಶಃ ಹೆಂಡತಿ ಒಂದು ಊಹೆ ಮಾಡಿಕೊಂಡಿರಬಹುದು. ತನಗೆ ಬೇಕಾಗಿರುವುದೇನು ಎಂದು ಅವಳು ಅವನಿಗೆ ಹೇಳುವುದಿಲ್ಲ, ಆದರೆ ಅವನು ಅವಳನ್ನು ತುಂಬಾ ಚೆನ್ನಾಗಿ ಅರ್ಥಮಾಡಿಕೊಂಡಿದ್ದಾನೆ, ಅವಳಿಗೆ ಏನು ಬೇಕು ಎಂದು ಅವನಿಗೆ ಗೊತ್ತು, ಅವನು ತನ್ನ ಮನಸ್ಸನ್ನು ಓದಬಲ್ಲನು ಎಂದು ಊಹಿಸುತ್ತಾಳೆ. ಅವನು ತನ್ನ ನಿರೀಕ್ಷೆಗಳನ್ನು ಪೂರೈಸಲು ವಿಫಲನಾದಾಗ ಅವಳು ತುಂಬಾ ಅಸಮಾಧಾನಗೊಳ್ಳುತ್ತಾಳೆ. ಸಂಬಂಧಗಳಲ್ಲಿ ಊಹೆಗಳನ್ನು ಮಾಡಿಕೊಳ್ಳುವುದು, ನಾವು ಪ್ರೀತಿಸುವ ಜನರೊಂದಿಗೆ ಬಹಳಷ್ಟು ಜಗಳಗಳಿಗೆ, ಬಹಳಷ್ಟು ತೊಂದರೆಗಳಿಗೆ ಮತ್ತು ಬಹಳಷ್ಟು ತಪ್ಪು ತಿಳುವಳಿಕೆಗಳಿಗೆ ಕಾರಣವಾಗುತ್ತದೆ.

ಯಾವುದೇ ಸಂಬಂಧದಲ್ಲಿ, ಬೇರೆಯವರಿಗೆ ನಮ್ಮ ಮನಸ್ಸಿನಲ್ಲಿರುವುದು ಗೊತ್ತು ಮತ್ತು ನಮಗೆ ಏನು ಬೇಕು ಎಂದು ನಾವು ಹೇಳಬೇಕಾಗಿಲ್ಲ ಎಂದು ನಾವು ಊಹಿಸಿಕೊಳ್ಳಬಹುದು. ಅವರು ನಮ್ಮನ್ನು ತುಂಬಾ ಚೆನ್ನಾಗಿ ಅರ್ಥಮಾಡಿಕೊಂಡಿರುವುದರಿಂದ, ನಾವು ಬಯಸಿದ್ದನ್ನೇ ಅವರು ಮಾಡುತ್ತಾರೆ ಎಂದು ನಾವು ಭಾವಿಸಬಹುದು. ಒಂದು ವೇಳೆ ನಾವು ಬಯಸಿದ್ದನ್ನು ಅವರು ಮಾಡದಿದ್ದರೆ, ನಮಗೆ ನೋವಾಗುತ್ತದೆ ಮತ್ತು 'ಹಾಗೆ ಮಾಡಲು ನಿನಗೆ ಹೇಗೆ ಸಾಧ್ಯವಾಯಿತು? ನಿನಗೆ ಗೊತ್ತಿರಬೇಕಿತ್ತು!' ಎಂದು ಯೋಚಿಸುತ್ತೇವೆ. ಇನ್ನೊಬ್ಬ ವ್ಯಕ್ತಿಗೆ ನಮಗೆ ಏನು ಬೇಕು ಎಂದು ತಿಳಿದಿದೆ ಎಂದು ನಾವು ಊಹಿಸಿಕೊಳ್ಳುವುದರಿಂದಲೇ ಈ ಇಡೀ ನಾಟಕವು ಸೃಷ್ಟಿಯಾಗುತ್ತದೆ, ಮತ್ತು ಇದರ ಮೇಲೆ ನಾವು ಮತ್ತಷ್ಟು ಊಹೆಗಳನ್ನು ಹೇರುತ್ತಾ ಹೋಗುತ್ತೇವೆ.

ಮಾನವನ ಮನಸ್ಸು ಕಾರ್ಯನಿರ್ವಹಿಸುವ ವಿಧಾನವು ನಿಜವಾಗಿಯೂ ಬಹಳ ಆಸಕ್ತಿದಾಯಕವಾಗಿದೆ. ನಮಗೆ ಸುರಕ್ಷಿತ ಭಾವನೆ ಬರಲು, ಪ್ರತಿಯೊಂದನ್ನೂ ಸಮರ್ಥಿಸಿಕೊಳ್ಳಬೇಕು, ವಿವರಿಸಬೇಕು ಮತ್ತು ಅರ್ಥಮಾಡಿಕೊಳ್ಳಬೇಕು ಎಂಬ ಅವಶ್ಯಕತೆ ನಮಗಿರುತ್ತದೆ. ನಮ್ಮ ತಾರ್ಕಿಕ ಮನಸ್ಸಿಗೆ ವಿವರಿಸಲಾಗದ ಅನೇಕ ವಿಷಯಗಳಿರುವುದರಿಂದ, ಉತ್ತರ ಬೇಕಾಗಿರುವ ಲಕ್ಷಾಂತರ ಪ್ರಶ್ನೆಗಳು ನಮ್ಮಲ್ಲಿವೆ. ಉತ್ತರ ಸರಿಯಾಗಿದೆಯೇ ಎಂಬುದು ಮುಖ್ಯವಲ್ಲ, ಕೇವಲ ಉತ್ತರವಿದ್ದರೆ ಸಾಕು, ಅದು ನಮಗೆ ಸುರಕ್ಷಿತ ಭಾವನೆ ನೀಡುತ್ತದೆ. ಹೀಗಾಗಿ ನಾವು ಊಹೆಗಳನ್ನು ಮಾಡುತ್ತೇವೆ.

ಬೇರೆಯವರು ನಮಗೆ ಏನಾದರು ಹೇಳಿದರೆ, ನಾವು ಆ ವಿಷಯದ ಬಗ್ಗೆ ಊಹೆಗಳನ್ನು ಮಾಡಿಕೊಳ್ಳುತ್ತೇವೆ. ಹಾಗೆಯೇ, ಅವರು ಏನೂ ಹೇಳದಿದ್ದರೂ, ನಮಗೆ ಮಾಹಿತಿಯ ಅಗತ್ಯವನ್ನು ಪೂರೈಸಲು ಮತ್ತು ಸಂವಹನದ ಅಗತ್ಯದ ಬದಲಿಯಾಗಿ ನಾವು ಊಹೆಗಳನ್ನು ಮಾಡುತ್ತೇವೆ. ನಮಗೆ ಏನಾದರೂ ಆಲಿಸಿ, ಅದು ಅರ್ಥವಾಗದಿದ್ದಾಗಲೂ, ನಾವು ಅದರ ಅರ್ಥದ ಬಗ್ಗೆ ಊಹೆಗಳನ್ನು ಮಾಡಿಕೊಂಡು, ಆ ಊಹೆಗಳನ್ನೇ

ನಂಬುತ್ತೇವೆ. ಹೀಗೆ ನಾವು ಹಲವು ರೀತಿಯ ಊಹೆಗಳನ್ನು ಮಾಡಿಕೊಳ್ಳುತ್ತೇವೆ, ಏಕೆಂದರೆ ಪ್ರಶ್ನೆಗಳನ್ನು ಕೇಳುವ ಧೈರ್ಯ ನಮಗಿರುವುದಿಲ್ಲ.

ನಾವು ಸಾಮಾನ್ಯವಾಗಿ ಈ ಊಹೆಗಳನ್ನು ಬಹಳ ವೇಗವಾಗಿ ಮತ್ತು ಅರಿವಿಲ್ಲದೆಯೇ ಮಾಡುತ್ತೇವೆ, ಏಕೆಂದರೆ ನಾವು ಹಾಗೆ ಸಂವಹನ ನಡೆಸಲು ಒಪ್ಪಂದ ಮಾಡಿಕೊಂಡಿದ್ದೇವೆ. ಪ್ರಶ್ನೆಗಳನ್ನು ಕೇಳುವುದು ಸುರಕ್ಷಿತವಲ್ಲ ಎಂದು ನಾವು ಒಪ್ಪಿಕೊಂಡಿದ್ದೇವೆ; ಜನರು ನಮ್ಮನ್ನು ನಿಜವಾಗಿಯೂ ಪ್ರೀತಿಸಿದರೆ, ನಮಗೆ ಏನು ಬೇಕು ಮತ್ತು ನಾವು ಹೇಗೆ ಭಾವಿಸುತ್ತೇವೆ ಎಂಬುದು ಮೊದಲೇ ತಿಳಿದಿರಬೇಕು ಎಂದು ನಾವು ಒಪ್ಪಿಕೊಂಡಿದ್ದೇವೆ. ನಾವು ಏನನ್ನಾದರೂ ನಂಬಿದಾಗ, ನಾವು ಅದರ ಬಗ್ಗೆ ಸರಿಯಾಗಿದ್ದೇವೆ ಎಂದು ಭಾವಿಸುತ್ತೇವೆ ಮತ್ತು ನಮ್ಮ ನಿಲುವನ್ನು ಸಮರ್ಥಿಸಿಕೊಳ್ಳಲು ಸಂಬಂಧಗಳನ್ನು ಹಾಳುಮಾಡಲು ಸಹ ನಾವು ಸಿದ್ಧರಿರುತ್ತೇವೆ.

ನಾವು ಜೀವನವನ್ನು ನೋಡುವ ರೀತಿಯಲ್ಲಿಯೇ ಪ್ರತಿಯೊಬ್ಬರೂ ನೋಡುತ್ತಾರೆ ಎಂದು ನಾವು ಊಹಿಸಿಕೊಳ್ಳುತ್ತೇವೆ. ಇತರರು ನಾವು ಯೋಚಿಸುವಂತೆಯೇ ಯೋಚಿಸುತ್ತಾರೆ, ನಾವು ಅನುಭವಿಸುವಂತೆಯೇ ಅನುಭವಿಸುತ್ತಾರೆ, ನಾವು ನಿರ್ಣಯಿಸುವಂತೆಯೇ ನಿರ್ಣಯಿಸುತ್ತಾರೆ ಮತ್ತು ನಾವು ನೋಯಿಸುವಂತೆಯೇ ನೋಯಿಸುತ್ತಾರೆ ಎಂದು ನಾವು ಭಾವಿಸುತ್ತೇವೆ. ಇದು ಮನುಷ್ಯರು ಮಾಡುವ ಅತಿದೊಡ್ಡ ಊಹೆ. ಮತ್ತು ಈ ಕಾರಣಕ್ಕಾಗಿಯೇ, ನಾವು ಇತರರ ಎದುರು ನಮ್ಮ ನಿಜವಾದ ವ್ಯಕ್ತಿತ್ವವನ್ನು ತೋರಿಸಲು ಹೆದರುತ್ತೇವೆ. ಏಕೆಂದರೆ, ನಾವು ನಮ್ಮ ಬಗ್ಗೆಯೇ ಹೇಗೆ ನಿರ್ಣಯ ಮಾಡುತ್ತೇವೆಯೋ, ನೋಯಿಸುತ್ತೇವೆಯೋ, ಬಲಿಪಶು ಮಾಡುತ್ತೇವೆಯೋ ಮತ್ತು ದೂಷಿಸುತ್ತೇವೆಯೋ. ಎಲ್ಲರೂ ಸಹ ನಮ್ಮನ್ನು ಅದೇ ರೀತಿ ನಿರ್ಣಯಿಸುತ್ತಾರೆ, ನೋಯಿಸುತ್ತಾರೆ, ಬಲಿಪಶು ಮಾಡುತ್ತಾರೆ ಮತ್ತು ದೂಷಿಸುತ್ತಾರೆ ಎಂದು ನಾವು ಭಾವಿಸುತ್ತೇವೆ. ಹೀಗಾಗಿ, ಇತರರು ನಮ್ಮನ್ನು ತಿರಸ್ಕರಿಸುವ ಮೊದಲೇ, ನಾವೇ ನಮ್ಮನ್ನು ತಿರಸ್ಕರಿಸಿರುತ್ತೇವೆ. ಮಾನವನ ಮನಸ್ಸು ಹೀಗೆಯೇ ಕಾರ್ಯನಿರ್ವಹಿಸುತ್ತದೆ.

ನಾವು ನಮ್ಮ ಬಗ್ಗೆಯೂ ಊಹೆಗಳನ್ನು ಮಾಡಿಕೊಳ್ಳುತ್ತೇವೆ, ಮತ್ತು ಇದು ನಮ್ಮೊಳಗೆ ಸಾಕಷ್ಟು ಆಂತರಿಕ ಸಂಘರ್ಷವನ್ನು ಸೃಷ್ಟಿಸುತ್ತದೆ. ಉದಾಹರಣೆಗೆ, 'ನಾನು ಇದನ್ನು ಮಾಡಲು ಶಕ್ತನಿದ್ದೇನೆ' ಎಂದು ನೀವು ಊಹಿಸಿಕೊಳ್ಳುತ್ತೀರಿ, ಆದರೆ ನಂತರ ಅದು ನಿಮಗೆ ಸಾಧ್ಯವಾಗುವುದಿಲ್ಲ ಎಂದು ತಿಳಿಯುತ್ತದೆ. ನಿಮ್ಮನ್ನು ನೀವು ಪ್ರಶ್ನೆ ಮಾಡಿಕೊಳ್ಳದ ಕಾರಣ ಮತ್ತು ಅವುಗಳಿಗೆ ಉತ್ತರಿಸಲು ಸಮಯ ತೆಗೆದುಕೊಳ್ಳದ ಕಾರಣ, ನಿಮ್ಮ ಸಾಮರ್ಥ್ಯದ ಬಗ್ಗೆ ಅತಿಯಾದ ಆತ್ಮವಿಶ್ವಾಸ ಇಟ್ಟುಕೊಳ್ಳುತ್ತೀರಿ ಅಥವಾ ನಿಮ್ಮ ಸಾಮರ್ಥ್ಯದ ಬಗ್ಗೆ ಕಡಿಮೆ ಆತ್ಮ ವಿಶ್ವಾಸವಿರುತ್ತದೆ. ಬಹುಶಃ ನಿಮಗೆ ಒಂದು ಪರಿಸ್ಥಿತಿಯ ಬಗ್ಗೆ ಅಂದಾಜಿಸಲು ಹೆಚ್ಚಿನ ಮಾಹಿತಿ ಬೇಕಾಗಬಹುದು. ಅಥವಾ ನೀವು ನಿಜವಾಗಿಯೂ ಏನನ್ನು ಬಯಸುತ್ತೀರಿ ಎಂಬುದರ ಬಗ್ಗೆ ನೀವು ಸುಳ್ಳು ಹೇಳುವುದನ್ನು ನಿಲ್ಲಿಸಬೇಕಾಗಬಹುದು.

ಯಾರನ್ನಾದರೂ ಇಷ್ಟಪಟ್ಟಾಗ, ಆ ವ್ಯಕ್ತಿಯನ್ನು ಯಾಕೆ ಇಷ್ಟಪಡುತ್ತೇವೆ ಎಂದು ನಾವೇ ಸಮರ್ಥಿಸಿಕೊಳ್ಳಬೇಕಾಗುತ್ತದೆ. ಆಗ ನಾವು ನೋಡಲು ಇಷ್ಟಪಡುವ ವಿಷಯಗಳನ್ನು ಮಾತ್ರ ನೋಡುತ್ತೇವೆ ಮತ್ತು ಅವರಲ್ಲಿ ನಮಗೆ ಇಷ್ಟವಾಗದ ಅಂಶಗಳನ್ನು ಒಪ್ಪಿಕೊಳ್ಳುವುದಿಲ್ಲ. ನಮ್ಮ ನಿರ್ಧಾರ ಸರಿ ಎಂದು ನಮಗೆ ನಾವೇ ಸುಳ್ಳು ಹೇಳಿಕೊಳ್ಳುತ್ತೇವೆ.

ನಂತರ ನಾವು ಹಲವು ಊಹೆಗಳನ್ನು ಮಾಡಿಕೊಳ್ಳುತ್ತೇವೆ. ಅವುಗಳಲ್ಲಿ ಒಂದು ಊಹೆ ಏನೆಂದರೆ, 'ನನ್ನ ಪ್ರೀತಿ ಆ ವ್ಯಕ್ತಿಯನ್ನು ಬದಲಾಯಿಸುತ್ತದೆ.' ಆದರೆ ಇದು ನಿಜವಲ್ಲ. ನಿಮ್ಮ ಪ್ರೀತಿ ಯಾರನ್ನೂ ಬದಲಾಯಿಸುವುದಿಲ್ಲ. ಇತರರು ಬದಲಾಗುವುದಾದರೆ, ಅದು ಅವರೇ ಬದಲಾಗಲು ಬಯಸಿದಾಗ ಮಾತ್ರ. ನೀವು ಅವರನ್ನು ಬದಲಾಯಿಸಲು ಸಾಧ್ಯವಿಲ್ಲ. ನಂತರ ನಿಮ್ಮಿಬ್ಬರ ನಡುವೆ ಏನೋ ಘರ್ಷಣೆ ಸಂಭವಿಸುತ್ತದೆ ಮತ್ತು ನಿಮಗೆ ನೋವಾಗುತ್ತದೆ. ಆಗ ಇದ್ದಕ್ಕಿದ್ದಂತೆ ನೀವು ಮೊದಲು ನೋಡಲು ಇಷ್ಟಪಡದ ವಿಷಯಗಳು ದೊಡ್ಡದಾಗಿ, ನಿಮ್ಮ ಭಾವನಾತ್ಮಕ ನೋವಿನಿಂದಾಗಿ ಇನ್ನಷ್ಟು ವಿಕಾರವಾಗಿ ಕಾಣಿಸುತ್ತವೆ. ಆ ನೋವನ್ನು ಸಮರ್ಥಿಸಿಕೊಳ್ಳಲು ಮತ್ತು ನಿಮ್ಮ ಆಯ್ಕೆಗಳಿಗಾಗಿ ಅವರನ್ನು ದೂಷಿಸಲು ನೀವು ಮುಂದಾಗುತ್ತೀರಿ.

ಪ್ರೀತಿಯನ್ನು ನಾವು ಸಮರ್ಥಿಸಿಕೊಳ್ಳಬೇಕಾಗಿಲ್ಲ. ಅದು ಇದ್ದರೆ ಇರುತ್ತದೆ, ಇಲ್ಲದಿದ್ದರೆ ಇರುವುದಿಲ್ಲ. ನಿಜವಾದ ಪ್ರೀತಿ ಎಂದರೆ ಇನ್ನೊಬ್ಬರನ್ನು ಅವರು ಹೇಗಿದ್ದಾರೋ ಹಾಗೆಯೇ ಒಪ್ಪಿಕೊಳ್ಳುವುದು, ಅವರನ್ನು ಬದಲಾಯಿಸಲು ಪ್ರಯತ್ನಿಸದೆ. ನಾವು ಅವರನ್ನು ಬದಲಾಯಿಸಲು ಪ್ರಯತ್ನಿಸಿದರೆ, ಅವರು ನಮಗೆ ನಿಜವಾಗಿ ಇಷ್ಟವಿಲ್ಲ ಎಂದರ್ಥ. ಖಂಡಿತ, ನೀವು ಯಾರೊಂದಿಗಾದರೂ ಬದುಕಲು ನಿರ್ಧರಿಸಿ ಒಪ್ಪಂದವನ್ನು ಮಾಡಿಕೊಂಡರೆ, ನಿಮಗೆ ಬೇಕಾದಂತೆಯೇ ಇರುವ ವ್ಯಕ್ತಿಯೊಂದಿಗೆ ಆ ಒಪ್ಪಂದ ಮಾಡಿಕೊಳ್ಳುವುದು ಯಾವಾಗಲೂ ಉತ್ತಮ. ನೀವು ಸ್ವಲ್ಪವೂ ಬದಲಾಯಿಸುವ ಅಗತ್ಯವಿಲ್ಲದ ವ್ಯಕ್ತಿಯನ್ನು ಹುಡುಕಿಕೊಳ್ಳಿ. ಯಾರನ್ನಾದರೂ ಬದಲಾಯಿಸಲು ಪ್ರಯತ್ನಿಸುವುದಕ್ಕಿಂತ, ನಿಮಗೆ ಬೇಕಾದಂತೆಯೇ ಇರುವ ವ್ಯಕ್ತಿಯನ್ನು ಕಂಡುಕೊಳ್ಳುವುದು ಹೆಚ್ಚು ಸುಲಭ. ಅದೇ ರೀತಿ, ಆ ವ್ಯಕ್ತಿಯು ನೀವು ಹೇಗಿದ್ದೀರೋ ಹಾಗೆಯೇ ನಿಮ್ಮನ್ನು ಪ್ರೀತಿಸಬೇಕು, ಇದರಿಂದ ಅವರು ನಿಮ್ಮನ್ನು ಬದಲಾಯಿಸುವ ಅಗತ್ಯವಿಲ್ಲ. ಇತರರು ನಿಮ್ಮನ್ನು ಬದಲಾಯಿಸಬೇಕು ಎಂದು ಭಾವಿಸಿದರೆ, ಅವರು ನಿಮ್ಮನ್ನು ನೀವು ಹೇಗಿದ್ದೀರೋ ಹಾಗೆಯೇ ನಿಜವಾಗಿ ಪ್ರೀತಿಸುತ್ತಿಲ್ಲ ಎಂದರ್ಥ. ಹಾಗಾದರೆ, ನೀವು ಅವರಿಗೆ ಬೇಕಾದಂತಿಲ್ಲದಿದ್ದರೆ ಅವರೊಂದಿಗೆ ಏಕೆ ಇರಬೇಕು?

ನಾವು ಹೇಗಿದ್ದೇವೆಯೋ ಹಾಗೆಯೇ ಇರಬೇಕು, ಸುಳ್ಳು ವರ್ತನೆಯನ್ನು ತೋರಿಸುವ ಅಗತ್ಯವಿಲ್ಲ. ನೀವು ನಾನು ಹೇಗಿದ್ದೇನೋ ಹಾಗೆಯೇ ನನ್ನನ್ನು ಪ್ರೀತಿಸಿದರೆ, "ಸರಿ, ನನ್ನನ್ನು ಸ್ವೀಕರಿಸಿ", ನೀವು ನಾನು ಹೇಗಿದ್ದೇನೋ ಹಾಗೆಯೇ ನನ್ನನ್ನು ಪ್ರೀತಿಸದಿದ್ದರೆ, "ಸರಿ, ನಮಸ್ಕಾರ. ಬೇರೆಯವರನ್ನು ಹುಡುಕಿಕೊಳ್ಳಿ" ಎನ್ನಬಹುದು. ಇದು ಕಠೋರವಾಗಿ ಕೇಳಿಸಬಹುದು, ಆದರೆ ಇಂತಹ ಸ್ಪಷ್ಟ ಸಂವಹನವು ನಾವು ಇತರರೊಂದಿಗೆ ಮಾಡಿಕೊಳ್ಳುವ ವೈಯಕ್ತಿಕ ಒಪ್ಪಂದಗಳು ಸ್ಪಷ್ಟವಾಗಿ ಮತ್ತು ದೋಷರಹಿತವಾಗಿವೆ ಎಂಬುದನ್ನು ತೋರಿಸುತ್ತದೆ.

ನಿಮ್ಮ ಸಂಗಾತಿಯೊಂದಿಗೆ, ಮತ್ತು ಅಂತಿಮವಾಗಿ ನಿಮ್ಮ ಜೀವನದಲ್ಲಿರುವ ಪ್ರತಿಯೊಬ್ಬರೊಂದಿಗೂ, ನೀವು ಊಹೆಗಳನ್ನು ಮಾಡುವುದನ್ನು ಸಂಪೂರ್ಣವಾಗಿ ನಿಲ್ಲಿಸಿದ್ದೀರಿ ಎಂದು ಕಲ್ಪಿಸಿಕೊಳ್ಳಿ. ನೀವು ಊಹೆಗಳನ್ನು ಮಾಡುವುದನ್ನು ನಿಲ್ಲಿಸಿದಾಗ, ನಿಮ್ಮ ಸಂವಹನ ವಿಧಾನವೇ ಸಂಪೂರ್ಣವಾಗಿ ಬದಲಾಗುತ್ತದೆ. ಆಗ, ತಪ್ಪು ಊಹೆಗಳಿಂದ ಉಂಟಾಗುವ ಸಂಘರ್ಷಗಳಿಗೆ ನಿಮ್ಮ ಸಂಬಂಧಗಳು ಬಲಿಯಾಗುವುದಿಲ್ಲ.

ಊಹೆಗಳನ್ನು ಮಾಡುವುದನ್ನು ನಿಲ್ಲಿಸಲು ಇರುವ ದಾರಿ ಎಂದರೆ ಪ್ರಶ್ನೆಗಳನ್ನು ಕೇಳುವುದು. ನಿಮ್ಮ ಸಂವಹನವು ಸ್ಪಷ್ಟವಾಗಿದೆ ಎಂದು ಖಚಿತಪಡಿಸಿಕೊಳ್ಳಿ. ನಿಮಗೆ ಏನಾದರೂ ಅರ್ಥವಾಗದಿದ್ದರೆ, ಪ್ರಶ್ನಿಸಿ. ನಿಮಗೆ ಸಂಪೂರ್ಣವಾಗಿ ಸ್ಪಷ್ಟವಾಗುವವರೆಗೂ ಪ್ರಶ್ನೆಗಳನ್ನು ಕೇಳುವ ಧೈರ್ಯವಿರಲಿ. ಅಷ್ಟೇ ಅಲ್ಲದೇ, ಆಗಲೂ ಸಹ ಆ ಪರಿಸ್ಥಿತಿಯ ಬಗ್ಗೆ ನಿಮಗೆ ಎಲ್ಲವೂ ತಿಳಿದಿದೆ ಎಂದು ಊಹಿಸಿಕೊಳ್ಳಬೇಡಿ. ಒಮ್ಮೆ ನಿಮಗೆ ಉತ್ತರ ಸಿಕ್ಕ ನಂತರ, ನೀವು ಊಹೆಗಳನ್ನು ಮಾಡಬೇಕಾಗಿಲ್ಲ, ಏಕೆಂದರೆ ನಿಮಗೆ ಸತ್ಯ ತಿಳಿದಿರುತ್ತದೆ.

ನಾವು ಏನು ಬಯಸುತ್ತೇವೆಯೋ ಅದನ್ನು ಕೇಳಲು ನಮ್ಮದೇ ಆದ ಧ್ವನಿ ಇರಬೇಕು. ಅದಕ್ಕೆ ಇತರರಿಗೆ 'ಇಲ್ಲ/ಬೇಡ' ಅಥವಾ 'ಹೌದು/ಬೇಕು' ಎಂದು ಹೇಳುವ ಹಕ್ಕು ಇರುತ್ತದೆ, ಆದರೆ ಕೇಳುವ ಹಕ್ಕು ನಿಮಗೂ ಇದೆ. ಅದೇ ರೀತಿ, ಪ್ರತಿಯೊಬ್ಬರಿಗೂ ನಿಮ್ಮನ್ನು ಕೇಳುವ ಹಕ್ಕಿದೆ, ಮತ್ತು ನೀವು 'ಹೌದು' ಅಥವಾ 'ಇಲ್ಲ' ಎಂದು ಹೇಳುವ ಹಕ್ಕನ್ನು ಹೊಂದಿದ್ದೀರಿ.

ನಿಮಗೆ ಏನಾದರೂ ಅರ್ಥವಾಗದಿದ್ದರೆ, ಊಹೆಗಳನ್ನು ಮಾಡಿಕೊಳ್ಳುವ ಬದಲು, ಪ್ರಶ್ನೆ ಕೇಳಿ ಸ್ಪಷ್ಟಪಡಿಸಿಕೊಳ್ಳುವುದು ಉತ್ತಮ. ನೀವು ಊಹೆ ಮಾಡಿಕೊಳ್ಳಲು ನಿಲ್ಲಿಸಿದ ದಿನದಿಂದ, ನೀವು ಭಾವನಾತ್ಮಕ ಗೊಂದಲವಿಲ್ಲದೆ, ಶುದ್ಧವಾಗಿ ಮತ್ತು ಸ್ಪಷ್ಟವಾಗಿ ಸಂವಹನ ಮಾಡುತ್ತೀರಿ. ಊಹೆಗಳನ್ನು ಮಾಡದೆ ಇದ್ದಾಗ, ನಿಮ್ಮ ಮಾತು ದೋಷರಹಿತವಾಗಿರುತ್ತದೆ.

ಸ್ಪಷ್ಟ ಸಂವಹನದಿಂದ, ನಿಮ್ಮ ಎಲ್ಲಾ ಸಂಬಂಧಗಳು ಬದಲಾಗುತ್ತವೆ. ನಿಮ್ಮ ಸಂಗಾತಿಯೊಂದಿಗೆ ಮಾತ್ರವಲ್ಲದೆ, ನಿಮ್ಮ ಜೀವನದಲ್ಲಿರುವ ಪ್ರತಿಯೊಬ್ಬರೊಂದಿಗೂ. ಆಗ ನೀವು ಊಹೆಗಳನ್ನು ಮಾಡಿಕೊಳ್ಳುವ ಅಗತ್ಯವಿರುವುದಿಲ್ಲ, ಏಕೆಂದರೆ ಎಲ್ಲವೂ ಸ್ಪಷ್ಟವಾಗುತ್ತದೆ–ನನಗೆ ಇದು ಬೇಕು, ನಿಮಗೆ ಅದು ಬೇಕು. ನಾವು ಈ ರೀತಿ ಸಂವಹನ ನಡೆಸಿದರೆ, ನಮ್ಮ ಮಾತು ದೋಷರಹಿತವಾಗಿರುತ್ತದೆ. ಎಲ್ಲಾ ಮನುಷ್ಯರೂ ಈ ರೀತಿ ದೋಷರಹಿತ ಮಾತಿನಿಂದ ಸಂವಹನ ನಡೆಸಲು ಸಾಧ್ಯವಾದರೆ, ಯಾವುದೇ ಯುದ್ಧಗಳಾಗಲೀ, ಹಿಂಸಾಚಾರವಾಗಲೀ, ತಪ್ಪು ತಿಳುವಳಿಕೆಗಳಾಗಲೀ ಇರುತ್ತಿರಲಿಲ್ಲ. ನಾವು ಉತ್ತಮ, ಸ್ಪಷ್ಟ ಸಂವಹನವನ್ನು ಹೊಂದಲು ಸಾಧ್ಯವಾದರೆ, ಎಲ್ಲಾ ಮಾನವ ಸಮಸ್ಯೆಗಳು ಬಗೆಹರಿಯುತ್ತವೆ.

ಇದೇ ಮೂರನೇ ಒಪ್ಪಂದ: ಊಹೆಯನ್ನು ಮಾಡಬೇಡಿ. ಇದನ್ನು ಹೇಳುವುದು ಸುಲಭವೆಂದು ತೋರುತ್ತದೆ, ಆದರೆ ಅನುಸರಿಸುವುದು ಕಷ್ಟ ಎಂದು ನಾನು ಅರ್ಥಮಾಡಿಕೊಂಡಿದ್ದೇನೆ. ಏಕೆಂದರೆ ನಾವು ಸಾಮಾನ್ಯವಾಗಿ ಇದರ ವಿರುದ್ಧವಾಗಿ ವರ್ತಿಸುತ್ತೇವೆ. ನಾವು ಅರಿವಿಲ್ಲದೇ ಹಲವು ಅಭ್ಯಾಸಗಳು ಮತ್ತು ದಿನಚರಿಗಳನ್ನು ರೂಢಿಸಿಕೊಂಡಿದ್ದೇವೆ. ಈ ಅಭ್ಯಾಸಗಳ ಬಗ್ಗೆ ಅರಿವು ಮೂಡಿಸಿಕೊಳ್ಳುವುದು ಮತ್ತು ಈ ಒಪ್ಪಂದದ ಮಹತ್ವವನ್ನು ಅರ್ಥಮಾಡಿಕೊಳ್ಳುವುದು ಮೊದಲ ಹೆಜ್ಜೆ. ಆದರೆ, ಅದರ ಮಹತ್ವವನ್ನು ಕೇವಲ ಅರ್ಥಮಾಡಿಕೊಂಡರೆ ಮಾತ್ರ ಸಾಲದು. ಮಾಹಿತಿ ಅಥವಾ ಕಲ್ಪನೆಯು ನಿಮ್ಮ ಮನಸ್ಸಿನಲ್ಲಿರುವ ಒಂದು ಬೀಜವಿದ್ದಂತೆ. ನಿಜವಾದ ವ್ಯತ್ಯಾಸವನ್ನು ತರುವುದು 'ಕ್ರಿಯೆ'. ನೀವು ಆ ಕ್ರಿಯೆಯನ್ನು ಪದೇಪದೇ ಮಾಡುವುದರಿಂದ, ನಿಮ್ಮ ಇಚ್ಛಾಶಕ್ತಿ ಬಲಗೊಳ್ಳುತ್ತದೆ. ಇದು ಬೀಜಕ್ಕೆ ನೀರೆರೆದಂತೆ ಆಗುತ್ತದೆ ಮತ್ತು ಹೊಸ ಅಭ್ಯಾಸ ಬೆಳೆಯಲು ಗಟ್ಟಿ ಅಡಿಪಾಯವನ್ನು ಸ್ಥಾಪಿಸುತ್ತದೆ. ಹಲವು ಬಾರಿ ಪುನರಾವರ್ತನೆಯ

ನಂತರ, ಈ ಹೊಸ ಒಪ್ಪಂದಗಳು ನಿಮ್ಮ ಸ್ವಭಾವದ ಭಾಗವಾಗುತ್ತವೆ. ಆಗ, ನಿಮ್ಮ ಮಾತೇ ಹೇಗೆ ನಿಮ್ಮನ್ನು ಕಪ್ಪು ಮಾಂತ್ರಿಕನಿಂದ ಶ್ವೇತ ಮಾಂತ್ರಿಕನಾಗಿ ಪರಿವರ್ತಿಸುತ್ತದೆ ಎಂಬ ಅದ್ಭುತವನ್ನು ನೀವು ನೋಡುವಿರಿ.

ಶ್ವೇತ ಮಾಂತ್ರಿಕನು ಮಾತನ್ನು ಸೃಷ್ಟಿ ಮಾಡಲು, ನೀಡಲು, ಹಂಚಿಕೊಳ್ಳಲು ಮತ್ತು ಪ್ರೀತಿಸಲು ಬಳಸುತ್ತಾನೆ. ಈ ಒಂದು ಒಪ್ಪಂದವನ್ನು ಅಂದರೆ ಊಹೆಗಳನ್ನು ಮಾಡದಿರುವುದು ಅಭ್ಯಾಸ ಮಾಡಿಕೊಂಡರೆ, ನಿಮ್ಮ ಇಡೀ ಜೀವನ ಸಂಪೂರ್ಣವಾಗಿ ಬದಲಾಗುತ್ತದೆ.

ನಿಮ್ಮ ಕನಸನ್ನು ನೀವು ಪೂರ್ತಿಯಾಗಿ ಪರಿವರ್ತಿಸಿದಾಗ, ನಿಮ್ಮ ಜೀವನದಲ್ಲಿ ಮಾಂತ್ರಿಕ ಬದಲಾವಣೆಗಳು ತಾನಾಗಿಯೇ ಸಂಭವಿಸುತ್ತವೆ. ನಿಮಗೆ ಬೇಕಾದುದೆಲ್ಲವೂ ಸುಲಭವಾಗಿ ನಿಮ್ಮ ಬಳಿಗೆ ಬರುತ್ತದೆ, ಏಕೆಂದರೆ ಶಕ್ತಿ ನಿಮ್ಮ ಮೂಲಕ ಮುಕ್ತವಾಗಿ ಹರಿಯುತ್ತದೆ. ಇದು ಸಂಕಲ್ಪದ ಪಾಂಡಿತ್ಯ, ಆತ್ಮದ ಪಾಂಡಿತ್ಯ, ಪ್ರೀತಿಯ ಪಾಂಡಿತ್ಯ, ಕೃತಜ್ಞತೆಯ ಪಾಂಡಿತ್ಯ, ಮತ್ತು ಜೀವನದ ಪಾಂಡಿತ್ಯ. ಇದು ಟೋಲ್ಟೆಕ್ ತತ್ವಶಾಸ್ತ್ರದ ಗುರಿಯಾಗಿದೆ. ಇದೇ ವೈಯಕ್ತಿಕ ಸ್ವಾತಂತ್ರ್ಯದ ಹಾದಿ.

5

ನಾಲ್ಕನೇ ಒಪ್ಪಂದ

ಯಾವಾಗಲೂ ಅತ್ಯುತ್ತಮವಾದುದನ್ನು ಮಾಡಿ

ಯಾವಾಗಲೂ ನಿಮಗೆ ಅತ್ಯುತ್ತಮ ಅನಿಸುವುದನ್ನು ಮಾಡಿ. ಈ ಒಪ್ಪಂದವು ಕೇವಲ ಒಂದು ನಿಯಮವಾಗಿರದೇ, ಹಿಂದಿನ ಮೂರು ಒಪ್ಪಂದಗಳಿಗೆ ನಿಜವಾದ ಶಕ್ತಿಯನ್ನು ತುಂಬುವ ಕೀಲಿಕೈ ಇದ್ದ ಹಾಗೆ. ನೀವು ನಿಮ್ಮ ಅತ್ಯುತ್ತಮವನ್ನು ಮಾಡಿದಾಗ, ಮೊದಲ ಮೂರು ಒಪ್ಪಂದಗಳು- ಮಾತಿನ ನಿರ್ದೋಷತೆ, ವೈಯಕ್ತಿಕವಾಗಿ ತೆಗೆದುಕೊಳ್ಳದಿರುವುದು, ಊಹೆ ಮಾಡದಿರುವುದು ಕೇವಲ ಪಾಲಿಸಲೇಬೇಕಾದ ನಿಯಮಗಳಾಗಿ ಉಳಿಯುವುದಿಲ್ಲ ಬದಲಿಗೆ ಅವು ನಿಮ್ಮ ವ್ಯಕ್ತಿತ್ವದೊಳಗೆ ಆಳವಾಗಿ ಬೇರೂರಿ, ನೀವು ಯೋಚಿಸದೆಯೂ ಮಾಡುವ ಸಹಜವಾದ ಮತ್ತು ಸುಲಭವಾದ ದೈನಂದಿನ ಅಭ್ಯಾಸಗಳಾಗಿ ಮಾರ್ಪಡುತ್ತವೆ ಹಾಗಾಗಿ ಈ ನಾಲ್ಕನೇ ಒಪ್ಪಂದ ಉಳಿದ ಮೂರು ಒಪ್ಪಂದಗಳು ನಿಮ್ಮ ಜೀವನದಲ್ಲಿ ಗಟ್ಟಿಯಾಗಿ ನೆಲೆಯೂರಲು ಸಂಪೂರ್ಣ ಅವಕಾಶ ನೀಡುತ್ತದೆ.

ಯಾವುದೇ ಪರಿಸ್ಥಿತಿ ಇರಲಿ, ನೀವು ಯಾವಾಗಲೂ ನಿಮ್ಮ ಅತ್ಯುತ್ತಮ ಪ್ರಯತ್ನವನ್ನು ಮಾತ್ರ ಮಾಡಬೇಕು. ಅದಕ್ಕಿಂತ ಹೆಚ್ಚು ಅಥವಾ ಕಡಿಮೆ ಬೇಡ. ಆದರೆ 'ಅತ್ಯುತ್ತಮ' ಎಂಬುದು ಒಂದು ಕ್ಷಣದಿಂದ ಮತ್ತೊಂದು ಕ್ಷಣಕ್ಕೆ ಬೇರೆ ಬೇರೆ ರೀತಿ ಇರುತ್ತದೆ. ಎಲ್ಲವೂ ಜೀವಂತವಾಗಿದೆ ಮತ್ತು ಪ್ರತಿ ಕ್ಷಣವೂ ಬದಲಾಗುತ್ತಿದೆ. ಆಗಾಗಿ ನಿಮ್ಮ ಅತ್ಯುತ್ತಮವು ಕೆಲವು ಸಾರಿ ಉತ್ಕೃಷ್ಟ ಗುಣಮಟ್ಟದ್ದಾಗಿರುತ್ತದೆ, ಇನ್ನು ಕೆಲವೊಮ್ಮೆ ಸುಮಾರಾಗಿರುತ್ತದೆ. ನೀವು ಬೆಳಿಗ್ಗೆ ಉಲ್ಲಾಸದಿಂದ ಮತ್ತು ಶಕ್ತಿಯಿಂದ ಎದ್ದಾಗ ನಿಮ್ಮ 'ಅತ್ಯುತ್ತಮ'ವು, ರಾತ್ರಿ ನೀವು ದಣಿದಿರುವಾಗಿನ ಪ್ರಯತ್ನಕ್ಕಿಂತ ಉತ್ತಮವಾಗಿರುತ್ತದೆ. ಅದೇ ರೀತಿ, ನೀವು ಆರೋಗ್ಯವಾಗಿದ್ದಾಗ ಕೊಡುವ ಅತ್ಯುತ್ತಮ ಪ್ರಯತ್ನವು, ನಿಮಗೆ

ಹುಷಾರಿಲ್ಲದಿದ್ದಾಗ ಅಥವಾ ಮದ್ಯಪಾನ ಮಾಡಿದ್ದಾಗ ಸಂಪೂರ್ಣವಾಗಿ ಭಿನ್ನವಾಗಿರುತ್ತದೆ. ನಿಮ್ಮ 'ಅತ್ಯುತ್ತಮ' ಎಂಬುದು, ನೀವು ಸಂತೋಷವಾಗಿದ್ದೀರಾ ಅಥವಾ ಅಸಮಾಧಾನ, ಕೋಪ, ಅಸೂಯೆಯಿಂದ ತುಂಬಿದ್ದೀರಾ ಎಂಬುದರ ಮೇಲೆ ನಿಂತಿದೆ.

ನಿಮ್ಮ 'ಅತ್ಯುತ್ತಮ' ಪ್ರಯತ್ನವು ನಿಮ್ಮ ದೈನಂದಿನ ಮನಸ್ಥಿತಿಯಂತೆ ಕ್ಷಣಕ್ಷಣಕ್ಕೂ, ಗಂಟೆಗಂಟೆಗೂ, ಮತ್ತು ದಿನದಿಂದ ದಿನಕ್ಕೆ ಬದಲಾಗುತ್ತಲೇ ಇರುತ್ತದೆ. ಇಂದಿನ ನಿಮ್ಮ 'ಅತ್ಯುತ್ತಮ' ನಾಳೆಯೂ ಇರಬೇಕೆಂದಿಲ್ಲ. ಆದರೆ, ಕಾಲಕ್ರಮೇಣ ಈ 'ಅತ್ಯುತ್ತಮ'ದ ಮಟ್ಟದಲ್ಲಿ ಒಂದು ಬದಲಾವಣೆಯಾಗುತ್ತದೆ. ನೀವು ಈ ನಾಲ್ಕು ಹೊಸ ಒಪ್ಪಂದಗಳನ್ನು ನಿಮ್ಮ ಜೀವನದಲ್ಲಿ ಅಳವಡಿಸಿಕೊಳ್ಳುವ ಅಭ್ಯಾಸವನ್ನು ಗಟ್ಟಿಗೊಳಿಸಿದಂತೆಲ್ಲಾ, ನಿಮ್ಮ 'ಅತ್ಯುತ್ತಮ'ವು ಹಿಂದೆ ಇದ್ದಿದ್ದಕ್ಕಿಂತ ಉತ್ತಮವಾಗುತ್ತಾ ಹೋಗುತ್ತದೆ. ಅಂದರೆ, ನೀವು ಅಭ್ಯಾಸ ಮಾಡುವ ಮೂಲಕ, ನೀವು ಆಯಾಸದಲ್ಲಿದ್ದರೂ ಅಥವಾ ನಿಮ್ಮ ಮನಸ್ಥಿತಿ ಚೆನ್ನಾಗಿಲ್ಲದಿದ್ದರೂ ಸಹ ನೀವು ನೀಡುವ ಕನಿಷ್ಠ ಪ್ರಯತ್ನದ ಗುಣಮಟ್ಟವೂ ಹೆಚ್ಚಾಗುತ್ತದೆ.

ನೀವು ಮಾಡುವ ಪ್ರಯತ್ನದ ಗುಣಮಟ್ಟ ಏನೇ ಇರಲಿ, ನೀವು ಅತ್ಯುತ್ತಮವಾದುದನ್ನು ಮಾತ್ರ ಮಾಡುತ್ತಾ ಹೋಗಬೇಕು, ಅದಕ್ಕಿಂತ ಹೆಚ್ಚಾಗಿಯೂ ಬೇಡ, ಕಡಿಮೆಯಾಗಿಯೂ ಬೇಡ. ನೀವು ನಿಮ್ಮ ಅತ್ಯುತ್ತಮಕ್ಕಿಂತ ಹೆಚ್ಚು ಮಾಡಲು ಪ್ರಯತ್ನಿಸಿದರೆ, ಬೇಕಿರುವುದಕ್ಕಿಂತ ಹೆಚ್ಚಿನ ಶಕ್ತಿಯನ್ನು ವ್ಯಯಿಸುತ್ತೀರಿ. ಹೀಗೆ ಅತಿಯಾಗಿ ಒತ್ತಡ ಹಾಕಿಕೊಂಡಾಗ, ಕೊನೆಯಲ್ಲಿ ನಿಮ್ಮ 'ಅತ್ಯುತ್ತಮ'ವೂ ಸಹ ಸಾಕಾಗುವುದಿಲ್ಲ. ನೀವು ನಿಮ್ಮ ಸಾಮರ್ಥ್ಯ ಮೀರಿ ಕೆಲಸ ಮಾಡಿದಾಗ, ದೇಹ ದಂಡನೆಯಾಗುತ್ತದೆ ಮತ್ತು ನೀವು ನಿಮ್ಮ ವಿರುದ್ಧವೇ ಹೋಗುತ್ತೀರಿ, ಇದರಿಂದ ನಿಮ್ಮ ಗುರಿಯನ್ನು ತಲುಪಲು ಹೆಚ್ಚು ಸಮಯ ತೆಗೆದುಕೊಳ್ಳುತ್ತದೆ. ಇದೇ ರೀತಿ, ನೀವು ನಿಮ್ಮ ಅತ್ಯುತ್ತಮಕ್ಕಿಂತ ಕಡಿಮೆ ಪ್ರಯತ್ನ ಮಾಡಿದರೆ, ನಿಮ್ಮನ್ನು ನೀವೇ ಹತಾಶೆ, ಆತ್ಮ-ದೂಷಣೆ, ಅಪರಾಧ ಭಾವನೆ ಮತ್ತು ಪಶ್ಚಾತ್ತಾಪಗಳಿಗೆ ಒಳಪಡಿಸಿಕೊಳ್ಳುತ್ತೀರಿ. ಆದ್ದರಿಂದ, ನಿಮ್ಮ ಅತ್ಯುತ್ತಮ ಪ್ರಯತ್ನವನ್ನು ಸರಿಯಾದ ಸಮತೋಲನದಲ್ಲಿ ಇಟ್ಟುಕೊಳ್ಳುವುದೇ ಇಲ್ಲಿನ ಪ್ರಮುಖ ಕಲಿಕೆ.

ನಿಮ್ಮ ಜೀವನದಲ್ಲಿ ಎಂತಹದೇ ಪರಿಸ್ಥಿತಿ ಬಂದರೂ, ನೀವು ಅತ್ಯುತ್ತಮವಾದುದನ್ನು ಮಾತ್ರ ಮಾಡಿ. ನೀವು ರೋಗದಿಂದ ಬಳಲುತ್ತಿದ್ದರೂ ಅಥವಾ ಅತಿಯಾಗಿ ಆಯಾಸಗೊಂಡಿದ್ದರೂ ಸಹ, ನೀವು ಯಾವಾಗಲೂ ನಿಮ್ಮ ಅತ್ಯುತ್ತಮವನ್ನು ಮಾಡಿದರೆ, ನಿಮ್ಮನ್ನು ನೀವೇ ದೂಷಿಸಿಕೊಳ್ಳಲು ಯಾವುದೇ ಅವಕಾಶವಿರುವುದಿಲ್ಲ. ಮತ್ತು ನೀವು ನಿಮ್ಮನ್ನು ದೂಷಿಸದಿದ್ದಾಗ, ಅಪರಾಧ ಭಾವನೆ, ನಿಂದನೆ ಮತ್ತು ಆತ್ಮ-ಶಿಕ್ಷೆಯಂತಹ ನೋವುಗಳಿಂದ ನೀವು ಎಂದಿಗೂ ಬಳಲುವುದಿಲ್ಲ. ಯಾವಾಗಲೂ ನಿಮ್ಮ ಅತ್ಯುತ್ತಮವನ್ನು ಮಾಡುವುದರಿಂದ, ನೀವು ಇದುವರೆಗೆ ಒಳಪಟ್ಟಿದ್ದ ಒಂದು ದೊಡ್ಡ ಮಾಯಾಜಾಲವನ್ನು ಅಥವಾ ಕಟ್ಟುಪಾಡನ್ನು ಮುರಿದು ಹೊರಬರುತ್ತೀರಿ. ಇದರಿಂದ ನಿಮ್ಮ ಮನಸ್ಸು ಹಗುರಾಗಿ, ಸ್ವಾತಂತ್ರ್ಯ ಮತ್ತು ಶಾಂತಿಯನ್ನು ಅನುಭವಿಸುತ್ತದೆ.

ಒಬ್ಬ ಮನುಷ್ಯನಿದ್ದ. ಅವನು ತನ್ನ ಜೀವನದ ದುಃಖ ಮತ್ತು ಕಷ್ಟಗಳಿಂದ ಹೊರಬರಲು ಬಯಸಿದ್ದ. ಅದಕ್ಕಾಗಿ, ಸಹಾಯ ಪಡೆಯುವ ಉದ್ದೇಶದಿಂದ ಒಬ್ಬ ಗುರುಗಳನ್ನು ಹುಡುಕುತ್ತಾ ಬೌದ್ಧ ದೇವಾಲಯವೊಂದಕ್ಕೆ ಹೋದ. ಅಲ್ಲಿ ಗುರುಗಳನ್ನು ಕಂಡು, ಆತ ವಿನಯದಿಂದ ಕೇಳಿದ "ಗುರುಗಳೇ, ನಾನು ದಿನಕ್ಕೆ ನಾಲ್ಕು ಗಂಟೆ

ಧ್ಯಾನ ಮಾಡಿದರೆ, ಈ ದುಃಖವನ್ನು ಮೀರಿ ಹೊರಬರಲು ನನಗೆ ಎಷ್ಟು ಸಮಯ ಬೇಕಾಗಬಹುದು?"

ಆಗ ಗುರುಗಳು ಕಣ್ಣು ತೆರೆದು ಆ ಮನುಷ್ಯನ ಕಡೆಗೆ ನೋಡಿದರು ಮತ್ತು ಉತ್ತರಿಸಿದರು, "ನೀನು ದಿನಕ್ಕೆ ನಾಲ್ಕು ಗಂಟೆ ಧ್ಯಾನ ಮಾಡಿದರೆ, ಬಹುಶಃ ಹತ್ತು ವರ್ಷಗಳಲ್ಲಿ ಈ ದುಃಖವನ್ನು ಮೀರಿ ಹೊರಬರಬಹುದು."

ಆ ಮನುಷ್ಯ ತಾನು ಇದಕ್ಕಿಂತ ಉತ್ತಮವಾಗಿ ಸಾಧಿಸಬಹುದು ಎಂದು ಭಾವಿಸಿ, ಮತ್ತೊಮ್ಮೆ ಕೇಳಿದ, "ಓಹ್, ಗುರುಗಳೇ, ನಾನು ದಿನಕ್ಕೆ ಎಂಟು ಗಂಟೆ ಧ್ಯಾನ ಮಾಡಿದರೆ, ದುಃಖವನ್ನು ಮೀರಿ ಹೊರಬರಲು ನನಗೆ ಎಷ್ಟು ಸಮಯ ಬೇಕಾಗಬಹುದು?" ಗುರುಗಳು ಮತ್ತೊಮ್ಮೆ ಅವನನ್ನು ನೋಡಿದರು ಮತ್ತು ಶಾಂತವಾಗಿ ಹೇಳಿದರು: "ನೀನು ದಿನಕ್ಕೆ ಎಂಟು ಗಂಟೆ ಧ್ಯಾನ ಮಾಡಿದರೆ, ಬಹುಶಃ ನಿನಗೆ ಇಪ್ಪತ್ತು ವರ್ಷಗಳು ಬೇಕಾಗಬಹುದು."

ಆಗ ಆ ಮನುಷ್ಯನಿಗೆ ಆಶ್ಚರ್ಯವಾಯಿತು, "ಆದರೆ, ನಾನು ಹೆಚ್ಚು ಧ್ಯಾನ ಮಾಡಿದರೆ, ಅದಕ್ಕೆ ಹೆಚ್ಚು ಸಮಯ ಏಕೆ ಬೇಕಾಗುತ್ತದೆ?" ಎಂದು ಗುರುಗಳನ್ನು ಪ್ರಶ್ನಿಸಿದ.

ಅದಕ್ಕೆ ಗುರುಗಳು ಹೀಗೆ ಉತ್ತರಿಸಿದರು, "ನೀನು ಇಲ್ಲಿಗೆ ನಿನ್ನ ಸಂತೋಷವನ್ನಾಗಲೀ ಅಥವಾ ನಿನ್ನ ಜೀವನವನ್ನಾಗಲೀ ತ್ಯಾಗ ಮಾಡಲು ಬಂದಿಲ್ಲ. ನೀನು ಬದುಕಲು, ಸಂತೋಷವಾಗಿರಲು ಮತ್ತು ಪ್ರೀತಿಯಿಂದ ಇರಲು ಇಲ್ಲಿಗೆ ಬಂದಿದ್ದೀಯೆ. ನೀನು ಎರಡು ಗಂಟೆಗಳ ಧ್ಯಾನದಲ್ಲಿಯೇ ನಿನ್ನ ಅತ್ಯುತ್ತಮ ಪ್ರಯತ್ನವನ್ನು ಮಾಡಲು ಸಾಧ್ಯವಿದ್ದರೂ, ನೀನು ಅದಕ್ಕೆ ಬದಲಾಗಿ ಎಂಟು ಗಂಟೆಗಳನ್ನು ವ್ಯಯ ಮಾಡಿದರೆ, ನೀನು ಕೇವಲ ದಣಿದು ಹೋಗುತ್ತೀಯೆ, ಮುಖ್ಯ ಉದ್ದೇಶವನ್ನೇ ತಪ್ಪಿಸಿಕೊಳ್ಳುತ್ತೀಯೆ, ಮತ್ತು ಜೀವನವನ್ನು ಆನಂದಿಸುವುದಿಲ್ಲ. ನೀನು ಅತ್ಯುತ್ತಮವಾದುದನ್ನು ಮಾಡು. ಆಗ ನಿನಗೆ ತಿಳಿಯುತ್ತದೆ ನೀನು ಎಷ್ಟು ಸಮಯ ಧ್ಯಾನ ಮಾಡಿದರೂ ಪರವಾಗಿಲ್ಲ, ನೀನು ಜೀವನವನ್ನು ಸದಾ ಪ್ರೀತಿಸಬಹುದು, ಜೀವಿಸಬಹುದು ಮತ್ತು ಸಂತೋಷವಾಗಿರಬಹುದು."

ನೀವು ಯಾವಾಗಲೂ ನಿಮ್ಮ ಅತ್ಯುತ್ತಮವಾದುದನ್ನು ಮಾಡಿದಾಗ, ನೀವು ನಿಮ್ಮ ಜೀವನವನ್ನು ತೀವ್ರವಾಗಿ ಮತ್ತು ಉತ್ಸಾಹದಿಂದ ಬದುಕುತ್ತೀರಿ. ನೀವು ಹೆಚ್ಚು ಚಟುವಟಿಕೆಯಿಂದಿರುತ್ತೀರಿ ಮತ್ತು ನಿಮ್ಮ ಕುಟುಂಬಕ್ಕೆ, ಸಮುದಾಯಕ್ಕೆ, ಹೀಗೆ ಪ್ರತಿಯೊಂದಕ್ಕೂ ನಿಮ್ಮನ್ನು ನೀವೇ ಸಮರ್ಪಿಸಿಕೊಳ್ಳುವುದರಿಂದ, ನಿಮಗೆ ನೀವೇ ಒಳ್ಳೆಯವರಾಗುತ್ತೀರಿ. ಆದರೆ, ನಿಜವಾಗಿಯೂ ನಿಮಗೆ ಅತಿಯಾದ ಸಂತೋಷವನ್ನು ತರುವುದು ನಿಮ್ಮ ಕ್ರಿಯೆ.

ನೀವು ಯಾವಾಗಲೂ ಅತ್ಯುತ್ತಮವನ್ನು ಮಾಡಿದಾಗ, ನೀವು ಸಹಜವಾಗಿ ಕ್ರಿಯಾಶೀಲರಾಗಿರುತ್ತೀರಿ. ಇಲ್ಲಿ ಮುಖ್ಯವಾದ ವಿಷಯವೆಂದರೆ, ನೀವು ಯಾವುದೋ ಪ್ರತಿಫಲವನ್ನು ನಿರೀಕ್ಷಿಸಿ ಕಾರ್ಯ ಮಾಡುವುದಿಲ್ಲ, ಬದಲಾಗಿ ನೀವು ಆ ಕೆಲಸವನ್ನು ಪ್ರೀತಿಸುವುದರಿಂದ ಮಾಡುತ್ತೀರಿ. ಹೆಚ್ಚಿನ ಜನರು ಇದಕ್ಕೆ ವಿರುದ್ಧವಾಗಿ ನಡೆದುಕೊಳ್ಳುತ್ತಾರೆ. ಅವರು ಪ್ರತಿಫಲವನ್ನು ನಿರೀಕ್ಷಿಸಿದಾಗ ಮಾತ್ರ ಕೆಲಸ ಮಾಡಲು ಮುಂದಾಗುತ್ತಾರೆ ಮತ್ತು ಆ ಕೆಲಸವನ್ನು ಆನಂದಿಸುವುದಿಲ್ಲ. ಹಾಗಾಗಿ ಅವರು ಅತ್ಯುತ್ತಮವಾದುದನ್ನು ಮಾಡಲು

ಸಾಧ್ಯವಾಗುವುದಿಲ್ಲ.

ಉದಾಹರಣೆಗೆ, ಹೆಚ್ಚಿನ ಜನರು ಪ್ರತಿದಿನ ಕೆಲಸಕ್ಕೆ ಹೋಗುವುದು ಸಂಬಳದ ದಿನದ ಬಗ್ಗೆ ಯೋಚಿಸುತ್ತಾ ಮತ್ತು ತಾವು ಮಾಡುವ ಕೆಲಸದಿಂದ ಬರುವ ಹಣದ ಬಗ್ಗೆ ಮಾತ್ರ ಅವರ ಆಸಕ್ತಿಯಿರುತ್ತದೆ. ಅವರಿಗೆ ಶುಕ್ರವಾರ ಅಥವಾ ಶನಿವಾರ, ಸಂಬಳ ಸಿಗುವ ಮತ್ತು ವಿರಾಮದ ದಿನ, ಆ ದಿನಗಳಿಗಾಗಿ ಅವರು ಕಾಯುತ್ತಾರೆ. ಅವರು ಪ್ರತಿಫಲಕ್ಕಾಗಿ ಮಾತ್ರ ಕೆಲಸ ಮಾಡುತ್ತಿರುತ್ತಾರೆ. ಪರಿಣಾಮವಾಗಿ, ಅವರು ಕೆಲಸವನ್ನು ವಿರೋಧಿಸುತ್ತಾರೆ. ಮತ್ತು ಆ ಕ್ರಿಯೆಯನ್ನು ತಪ್ಪಿಸಲು ಪ್ರಯತ್ನಿಸುತ್ತಾರೆ, ಮತ್ತು ಆಗ ಕೆಲಸವು ಅವರಿಗೆ ಮತ್ತಷ್ಟು ಕಷ್ಟಕರವೆನಿಸುತ್ತದೆ. ಹಾಗಾಗಿ, ಅವರು ತಮ್ಮ ಅತ್ಯುತ್ತಮ ಕೆಲಸವನ್ನು ಮಾಡಲು ಸಾಧ್ಯವಾಗುವುದಿಲ್ಲ.

ಅವರು ಇಡೀ ವಾರ ಕಷ್ಟಪಟ್ಟು ದುಡಿಯುತ್ತಾರೆ. ಆ ಕೆಲಸವನ್ನು ಪ್ರೀತಿಸದೇ, ನೋವು ಅನುಭವಿಸುತ್ತಾ, ಕೆಲಸ ಮಾಡಲೇಬೇಕು ಎಂಬ ಕಾರಣಕ್ಕಾಗಿ ಮಾತ್ರ ದುಡಿಯುತ್ತಾರೆ. ಮನೆ ಬಾಡಿಗೆ ಕಟ್ಟಲು, ಕುಟುಂಬವನ್ನು ಸಲಹಲು ಕೆಲಸ ಮಾಡಲೇಬೇಕಾದ ಅನಿವಾರ್ಯತೆ ಇರುತ್ತದೆ. ಇಷ್ಟೆಲ್ಲಾ ಹತಾಶೆಯಲ್ಲಿದ್ದರೂ, ಅವರು ಹಣ ಪಡೆದಾಗಲೂ ಸಂತೋಷವಾಗಿರುವುದಿಲ್ಲ. ತಮಗೆ ಇಷ್ಟ ಬಂದದ್ದನ್ನು ಮಾಡಲು ಸಿಗುವ ಆ ಎರಡು ದಿನಗಳ ವಿಶ್ರಾಂತಿಯಲ್ಲಿ ಅವರು ಏನು ಮಾಡುತ್ತಾರೆ? ಅವರು ವಾಸ್ತವದಿಂದ ತಪ್ಪಿಸಿಕೊಳ್ಳಲು ಪ್ರಯತ್ನಿಸುತ್ತಾರೆ. ತಮ್ಮನ್ನು ತಾವೇ ಇಷ್ಟಪಡದಿರುವುದರಿಂದ, ಅಥವಾ ತಮ್ಮ ಜೀವನವೇ ಇಷ್ಟವಿಲ್ಲದಿರುವುದರಿಂದ, ಅವರು ನಶೆಯಲ್ಲಿ ಮುಳುಗುತ್ತಾರೆ. ನಾವು ಯಾರು ಎಂಬುದೇ ನಮಗೆ ಇಷ್ಟವಾಗದಿದ್ದಾಗ, ನಾವು ನಮ್ಮನ್ನೇ ನೋಯಿಸಿಕೊಳ್ಳಲು ಮಾರ್ಗಗಳನ್ನು ಕಂಡುಕೊಳ್ಳುತ್ತೇವೆ.

ಬದಲಾಗಿ, ನೀವು ಯಾವುದೇ ಪ್ರತಿಫಲವನ್ನು ನಿರೀಕ್ಷಿಸದೇ, ಕೇವಲ ಒಳ್ಳೆಯ ಮನಸ್ಸಿನಿಂದ ಕೆಲಸವನ್ನು ಇಷ್ಟ ಪಟ್ಟು ಮಾಡಿದಾಗ, ನೀವು ಮಾಡುವ ಪ್ರತಿಯೊಂದು ಕ್ರಿಯೆಯನ್ನೂ ಆನಂದಿಸಲು ಪ್ರಾರಂಭಿಸುತ್ತೀರಿ. ಪ್ರತಿಫಲಗಳು ತಾವಾಗಿಯೇ ಬರುತ್ತವೆ, ಆದರೆ ನೀವು ಆ ಪ್ರತಿಫಲಕ್ಕೆ ಅಂಟಿಕೊಂಡಿರುವುದಿಲ್ಲ. ಪ್ರತಿಫಲವನ್ನು ನಿರೀಕ್ಷಿಸದೆಯೇ, ನೀವು ಊಹಿಸಿದ್ದಕ್ಕಿಂತ ಹೆಚ್ಚಿನದನ್ನು ಸಹ ಪಡೆಯಬಹುದು. ಒಂದು ವೇಳೆ ನಾವು ಮಾಡುತ್ತಿರುವ ಕೆಲಸವನ್ನು ಇಷ್ಟಪಟ್ಟರೆ, ಮತ್ತು ಯಾವಾಗಲೂ ನಮ್ಮ ಅತ್ಯುತ್ತಮವನ್ನು ನೀಡಿದರೆ, ನಾವು ನಿಜವಾಗಿಯೂ ಜೀವನವನ್ನು ಆನಂದಿಸುತ್ತೇವೆ. ನಾವು ಸಂತೋಷವಾಗಿರುತ್ತೇವೆ, ನಮಗೆ ಬೇಸರವಾಗುವುದಿಲ್ಲ, ಮತ್ತು ಯಾವುದೇ ಹತಾಶೆ ಇರುವುದಿಲ್ಲ.

ನೀವು ಅತ್ಯುತ್ತಮವಾದುದನ್ನು ಮಾಡಿದಾಗ, ನಿಮ್ಮೊಳಗಿನ 'ನ್ಯಾಯಾಧೀಶ' ನಿಮ್ಮನ್ನು ದೋಷಿಯೆಂದು ಅಥವಾ ತಪ್ಪಿತಸ್ಥನೆಂದು ನಿರ್ಣಯಿಸಲು ನೀವು ಅವಕಾಶ ನೀಡುವುದಿಲ್ಲ. ಒಂದು ವೇಳೆ ಆ 'ನ್ಯಾಯಾಧೀಶ'ನು ಕಾನೂನಿನ ಪುಸ್ತಕದ ಪ್ರಕಾರ ನಿಮ್ಮನ್ನು ದಂಡಿಸಲು ಪ್ರಯತ್ನಿಸಿದರೂ ಸಹ, ನಿಮ್ಮ ಬಳಿ ಸ್ಪಷ್ಟ ಉತ್ತರವಿರುತ್ತದೆ– 'ನಾನು ನನ್ನ ಅತ್ಯುತ್ತಮ ಪ್ರಯತ್ನವನ್ನು ಮಾಡಿದ್ದೇನೆ.' ಆಗ ಯಾವುದೇ ಪಶ್ಚಾತ್ತಾಪ ಉಳಿಯುವುದಿಲ್ಲ. ನಾವು ಯಾವಾಗಲೂ ನಮ್ಮ ಅತ್ಯುತ್ತಮವನ್ನು ಮಾಡುವುದಕ್ಕೆ ಇದೇ ಮುಖ್ಯ ಕಾರಣ. ಈ ಒಪ್ಪಂದವನ್ನು ಪಾಲಿಸುವುದು ಸುಲಭವಲ್ಲ, ಆದರೆ ಈ ಒಪ್ಪಂದವೇ ನಿಜವಾಗಿಯೂ ನಿಮ್ಮನ್ನು ಸ್ವತಂತ್ರರನ್ನಾಗಿಸುತ್ತದೆ.

ನೀವು ನಿಮ್ಮ ಅತ್ಯುತ್ತಮವಾದುದನ್ನು ಮಾಡಿದಾಗ, ನಿಮ್ಮನ್ನು ನೀವೇ ಸ್ವೀಕರಿಸಲು ಕಲಿಯುತ್ತೀರಿ. ಆದರೆ, ಇದರ ಜೊತೆಗೆ ನೀವು ನಿಮ್ಮ ತಪ್ಪುಗಳಿಂದ ಕಲಿಯಲು ಎಚ್ಚರದಿಂದಿರಬೇಕು. ನಿಮ್ಮ ತಪ್ಪುಗಳಿಂದ ಕಲಿಯುವುದೆಂದರೆ, ನೀವು ಅದನ್ನು ಅಭ್ಯಾಸ ಮಾಡಬೇಕು, ಅದರ ಫಲಿತಾಂಶಗಳನ್ನು ಪ್ರಾಮಾಣಿಕವಾಗಿ ಗಮನಿಸಬೇಕು, ಹಾಗೂ ಮತ್ತೆ ಅಭ್ಯಾಸ ಮಾಡುವುದನ್ನು ಮುಂದುವರಿಸಬೇಕು. ಹೀಗೆ ಮಾಡುವುದರಿಂದ ನಿಮ್ಮ ಅರಿವು ಅಥವಾ ಜಾಗರೂಕತೆ ಮತ್ತಷ್ಟು ಹೆಚ್ಚಾಗುತ್ತದೆ.

ನೀವು ಮಾಡುವ ಕೆಲಸವನ್ನು ಆನಂದಿಸುತ್ತಿರುವಾಗ, ಅದು ಕಷ್ಟ ಎನಿಸುವುದಿಲ್ಲ. ನೀವು ಆ ಕ್ರಿಯೆಯನ್ನು ಸಂತೋಷದಿಂದ ಮಾಡುತ್ತಿದ್ದರೆ ಅಥವಾ ನಿಮಗೆ ಯಾವುದೇ ನಕಾರಾತ್ಮಕ ಪರಿಣಾಮಗಳನ್ನು ತರದ ರೀತಿಯಲ್ಲಿ ಮಾಡುತ್ತಿದ್ದರೆ, ನೀವು ಅತ್ಯುತ್ತಮವಾದುದನ್ನು ಮಾಡುತ್ತಿದ್ದೀರಿ ಎಂದರ್ಥ. ನೀವು ನಿಮ್ಮ ಅತ್ಯುತ್ತಮವನ್ನು ಮಾಡುವುದು, ನೀವು ಅದನ್ನು ಮಾಡಲು ಬಯಸುವುದರಿಂದಲೇ ಹೊರತು, ಅದನ್ನು ಮಾಡಲೇಬೇಕು ಎಂಬ ಅನಿವಾರ್ಯತೆಯಿಂದಲ್ಲ, ನಿಮ್ಮೊಳಗಿನ 'ನ್ಯಾಯಾಧೀಶ'ನನ್ನು ಮೆಚ್ಚಿಸಲು ಅಲ್ಲ, ಅಥವಾ ಬೇರೆಯವರನ್ನು ಖುಷಿಪಡಿಸಲು ಅಲ್ಲ.

ಒಂದು ವೇಳೆ ನೀವು 'ಮಾಡಲೇಬೇಕು' ಎಂಬ ಅನಿವಾರ್ಯತೆಯಿಂದ ಯಾವುದಾದರೂ ಕೆಲಸ ಮಾಡಿದರೆ, ನೀವು ಖಂಡಿತವಾಗಿಯೂ ಅತ್ಯುತ್ತಮವಾದುದನ್ನು ಮಾಡಲು ಸಾಧ್ಯವಿಲ್ಲ. ಅಂತಹ ಸಂದರ್ಭದಲ್ಲಿ ಆ ಕೆಲಸವನ್ನು ಮಾಡದಿರುವುದೇ ಉತ್ತಮ. ಆದರೆ, ಇಲ್ಲಿನ ನಿಜವಾದ ಸತ್ಯವೇನೆಂದರೆ, ನೀವು ನಿಮ್ಮ ಅತ್ಯುತ್ತಮವನ್ನು ಮಾಡುತ್ತೀರಿ, ಏಕೆಂದರೆ ಆ ಪ್ರಯತ್ನವು ನಿಮ್ಮನ್ನು ಯಾವಾಗಲೂ ಅತ್ಯಂತ ಸಂತೋಷವಾಗಿಡುತ್ತದೆ. ನೀವು ಕೇವಲ ಆ ಕಾರ್ಯವನ್ನು ಆನಂದಿಸುವುದಕ್ಕಾಗಿ ಅತ್ಯುತ್ತಮ ಕೆಲಸ ಮಾಡಿದಾಗ, ಆ ಕ್ರಿಯೆಯನ್ನು ನೀವು ಇಷ್ಟಪಟ್ಟಿರುತ್ತೀರಿ ಎಂದರ್ಥ.

ಕ್ರಿಯೆ ಎಂದರೆ ಜೀವನವನ್ನು ಸಂಪೂರ್ಣವಾಗಿ, ಸಾರ್ಥಕವಾಗಿ ಬದುಕುವುದು. ಆದರೆ, ನಿಷ್ಕ್ರಿಯತೆಯು ಅಂದರೆ ಯಾವುದೇ ಕೆಲಸದಲ್ಲಿ ಆಸಕ್ತಿ ತೋರದೆ ಇರುವುದು ನಾವು ಜೀವನವನ್ನು ತಿರಸ್ಕರಿಸುವ ಮಾರ್ಗವಾಗಿದೆ. ನೀವು ಬದುಕಿಗೆ ಹೆದರಿ, ನಿಜವಾದ ಅಸ್ತಿತ್ವವನ್ನು ವ್ಯಕ್ತಪಡಿಸದೆ ವರ್ಷಗಟ್ಟಲೇ ಪ್ರತಿದಿನ ಟಿವಿ ಮುಂದೆ ಕುಳಿತಿರುವುದು ನಿಷ್ಕ್ರಿಯತೆಗೆ ಉದಾಹರಣೆ. ನಿಮ್ಮ ನಿಜವಾದ ಅಸ್ತಿತ್ವವನ್ನು ವ್ಯಕ್ತಪಡಿಸಲು ಚಟುವಟಿಕೆಯಿಂದಿರಬೇಕು. ನಿಮ್ಮ ಮನಸ್ಸಿನಲ್ಲಿ ಎಷ್ಟೇ ಮಹಾನ್ ಕಲ್ಪನೆಗಳಿರಲಿ, ಅವುಗಳಿಗೂ ಮತ್ತು ಫಲಿತಾಂಶಗಳಿಗೂ ವ್ಯತ್ಯಾಸ ತರುವುದು ಕ್ರಿಯೆ ಮಾತ್ರ. ಸುಂದರ ಕನಸಿದ್ದು ಕೆಲಸ ಮಾಡದಿದ್ದರೆ, ಯಾವುದೇ ಫಲಿತಾಂಶ ಸಿಗುವುದಿಲ್ಲ, ಯಾವುದೂ ಕಾರ್ಯರೂಪಕ್ಕೆ ಬರುವುದಿಲ್ಲ ಮತ್ತು ಯಾವುದೇ ಪ್ರತಿಫಲವೂ ದೊರೆಯುವುದಿಲ್ಲ.

ಇದಕ್ಕೆ ಒಂದು ಉತ್ತಮ ಉದಾಹರಣೆ ಫಾರೆಸ್ಟ್ ಗಂಪ್ ಕಥೆ. ಅವನು ದೊಡ್ಡ ಕನಸೇನು ಕಂಡಿರಲಿಲ್ಲ, ಆದರೆ ಅವನು ಕ್ರಿಯಾಶೀಲನಾಗಿದ್ದ. ಅವನು ಸಂತೋಷವಾಗಿದ್ದ ಹೇಗೆಂದರೆ ಯಾವಾಗಲೂ ಕೆಲಸವನ್ನು ಅತ್ಯುತ್ತಮವಾಗಿ ಮಾಡುತ್ತಿದ್ದ. ಯಾವುದೇ ಪ್ರತಿಫಲವನ್ನು ನಿರೀಕ್ಷಿಸದೆಯೇ ಅವನು ವಿಫುಲವಾಗಿ ಪ್ರತಿಫಲವನ್ನು ಪಡೆದ. ಕ್ರಿಯಾಶೀಲರಾಗಿರುವುದು ಎಂದರೆ ಜೀವಂತವಾಗಿರುವುದು. ಅದು ಹೊರಗೆ ಹೋಗಿ ನಿಮ್ಮ ಕನಸನ್ನು ವ್ಯಕ್ತಪಡಿಸಲು ಧೈರ್ಯ ಮಾಡುವುದು. ನಿಮ್ಮ ಕನಸನ್ನು ಇನ್ನೊಬ್ಬರ

ಮೇಲೆ ಹೇರುವುದು ಇದಕ್ಕೆ ವಿರುದ್ಧವಾಗಿದೆ, ಏಕೆಂದರೆ ತಮ್ಮ ಕನಸನ್ನು ವ್ಯಕ್ತಪಡಿಸುವ ಹಕ್ಕು ಪ್ರತಿಯೊಬ್ಬರಿಗೂ ಇದೆ.

ನೀವು ಅತ್ಯುತ್ತಮವಾದ ಕ್ರಿಯೆಯನ್ನು ಮಾಡುವುದು ಒಂದು ಅದ್ಭುತವಾದ ಅಭ್ಯಾಸ. ನನ್ನ ಜೀವನದಲ್ಲಿ ಮಾಡುವ ಪ್ರತಿಯೊಂದು ಕೆಲಸದಲ್ಲಿ ಮತ್ತು ಅನುಭವಿಸುವ ಪ್ರತಿಯೊಂದು ಭಾವನೆಯಲ್ಲಿ ಅತ್ಯುತ್ತಮವಾದುದನ್ನು ಮಾಡುತ್ತೇನೆ. ನಾನು ಅತ್ಯುತ್ತಮವಾಗಿರುವುದನ್ನು ಮಾಡುವುದು ನನ್ನ ಜೀವನದಲ್ಲಿ ಒಂದು ಆಚರಣೆಯಾಗಿ ಮಾರ್ಪಟ್ಟಿದೆ, ಇದು ನನ್ನ ಆಯ್ಕೆ. ಇದು ನನ್ನ ಅಂತರಂಗದ ನಂಬಿಕೆಯಾಗಿದೆ. ನಾನು ಪ್ರತಿಯೊಂದನ್ನೂ ಒಂದು ಆಚರಣೆಯನ್ನಾಗಿ ಮಾಡಿಕೊಳ್ಳುತ್ತೇನೆ ಮತ್ತು ಯಾವಾಗಲೂ ನನ್ನ ಅತ್ಯುತ್ತಮವನ್ನು ನೀಡುತ್ತೇನೆ. ನನಗೆ, ಸ್ನಾನ ಮಾಡುವುದು ಕೂಡ ಒಂದು ಆಚರಣೆ. ಆ ಕ್ರಿಯೆಯ ಮೂಲಕ, ನಾನು ನನ್ನ ದೇಹವನ್ನು ಎಷ್ಟು ಪ್ರೀತಿಸುತ್ತೇನೆ ಎಂದು ಅದಕ್ಕೆ ತಿಳಿಸುತ್ತೇನೆ. ನಾನು ನೀರಿನ ಸ್ಪರ್ಶವನ್ನು ನನ್ನ ದೇಹದ ಮೇಲೆ ಅನುಭವಿಸುತ್ತೇನೆ ಮತ್ತು ಅದನ್ನು ಆನಂದಿಸುತ್ತೇನೆ. ನನ್ನ ದೇಹದ ಅಗತ್ಯಗಳನ್ನು ಪೂರೈಸಲು ನಾನು ನನ್ನ ಅತ್ಯುತ್ತಮವಾದುದನ್ನು ನೀಡುತ್ತೇನೆ. ನನ್ನ ದೇಹಕ್ಕೆ ಕೊಡಲು ಮತ್ತು ನನ್ನ ದೇಹವು ನನಗೆ ಹಿಂದಿರುಗಿಸುವುದನ್ನು ಸ್ವೀಕರಿಸಲು ನಾನು ಅತ್ಯುತ್ತಮವಾದುದನ್ನೇ ಮಾಡುತ್ತೇನೆ.

ಭಾರತದಲ್ಲಿ ಜನರು ಪೂಜೆಯನ್ನು ಮಾಡುತ್ತಾರೆ. ಈ ವಿಧಿಯಲ್ಲಿ, ದೇವರನ್ನು ಪ್ರತಿನಿಧಿಸುವ ಹಲವಾರು ರೂಪಗಳ ವಿಗ್ರಹಗಳನ್ನು ತೆಗೆದುಕೊಂಡು, ಅವುಗಳಿಗೆ ಸ್ನಾನ ಮಾಡಿಸುತ್ತಾರೆ, ಆಹಾರವನ್ನು ಅರ್ಪಿಸುತ್ತಾರೆ ಮತ್ತು ತಮ್ಮ ಪ್ರೀತಿಯನ್ನು ನೀಡುತ್ತಾರೆ. ಅವರು ಆ ವಿಗ್ರಹಗಳಿಗೆ ಮಂತ್ರಗಳನ್ನೂ ಜಪಿಸುತ್ತಾರೆ. ಇಲ್ಲಿ ವಿಗ್ರಹವು ತಾನಾಗಿಯೇ ಮುಖ್ಯವಲ್ಲ. ಮುಖ್ಯವಾದುದು ಏನೆಂದರೆ, ಅವರು ಆ ಆಚರಣೆಯನ್ನು ನಿರ್ವಹಿಸುವ ರೀತಿ, ಮತ್ತು "ದೇವರೇ, ನಾನು ನಿನ್ನನ್ನು ಪ್ರೀತಿಸುತ್ತೇನೆ" ಎಂದು ಅವರು ಹೇಳುವ ವಿಧಾನ. ಈ ಆಚರಣೆಯು ಕೇವಲ ಒಂದು ತೋರ್ಪಡಿಕೆಗಲ್ಲ, ಬದಲಿಗೆ ದೇವರ ಮೇಲಿನ ತಮ್ಮ ಆಳವಾದ ಪ್ರೀತಿಯನ್ನು ವ್ಯಕ್ತಪಡಿಸುವ ಮಾರ್ಗವಾಗಿದೆ.

ದೇವರು ಎಂದರೆ ಜೀವನ. ದೇವರು ಎಂದರೆ ಕ್ರಿಯೆಯಲ್ಲಿರುವ ಜೀವನ. "ದೇವರೇ, ನಾನು ನಿನ್ನನ್ನು ಪ್ರೀತಿಸುತ್ತೇನೆ" ಎಂದು ಹೇಳಲು ಇರುವ ಅತ್ಯುತ್ತಮ ಮಾರ್ಗವೆಂದರೆ, ನಿಮ್ಮ ಜೀವನದಲ್ಲಿ ಅತ್ಯುತ್ತಮವಾದುದನ್ನು ಮಾಡುತ್ತಾ ಬದುಕುವುದು. ಹಾಗೆಯೇ, "ದೇವರೇ, ನಿನಗೆ ಧನ್ಯವಾದಗಳು" ಎಂದು ಹೇಳಲು ಇರುವ ಉತ್ತಮ ಮಾರ್ಗವೆಂದರೆ, ಭೂತಕಾಲವನ್ನು ಬಿಟ್ಟುಬಿಡುವುದು ಮತ್ತು ಇದೇ ಕ್ಷಣದಲ್ಲಿ, ಇಲ್ಲಿ ಮತ್ತು ಈಗ ಬದುಕುವುದಕ್ಕೆ ಅವಕಾಶ ನೀಡುವುದು. ಜೀವನವು ನಿಮ್ಮಿಂದ ಏನನ್ನೇ ತೆಗೆದುಕೊಂಡರೂ, ಅದನ್ನು ಹೋಗಲು ಬಿಡಿ. ನೀವು ಶರಣಾದಾಗ ಮತ್ತು ಭೂತಕಾಲವನ್ನು ಬಿಟ್ಟಾಗ, ಆ ಕ್ಷಣದಲ್ಲಿ ಸಂಪೂರ್ಣವಾಗಿ ಜೀವಂತವಾಗಿರಲು ನಿಮಗೆ ನೀವೇ ಅವಕಾಶ ನೀಡುತ್ತೀರಿ. ಭೂತಕಾಲವನ್ನು ಬಿಟ್ಟುಬಿಡುವುದು ಎಂದರೆ, ಇದೀಗ ನಡೆಯುತ್ತಿರುವ ಕನಸನ್ನು ನೀವು ಆನಂದಿಸಬಹುದು ಎಂದರ್ಥ.

ನೀವು ಹಳೆಯ ಕನಸಿನಲ್ಲಿಯೇ ಬದುಕುತ್ತಿದ್ದರೆ, ಈಗ ನಡೆಯುತ್ತಿರುವುದನ್ನು ನೀವು ಆನಂದಿಸಲು ಸಾಧ್ಯವಿಲ್ಲ. ಏಕೆಂದರೆ ನೀವು ಯಾವಾಗಲೂ 'ಈ ಕ್ಷಣವು ಬೇರೆ ರೀತಿ ಇರಬೇಕಿತ್ತು' ಎಂದು ಹಾರೈಸುತ್ತಾ ಇರುತ್ತೀರಿ. ನೀವು ಜೀವಂತವಾಗಿರುವಾಗ

ಯಾರನ್ನಾದರೂ ಅಥವಾ ಯಾವುದನ್ನಾದರೂ ಮಿಸ್ ಮಾಡುವಷ್ಟು (ನೆನಪಿಸಿಕೊಂಡು ಕೊರತೆಯನ್ನು ಅನುಭವಿಸಲು) ಸಮಯವೇ ನಿಮಗಿರುವುದಿಲ್ಲ. ಈಗ ನಡೆಯುತ್ತಿರುವುದನ್ನು ಆನಂದಿಸದೇ ಇರುವುದು ಎಂದರೆ, ನೀವು ಭೂತಕಾಲದಲ್ಲಿ ಬದುಕುತ್ತಿದ್ದೀರಿ ಮತ್ತು ಕೇವಲ ಅರ್ಧ ಜೀವದಿಂದಿದ್ದೀರಿ ಎಂದರ್ಥ. ಈ ನಿಷ್ಕ್ರಿಯತೆಯು ನಿಮ್ಮನ್ನು ಆತ್ಮ-ದಯೆ, ದುಃಖ ಮತ್ತು ಕಣ್ಣೀರಿನ ಕಡೆಗೆ ಕೊಂಡೊಯ್ಯುತ್ತದೆ.

ನೀವು ಸಂತೋಷವಾಗಿರುವ ಹಕ್ಕಿನೊಂದಿಗೆ ಹುಟ್ಟಿದ್ದೀರಿ. ಪ್ರೀತಿಸುವ, ಆನಂದಿಸುವ ಮತ್ತು ನಿಮ್ಮ ಪ್ರೀತಿಯನ್ನು ಹಂಚಿಕೊಳ್ಳುವ ಹಕ್ಕಿನೊಂದಿಗೆ ಹುಟ್ಟಿದ್ದೀರಿ. ನೀವು ಜೀವಂತವಾಗಿದ್ದೀರಿ, ಹಾಗಾಗಿ ನಿಮ್ಮ ಜೀವನವನ್ನು ತೆಗೆದುಕೊಳ್ಳಿ ಮತ್ತು ಅದನ್ನು ಆನಂದಿಸಿ. ನಿಮ್ಮ ಮೂಲಕ ಹರಿಯುತ್ತಿರುವ ಜೀವನವನ್ನು ವಿರೋಧಿಸಬೇಡಿ, ಏಕೆಂದರೆ ಅದೇ ನಿಮ್ಮ ಮೂಲಕ ಹರಿಯುತ್ತಿರುವ ದೇವರು. ನಿಮ್ಮ ಅಸ್ತಿತ್ವವೇ ದೇವರ ಅಸ್ತಿತ್ವವನ್ನು ಸಾಬೀತುಪಡಿಸುತ್ತದೆ. ನಿಮ್ಮ ಅಸ್ತಿತ್ವವೇ ಜೀವನ ಮತ್ತು ಶಕ್ತಿಯ ಅಸ್ತಿತ್ವವನ್ನು ಸಾಬೀತುಪಡಿಸುತ್ತದೆ.

ನಾವು ಏನನ್ನೂ ತಿಳಿದುಕೊಳ್ಳುವ ಅಥವಾ ಸಾಬೀತುಪಡಿಸುವ ಅಗತ್ಯವಿಲ್ಲ. ಕೇವಲ ಜೀವಿಸುವುದು, ಧೈರ್ಯ ಮಾಡಿ, ಅಪಾಯವನ್ನು ಎದುರಿಸಿ, ಮತ್ತು ನಿಮ್ಮ ಜೀವನವನ್ನು ಆನಂದಿಸುವುದೇ ಇಲ್ಲಿ ಮುಖ್ಯ. ನೀವು ಬೇಡ ಎಂದು ಹೇಳಲು ಬಯಸಿದಾಗ ಬೇಡ ಎಂದು ಹೇಳಿ, ಮತ್ತು ಬೇಕು ಎಂದು ಹೇಳಲು ಬಯಸಿದಾಗ ಬೇಕು ಎಂದು ಹೇಳಿ. ನೀವು 'ನೀವಾಗಿರಲು' ನಿಮಗೆ ಹಕ್ಕಿದೆ. ನೀವು ನಿಮ್ಮ ಅತ್ಯುತ್ತಮವನ್ನು ಮಾಡಿದಾಗ ಮಾತ್ರ ನೀವು 'ನೀವಾಗಲು' ಸಾಧ್ಯ. ನೀವು ಅತ್ಯುತ್ತಮವಾದುದನ್ನು ಮಾಡದಿದ್ದಾಗ, ನೀವು 'ನೀವಾಗಿರುವ' ನಿಮ್ಮ ಹಕ್ಕನ್ನು ನೀವೇ ನಿರಾಕರಿಸುತ್ತಿದ್ದೀರಿ ಎಂದರ್ಥ. ಈ ಚಿಂತನೆಯ ಬೀಜವನ್ನು ನೀವು ನಿಜವಾಗಿಯೂ ನಿಮ್ಮ ಮನಸ್ಸಿನಲ್ಲಿ ಪೋಷಿಸಬೇಕು. ನಿಮಗೆ ಜ್ಞಾನವಾಗಲೀ ಅಥವಾ ದೊಡ್ಡ ತತ್ವಜ್ಞಾನದ ಪರಿಕಲ್ಪನೆಗಳಾಗಲೀ ಬೇಕಿಲ್ಲ. ಇತರರ ಒಪ್ಪಿಗೆಯೂ ಬೇಕಿಲ್ಲ. ನೀವು ಜೀವಂತವಾಗಿರುವ ಮೂಲಕ ಮತ್ತು ನಿಮ್ಮನ್ನು ಹಾಗೂ ಇತರರನ್ನು ಪ್ರೀತಿಸುವ ಮೂಲಕ ನಿಮ್ಮದೇ ಆದ ದೈವತ್ವವನ್ನು ವ್ಯಕ್ತಪಡಿಸುತ್ತೀರಿ. "ಹೇ, ನಾನು ನಿನ್ನನ್ನು ಪ್ರೀತಿಸುತ್ತೇನೆ" ಎಂದು ಹೇಳುವುದು ದೇವರ ಅಭಿವ್ಯಕ್ತಿಯೇ ಆಗಿದೆ.

ಮೊದಲಿನ ಮೂರು ಒಪ್ಪಂದಗಳು ಕಾರ್ಯರೂಪಕ್ಕೆ ಬರಬೇಕೆಂದರೆ, ನೀವು ಅತ್ಯುತ್ತಮವಾದುದನ್ನು ಮಾಡಲೇಬೇಕು. ನೀವು ಯಾವಾಗಲೂ ನಿಮ್ಮ ಮಾತಿನಲ್ಲಿ ಸಂಪೂರ್ಣವಾಗಿ ನಿರ್ದೋಷಿಯಾಗಿರಲು ಸಾಧ್ಯವಾಗುವುದಿಲ್ಲ. ನಿಮ್ಮ ದಿನನಿತ್ಯದ ಅಭ್ಯಾಸಗಳು ತುಂಬಾ ಬಲವಾಗಿ ನಿಮ್ಮ ಮನಸ್ಸಿನಲ್ಲಿ ಬೇರೂರಿವೆ. ಆದರೆ, ನೀವು ನಿಮ್ಮ ಅತ್ಯುತ್ತಮವನ್ನು ಖಂಡಿತಾ ಮಾಡಬಹುದು. ನೀವು ಯಾವುದನ್ನೂ ವೈಯಕ್ತಿಕವಾಗಿ ತೆಗೆದುಕೊಳ್ಳುವುದೇ ಇಲ್ಲ ಎಂದು ಅಂದುಕೊಳ್ಳಬೇಡಿ; ಕೇವಲ ನಿಮ್ಮ ಅತ್ಯುತ್ತಮವನ್ನು ಮಾಡಿ. ನೀವು ಎಂದಿಗೂ ಊಹೆಯನ್ನು ಮಾಡಿಕೊಳ್ಳುವುದಿಲ್ಲ ಅಂದುಕೊಳ್ಳಬೇಡಿ, ಆದರೆ ನೀವು ಖಂಡಿತವಾಗಿಯೂ ಅತ್ಯುತ್ತಮವಾದುದನ್ನು ಮಾಡಬಹುದು.

ನೀವು ಅತ್ಯುತ್ತಮವಾದುದನ್ನು ಮಾಡುತ್ತಾ ಹೋದರೆ, ನಿಮ್ಮ ಮಾತುಗಳನ್ನು ದುರುಪಯೋಗಪಡಿಸಿಕೊಳ್ಳುವ, ವಿಷಯಗಳನ್ನು ವೈಯಕ್ತಿಕವಾಗಿ ತೆಗೆದುಕೊಳ್ಳುವ ಮತ್ತು ಊಹೆಗಳನ್ನು ಮಾಡುವ ಅಭ್ಯಾಸಗಳು ಕಾಲಕ್ರಮೇಣ ದುರ್ಬಲವಾಗುತ್ತಾ

ಕಡಿಮೆಯಾಗುತ್ತಾ ಹೋಗುತ್ತವೆ. ಈ ಒಪ್ಪಂದಗಳನ್ನು ಸಂಪೂರ್ಣವಾಗಿ ಪಾಲಿಸಲು ನಿಮಗೆ ಸಾಧ್ಯವಾಗದಿದ್ದರೂ ಸಹ, ನಿಮ್ಮನ್ನು ನೀವೇ ದೂಷಿಸಿಕೊಳ್ಳುವ, ಅಪರಾಧ ಭಾವನೆ ಪಡುವ ಅಥವಾ ಶಿಕ್ಷಿಸಿಕೊಳ್ಳುವ ಅಗತ್ಯವಿಲ್ಲ. ನೀವು ಅತ್ಯುತ್ತಮ ಪ್ರಯತ್ನವನ್ನು ಮಾಡುತ್ತಿದ್ದರೆ, ನೀವು ಇನ್ನೂ ಊಹೆಗಳನ್ನು ಮಾಡುತ್ತಿದ್ದರೂ, ಇನ್ನೂ ವಿಷಯಗಳನ್ನು ವೈಯಕ್ತಿಕವಾಗಿ ತೆಗೆದುಕೊಳ್ಳುತ್ತಿದ್ದರೂ ಮತ್ತು ನಿಮ್ಮ ಮಾತಿನಲ್ಲಿ ಸಂಪೂರ್ಣವಾಗಿ ನಿರ್ದೋಷಿಯಾಗಿಲ್ಲದಿದ್ದರೂ ಸಹ, ನಿಮ್ಮ ಬಗ್ಗೆಯೇ ನಿಮಗೆ ಒಳ್ಳೆಯ ಭಾವನೆ ಬರುತ್ತದೆ.

ನೀವು ಅತ್ಯುತ್ತಮವಾದುದನ್ನು ಸದಾ, ಮತ್ತೆ ಮತ್ತೆ ಮಾಡುತ್ತಾ ಹೋದರೆ, ನೀವು ಪರಿವರ್ತನೆಯ ಪಂಡಿತರಾಗುತ್ತೀರಿ. ಅಭ್ಯಾಸವೇ ನಿಪುಣರನ್ನು ಸೃಷ್ಟಿಸುತ್ತದೆ. ನಿಮ್ಮ ಅತ್ಯುತ್ತಮವನ್ನು ಮಾಡುವುದರ ಮೂಲಕ ನೀವು ನಿಪುಣತೆಯನ್ನು ಸಾಧಿಸುತ್ತೀರಿ. ನೀವು ಕಲಿತ ಪ್ರತಿಯೊಂದು ವಿಷಯವನ್ನೂ, ನೀವು ಪುನರಾವರ್ತನೆಯ ಮೂಲಕವೇ ಕಲಿತಿರುತ್ತೀರಿ. ಬರೆಯುವುದು, ವಾಹನ ಚಲಾಯಿಸುವುದು, ಮತ್ತು ನಡೆಯುವುದನ್ನೂ ಸಹ ಪುನರಾವರ್ತನೆಯ ಮೂಲಕವೇ ಕಲಿತಿದ್ದೀರಿ. ನೀವು ಭಾಷೆಯನ್ನು ಅಭ್ಯಸಿಸಿರುವುದರಿಂದ ನಿರ್ಗಳವಾಗಿ ಮಾತನಾಡಬಲ್ಲಿರಿ. ಇಲ್ಲಿ ನಿಮ್ಮ ಕ್ರಿಯೆಯು ಪ್ರಮುಖ ಪಾತ್ರ ಹೊಂದಿದೆ.

ನೀವು ವೈಯಕ್ತಿಕ ಸ್ವಾತಂತ್ರ್ಯ ಮತ್ತು ಆತ್ಮ-ಪ್ರೀತಿಯ ಹುಡುಕಾಟದಲ್ಲಿ ಅತ್ಯುತ್ತಮವಾಗಿದ್ದರೆ ನೀವು ಹುಡುಕುತ್ತಿರುವುದನ್ನು ಕಂಡುಕೊಳ್ಳಲು ಕೇವಲ ಸಮಯದ ಪ್ರಶ್ನೆ ಮಾತ್ರ ಎಂದು ಅರಿತುಕೊಳ್ಳುತ್ತೀರಿ. ಇದು ಕೇವಲ ಹಗಲುಗನಸು ಕಾಣುವುದಾಗಲೀ ಅಥವಾ ಗಂಟೆಗಟ್ಟಲೇ ಧ್ಯಾನದಲ್ಲಿ ಕೂತು ಕನಸು ಕಾಣುವುದಾಗಲೀ ಅಲ್ಲ. ನೀವು ಎದ್ದು ನಿಂತು ಒಬ್ಬ ಮನುಷ್ಯರಾಗಿ ಬದುಕಬೇಕು. ನೀವು ಪುರುಷರಾಗಲೀ ಅಥವಾ ಮಹಿಳೆಯಾಗಲೀ, ನಿಮಗೆ ನೀವು ಗೌರವ ನೀಡಬೇಕು. ನಿಮ್ಮ ದೇಹವನ್ನು ಗೌರವಿಸಿ, ಆನಂದಿಸಿ, ಪ್ರೀತಿಸಿ. ನಿಮ್ಮ ದೇಹಕ್ಕೆ ಆಹಾರ ನೀಡಿ, ಸ್ವಚ್ಛವಾಗಿಡಿ ಮತ್ತು ಅದನ್ನು ಗುಣಪಡಿಸಿ. ವ್ಯಾಯಾಮ ಮಾಡಿ ಮತ್ತು ನಿಮ್ಮ ದೇಹಕ್ಕೆ ಉತ್ತಮವೆನಿಸುವುದನ್ನು ಮಾಡಿ. ಇದು ನಿಮ್ಮ ದೇಹಕ್ಕೆ ನೀವು ಸಲ್ಲಿಸುವ ಪೂಜೆಯಾಗಿದ್ದು, ಅದು ನಿಮ್ಮ ಮತ್ತು ದೇವರ ನಡುವಿನ ಒಂದು ಆತ್ಮೀಯ ಸಂಪರ್ಕವಾಗಿದೆ.

ನೀವು ಮೇರಿ ಮಾತೆ, ಯೇಸು ಅಥವಾ ಬುದ್ಧನ ವಿಗ್ರಹಗಳನ್ನು ಆರಾಧಿಸಬೇಕೆಂದಿಲ್ಲ. ನೀವು ಇಚ್ಛಿಸಿದರೆ ಅಥವಾ ಒಳ್ಳೆಯದೆನಿಸಿದರೆ, ನೀವು ಆರಾಧಿಸಬಹುದು. ಆದರೆ, ನಿಮ್ಮ ಸ್ವಂತ ದೇಹವೇ ದೇವರ ಅಭಿವ್ಯಕ್ತಿ. ನೀವು ನಿಮ್ಮ ದೇಹವನ್ನು ಗೌರವಿಸಿದರೆ, ನಿಮ್ಮ ಜೀವನದಲ್ಲಿ ಎಲ್ಲವೂ ಬದಲಾಗುತ್ತದೆ. ನಿಮ್ಮ ದೇಹದ ಪ್ರತಿಯೊಂದು ಭಾಗಕ್ಕೂ ಪ್ರೀತಿಯನ್ನು ನೀಡುವ ಅಭ್ಯಾಸ ಮಾಡಿದಾಗ, ನಿಮ್ಮ ಮನಸ್ಸಿನಲ್ಲಿ ಪ್ರೀತಿಯ ಬೀಜಗಳನ್ನು ನೆಡುತ್ತೀರಿ. ಅವು ಬೆಳೆದಾಗ, ನೀವು ನಿಮ್ಮ ದೇಹವನ್ನು ಅಪಾರವಾಗಿ ಪ್ರೀತಿಸುತ್ತೀರಿ, ಗೌರವಿಸುತ್ತೀರಿ ಮತ್ತು ಆದರಿಸುತ್ತೀರಿ.

ಆಗ, ನೀವು ಮಾಡುವ ಪ್ರತಿಯೊಂದು ಕ್ರಿಯೆಯೂ ದೇವರನ್ನು ಗೌರವಿಸುವ ಒಂದು ಆಚರಣೆಯಾಗುತ್ತದೆ. ಮುಂದಿನ ಹಂತವೆಂದರೆ, ನಿಮ್ಮ ಪ್ರತಿಯೊಂದು ಯೋಚನೆ, ಪ್ರತಿಯೊಂದು ಭಾವನೆ, ಪ್ರತಿಯೊಂದು ನಂಬಿಕೆ, ಮತ್ತು ಸರಿ-ತಪ್ಪುಗಳಂತಹ ವಿಚಾರಗಳ ಮೂಲಕವೂ ದೇವರನ್ನು ಗೌರವಿಸುವುದು. ಪ್ರತಿಯೊಂದು ಯೋಚನೆಯೂ ದೇವರೊಂದಿಗಿನ ಒಂದು ಆತ್ಮೀಯ ಸಂಪರ್ಕವಾಗಿ ಬದಲಾಗುತ್ತದೆ. ಆಗ ನೀವು

ಯಾವುದೇ ತೀರ್ಪು, ಆತ್ಮ-ದೂಷಣೆ, ಅಥವಾ ನಿಮ್ಮನ್ನು ನೀವೇ ನಿಂದಿಸಿಕೊಳ್ಳುವ ಅಗತ್ಯವಿಲ್ಲದಂತಹ ಶಾಂತಿಯುತ ಕನಸನ್ನು ಜೀವಿಸುತ್ತೀರಿ.

ನೀವು ಈ ನಾಲ್ಕು ಒಪ್ಪಂದಗಳನ್ನು ಒಟ್ಟಿಗೆ ಗೌರವಿಸಿದಾಗ, ನಿಮ್ಮ ಜೀವನದಲ್ಲಿ ದುಃಖ ಅಥವಾ ನರಕಕ್ಕೆ ಜಾಗವಿರುವುದಿಲ್ಲ. ನೀವು ಮಾತಿನಲ್ಲಿ ನಿರ್ದೋಷಿಯಾಗಿರುತ್ತೀರಿ, ಯಾವುದನ್ನೂ ವೈಯಕ್ತಿಕವಾಗಿ ತೆಗೆದುಕೊಳ್ಳುವುದಿಲ್ಲ, ಊಹೆಗಳನ್ನು ಮಾಡುವುದಿಲ್ಲ ಮತ್ತು ಯಾವಾಗಲೂ ಅತ್ಯುತ್ತಮವಾದುದನ್ನು ಮಾಡುತ್ತೀರಿ- ಹೀಗೆ ಮಾಡಿದಾಗ, ನಿಮ್ಮ ಜೀವನವು ಅತ್ಯಂತ ಸುಂದರವಾಗಿರುತ್ತದೆ. ನೀವು ನಂಬಲೇಬೇಕು, ನಿಮ್ಮ ಜೀವನದ ನಿಯಂತ್ರಣವು ಶೇಕಡ ನೂರರಷ್ಟು ನಿಮ್ಮ ಕೈಯಲ್ಲಿರುತ್ತದೆ.

ಈ ನಾಲ್ಕು ಒಪ್ಪಂದಗಳು ಟೋಲ್ಟೆಕ್‌ನ ಪ್ರಮುಖ ಪಾಂಡಿತ್ಯಗಳಲ್ಲಿ ಒಂದಾದ ಪರಿವರ್ತನೆಯ ಪಾಂಡಿತ್ಯದ ಸಾರಾಂಶವಾಗಿದೆ. ಈ ಒಪ್ಪಂದಗಳನ್ನು ಅಳವಡಿಸಿಕೊಂಡರೆ, ನಿಮ್ಮ ದುಃಖದ ಜೀವನ ಆನಂದಮಯ ಜೀವನವಾಗಿ ಪರಿವರ್ತನೆಯಾಗುತ್ತದೆ. ಇಡೀ ಜಗತ್ತಿನ ಕಠಿಣ ಕನಸು ನಿಮ್ಮ ವೈಯಕ್ತಿಕ, ಸುಂದರವಾದ ಸ್ವರ್ಗದ ಕನಸಾಗಿ ಬದಲಾಗುತ್ತದೆ. ಈ ಜ್ಞಾನ ಈಗಾಗಲೇ ನಿಮ್ಮ ಮುಂದಿದೆ, ನೀವು ಅದನ್ನು ಬಳಸಲು ಅದು ಕಾಯುತ್ತಿದೆ ಅಷ್ಟೇ. ನಾಲ್ಕು ಒಪ್ಪಂದಗಳು ನಿಮ್ಮ ಮುಂದಿವೆ; ನೀವು ಮಾಡಬೇಕಾದುದೆಂದರೆ, ಈ ಒಪ್ಪಂದಗಳನ್ನು ಅಳವಡಿಸಿಕೊಂಡು ಅವುಗಳ ಅರ್ಥ ಮತ್ತು ಶಕ್ತಿಯನ್ನು ಗೌರವಿಸುವುದು.

ಈ ಒಪ್ಪಂದಗಳನ್ನು ಗೌರವಿಸಲು ನಿಮ್ಮ ಅತ್ಯುತ್ತಮ ಪ್ರಯತ್ನವನ್ನು ಮಾತ್ರ ಮಾಡಿ. ನೀವು ಇಂದೇ ಒಂದು ನಿರ್ಧಾರ ತೆಗೆದುಕೊಳ್ಳಬಹುದು: 'ನಾನು ಈ ನಾಲ್ಕು ಒಪ್ಪಂದಗಳನ್ನು ಗೌರವಿಸಲು ಆರಿಸಿಕೊಳ್ಳುತ್ತೇನೆ.' ಈ ಒಪ್ಪಂದಗಳು ಎಷ್ಟು ಸರಳ ಮತ್ತು ತಾರ್ಕಿಕವಾಗಿವೆಯೆಂದರೆ ಒಂದು ಮಗು ಕೂಡ ಇವುಗಳನ್ನು ಅರ್ಥಮಾಡಿಕೊಳ್ಳಬಹುದು. ಆದರೆ, ಈ ಒಪ್ಪಂದಗಳನ್ನು ಪಾಲಿಸಲು ನಿಮಗೆ ಬಹಳ ಪ್ರಬಲವಾದ ಇಚ್ಛಾಶಕ್ತಿ ಬೇಕಾಗುತ್ತದೆ. ಏಕೆ? ಏಕೆಂದರೆ, ನಾವು ಎಲ್ಲಿಗೆ ಹೋದರೂ ನಮ್ಮ ಹಾದಿಯು ಅಡೆತಡೆಗಳಿಂದ ತುಂಬಿರುತ್ತದೆ. ಪ್ರತಿಯೊಬ್ಬರೂ ಈ ಹೊಸ ಒಪ್ಪಂದಗಳ ಬಗೆಗಿನ ನಮ್ಮ ಬದ್ಧತೆಯನ್ನು ಹಾಳುಮಾಡಲು ಪ್ರಯತ್ನಿಸುತ್ತಾರೆ, ಮತ್ತು ನಮ್ಮ ಸುತ್ತಲಿನ ಎಲ್ಲವೂ ನಾವು ಅವುಗಳನ್ನು ಮುರಿಯುವಂತೆ ಪ್ರೇರೇಪಿಸುತ್ತದೆ. ಇದಕ್ಕೆ ಕಾರಣವೇನೆಂದರೆ, ಭೂಮಿಯ ಕನಸಿನ ಭಾಗವಾಗಿರುವ ಉಳಿದೆಲ್ಲಾ ಒಪ್ಪಂದಗಳು- ಅವು ಜೀವಂತವಾಗಿವೆ ಮತ್ತು ಅವು ನಿಜವಾಗಿಯೂ ಬಹಳ ಬಲಿಷ್ಠವಾಗಿವೆ.

ಅದಕ್ಕಾಗಿಯೇ ನೀವು ಒಬ್ಬ ಮಹಾನ್ ಬೇಟೆಗಾರನಾಗಿ, ಮಹಾನ್ ಯೋಧನಾಗಿ ಬದಲಾಗಬೇಕು. ನಿಮ್ಮ ಜೀವನವನ್ನೇ ಪಣಕ್ಕಿಟ್ಟು ಈ ನಾಲ್ಕು ಒಪ್ಪಂದಗಳನ್ನು ನೀವು ರಕ್ಷಿಸಿಕೊಳ್ಳಬೇಕು. ಏಕೆಂದರೆ, ನಿಮ್ಮ ಸಂತೋಷ, ನಿಮ್ಮ ಸ್ವಾತಂತ್ರ್ಯ ಮತ್ತು ನಿಮ್ಮ ಸಂಪೂರ್ಣ ಜೀವನಶೈಲಿಯೇ ಇದರ ಮೇಲೆ ಅವಲಂಬಿತವಾಗಿದೆ. ಈ ಯೋಧನ ಗುರಿ ಏನೆಂದರೆ, ಈ ದುಃಖದ ಪ್ರಪಂಚವನ್ನು ಮೀರಿ, ಈ ನರಕದಿಂದ ತಪ್ಪಿಸಿಕೊಂಡು, ಮತ್ತೆಂದೂ ಇಲ್ಲಿಗೆ ಹಿಂತಿರುಗಿ ಬಾರದಿರುವುದು. ಟೋಲ್ಟೆಕ್‌ಗಳು ನಮಗೆ ಕಲಿಸುವಂತೆ, ಪ್ರತಿಫಲವು ಮಾನವ ದುಃಖವನ್ನು ಮೀರಿ ಹೊರಬರುವುದು ಮತ್ತು ದೈವತ್ವದ ಸಾಕಾರವಾಗಿ ಪರಿವರ್ತನೆಯಾಗುವುದೇ ಆಗಿದೆ. ಅದುವೇ ನಮಗೆ ಸಿಗುವ ನಿಜವಾದ ಪ್ರತಿಫಲ.

ಈ ಒಪ್ಪಂದಗಳನ್ನು ಪಾಲಿಸುವಲ್ಲಿ ಯಶಸ್ವಿಯಾಗಲು, ನಾವು ನಮ್ಮಲ್ಲಿರುವ ಪ್ರತಿ ಶಕ್ತಿಯ ಅಂಶವನ್ನೂ ಬಳಸಬೇಕಾಗುತ್ತದೆ. ಮೊದಲಿಗೆ ನಾನಿದನ್ನು ಮಾಡಬಲ್ಲೆನೆಂದು ಅನ್ನಿಸಿರಲಿಲ್ಲ. ನಾನು ಹಲವು ಬಾರಿ ಬಿದ್ದೆ, ಆದರೆ ಮತ್ತೆ ಎದ್ದು ನಿಂತು ಮುಂದುವರಿದೆ. ಮತ್ತೆ ಬಿದ್ದೆ, ಮತ್ತೆ ಮುಂದುವರಿದೆ. ನಾನು ಎಂದಿಗೂ ನನ್ನ ಬಗ್ಗೆಯೇ ದುಃಖಪಟ್ಟವನಲ್ಲ. ನನಗೆ ನನ್ನ ಮೇಲೆ ಕನಿಕರ ಪಡುವ ಪ್ರಮೇಯವೇ ಬರಲಿಲ್ಲ. ನಾನು ಹೇಳಿದೆ: "ನಾನು ಬಿದ್ದರೂ ಪರವಾಗಿಲ್ಲ, ನಾನು ಸಾಕಷ್ಟು ಬಲಿಷ್ಠನಾಗಿದ್ದೇನೆ, ನಾನು ಸಾಕಷ್ಟು ಬುದ್ಧಿವಂತನಾಗಿದ್ದೇನೆ, ನಾನು ಇದನ್ನು ಮಾಡಬಲ್ಲೆ!" ನಾನು ಎದ್ದು ನಿಂತೆ ಮತ್ತು ಮುಂದುವರಿದೆ. ಬೀಳುತ್ತಿದ್ದೆ, ಆದರೆ ಮುಂದುವರಿಯುತ್ತಲೇ ಹೋದೆ. ಮತ್ತು ಪ್ರತಿ ಬಾರಿಯೂ ಅದು ಸುಲಭವಾಗುತ್ತಾ, ಸುಲಭವಾಗುತ್ತಾ ಹೋಯಿತು. ಆದರೂ, ಆರಂಭದಲ್ಲಿ ಅದು ನಿಜವಾಗಿಯೂ ಕಷ್ಟಕರವಾಗಿತ್ತು, ತುಂಬ ಕಠಿಣವಾಗಿತ್ತು.

ಹಾಗಾಗಿ, ನೀವು ಎಡವಿದಾಗ, ನಿಮ್ಮನ್ನು ನೀವೇ ದೂಷಿಸಿಕೊಳ್ಳಬೇಡಿ. ನಿಮ್ಮೊಳಗಿನ ಜಡ್ಜ್‌ಗೆ ನಿಮ್ಮನ್ನು ಬಲಿಪಶು ಆಗಿಸಲು ಬಿಡಬೇಡಿ. ಇಲ್ಲ, ನಿಮ್ಮ ಬಗ್ಗೆ ನೀವು ದೃಢವಾಗಿರಿ. ಎದ್ದು ನಿಂತು ಆ ಒಪ್ಪಂದವನ್ನು ಮತ್ತೊಮ್ಮೆ ಮಾಡಿ. "ಸರಿ, ಮಾತಿನಲ್ಲಿ ನಿರ್ದೋಷಿಯಾಗಿರುವ ನನ್ನ ಒಪ್ಪಂದವನ್ನು ನಾನು ಮುರಿದೆ. ಈಗ ನಾನು ಮತ್ತೆ ಮೊದಲಿನಿಂದಲೇ ಪ್ರಾರಂಭಿಸುತ್ತೇನೆ. ನಾನು ಈ ಒಂದು ದಿನ ಮಾತ್ರ ಈ ನಾಲ್ಕು ಒಪ್ಪಂದಗಳನ್ನು ಪಾಲಿಸಲು ನಿರ್ಧರಿಸುತ್ತೇನೆ. ಇಂದು ನಾನು ನನ್ನ ಮಾತಿನಲ್ಲಿ ನಿರ್ದೋಷಿಯಾಗಿರುತ್ತೇನೆ, ಯಾವುದನ್ನೂ ವೈಯಕ್ತಿಕವಾಗಿ ತೆಗೆದುಕೊಳ್ಳುವುದಿಲ್ಲ, ಯಾವುದೇ ಊಹೆಗಳನ್ನು ಮಾಡುವುದಿಲ್ಲ, ಮತ್ತು ನನ್ನ ಅತ್ಯುತ್ತಮವಾದುದನ್ನು ನೀಡುತ್ತೇನೆ."

ನೀವು ಒಂದು ಒಪ್ಪಂದವನ್ನು ಮುರಿದರೆ, ಚಿಂತಿಸಬೇಡಿ, ಮರುದಿನ ಮತ್ತೆ ಪ್ರಾರಂಭಿಸಿ, ಮತ್ತು ನಂತರದ ದಿನವೂ ಮತ್ತೊಮ್ಮೆ ಪ್ರಾರಂಭಿಸಿ. ಮೊದಲಿಗೆ ಅದು ಕಷ್ಟಕರವಾಗಬಹುದು, ಆದರೆ ಪ್ರತಿ ದಿನವೂ ಅದು ಸುಲಭವಾಗುತ್ತಾ, ಸುಲಭವಾಗುತ್ತಾ ಹೋಗುತ್ತದೆ. ಒಂದು ದಿನ, ಈ ನಾಲ್ಕು ಒಪ್ಪಂದಗಳ ಸಹಾಯದಿಂದ ನೀವು ನಿಮ್ಮ ಜೀವನವನ್ನು ಆಳುತ್ತಿರುವುದನ್ನು ಕಂಡುಕೊಳ್ಳುವಿರಿ. ಆಗ ನಿಮ್ಮ ಜೀವನವು ಪರಿವರ್ತನೆಯಾದ ರೀತಿಯನ್ನು ನೋಡಿ ನೀವೇ ಆಶ್ಚರ್ಯಚಕಿತರಾಗುತ್ತೀರಿ.

ನೀವು ಧಾರ್ಮಿಕರಾಗಿರಬೇಕೆಂದಿಲ್ಲ ಅಥವಾ ಪ್ರತಿದಿನ ಚರ್ಚ್‌ಗೆ ಹೋಗಬೇಕೆಂದಿಲ್ಲ. ನಿಮ್ಮ ಪ್ರೀತಿ ಮತ್ತು ಆತ್ಮಗೌರವ ಬೆಳೆಯುತ್ತಲೇ ಇದೆ. ನೀವು ಇದನ್ನು ಖಂಡಿತಾ ಮಾಡಬಹುದು. ನಾನು ಇದನ್ನು ಸಾಧಿಸಿದ್ದರೆ, ನೀವು ಸಹ ಖಂಡಿತಾ ಇದನ್ನು ಸಾಧಿಸಬಹುದು. ಭವಿಷ್ಯದ ಬಗ್ಗೆ ಚಿಂತಿಸಬೇಡಿ, ನಿಮ್ಮ ಗಮನವನ್ನು ಇಂದಿನ ದಿನದ ಮೇಲೆ ಕೇಂದ್ರೀಕರಿಸಿ ಮತ್ತು ವರ್ತಮಾನದ ಕ್ಷಣದಲ್ಲಿಯೇ ಇರಿ. ಒಂದು ದಿನಕ್ಕೆ ಒಂದು ದಿನ ಬದುಕಿ. ಈ ಒಪ್ಪಂದಗಳನ್ನು ಪಾಲಿಸಲು ಯಾವಾಗಲೂ ನಿಮಗೆ ಅತ್ಯುತ್ತಮ ಅನಿಸುವುದನ್ನು ಮಾಡಿ, ಮತ್ತು ಶೀಘ್ರದಲ್ಲೇ ಇದು ನಿಮಗೆ ಸುಲಭವಾಗುತ್ತದೆ. ಇಂದಿನ ದಿನವೇ ನಿಮ್ಮ ಹೊಸ ಕನಸಿನ ಪ್ರಾರಂಭ.

6

ಟೋಲ್ಟೆಕ್ ಸ್ವಾತಂತ್ರ್ಯದ ಹಾದಿ

ಹಳೆಯ ಒಪ್ಪಂದಗಳನ್ನು ಮುರಿಯುವುದು

ಎಲ್ಲರೂ ಸ್ವಾತಂತ್ರ್ಯದ ಬಗ್ಗೆ ಮಾತನಾಡುತ್ತಾರೆ. ಪ್ರಪಂಚದಾದ್ಯಂತ ವಿವಿಧ ಜನರು, ಜನಾಂಗಗಳು, ದೇಶಗಳು ಸ್ವಾತಂತ್ರ್ಯಕ್ಕಾಗಿ ಹೋರಾಡುತ್ತಿವೆ. ಆದರೆ ಸ್ವಾತಂತ್ರ್ಯ ಎಂದರೇನು? ಅಮೆರಿಕಾದಂಥಹ ಸ್ವತಂತ್ರ ದೇಶದಲ್ಲಿ ನಾವು ವಾಸಿಸುತ್ತಿದ್ದೇವೆ ಎಂದು ಹೇಳುತ್ತೇವೆ. ಆದರೆ ನಾವು ನಿಜವಾಗಿಯೂ ಸ್ವತಂತ್ರರೇ? ನಾವಿರುವಂತೆಯೇ ಇರಲು ನಾವು ಸ್ವತಂತ್ರರೇ? ಇದಕ್ಕೆ ಉತ್ತರ– ಇಲ್ಲ, ನಾವು ಸ್ವತಂತ್ರರಲ್ಲ. ನಿಜವಾದ ಸ್ವಾತಂತ್ರ್ಯವು ಮಾನವ ಚೇತನಕ್ಕೆ ಸಂಬಂಧಿಸಿದೆ. ನಾವು ಹೇಗಿದ್ದೇವೋ ಹಾಗೆಯೇ ಇರಲು ಸಿಗುವ ಸ್ವಾತಂತ್ರ್ಯವೇ ನಿಜವಾದ ಸ್ವಾತಂತ್ರ್ಯ.

ನಮ್ಮನ್ನು ಸ್ವಾತಂತ್ರ್ಯದಿಂದ ತಡೆಯುವವರು ಯಾರು? ನಾವು ಸರ್ಕಾರವನ್ನು ದೂಷಿಸುತ್ತೇವೆ, ಹವಾಮಾನವನ್ನು ದೂಷಿಸುತ್ತೇವೆ, ನಮ್ಮ ಹೆತ್ತವರನ್ನು ದೂಷಿಸುತ್ತೇವೆ, ಧರ್ಮವನ್ನು ದೂಷಿಸುತ್ತೇವೆ, ದೇವರನ್ನು ದೂಷಿಸುತ್ತೇವೆ. ಹಾಗಾದರೆ, ನಿಜವಾಗಿ ನಮ್ಮನ್ನು ಸ್ವಾತಂತ್ರ್ಯದಿಂದ ತಡೆಯುವವರು ಯಾರು? ಅದು ನಾವೇ...ನಮ್ಮನ್ನು ನಾವೇ ತಡೆದುಕೊಳ್ಳುತ್ತೇವೆ. ಸ್ವಾತಂತ್ರ್ಯ ಎಂದರೆ ನಿಜವಾಗಿಯೂ ಏನು? ಕೆಲವೊಮ್ಮೆ ನಾವು ಮದುವೆಯಾದಾಗ ನಮ್ಮ ಸ್ವಾತಂತ್ರ್ಯ ಕಳೆದುಕೊಂಡೆವು ಎಂದು ಹೇಳುತ್ತೇವೆ, ನಂತರ ವಿಚ್ಛೇದನ ಪಡೆದರೂ ನಮಗೆ ಸ್ವಾತಂತ್ರ್ಯ ಸಿಕ್ಕಿರುವುದಿಲ್ಲ. ಹಾಗಾದರೆ ನಮ್ಮನ್ನು ತಡೆಯುವುದು ಯಾವುದು? ನಾವು ನಮ್ಮಂತೆಯೇ ಇರಲು ಏಕೆ ಸಾಧ್ಯವಿಲ್ಲ?

ನಾವು ಮುಂಚೆ ಸ್ವತಂತ್ರರಾಗಿದ್ದೆವು, ಮತ್ತು ಆ ಸ್ವಾತಂತ್ರ್ಯವನ್ನು ನಾವು ಪ್ರೀತಿಸುತ್ತಿದ್ದೆವು. ಅದರ ನೆನಪು ನಮಗಿದೆ. ಆದರೆ ಸ್ವಾತಂತ್ರ್ಯದ ನಿಜವಾದ ಅರ್ಥವೇನು ಎಂಬುದನ್ನು ನಾವು ಮರೆತುಬಿಟ್ಟಿದ್ದೇವೆ.

ನಾವು ಎರಡು, ಮೂರು, ಅಥವಾ ಬಹುಶಃ ನಾಲ್ಕು ವರ್ಷದ ಮಗುವನ್ನು

ನೋಡಿದಾಗ, ನಮಗೆ ಒಬ್ಬ ಸ್ವತಂತ್ರ ಮನುಷ್ಯ ಕಾಣಿಸುತ್ತಾನೆ. ಈ ಮಗು ಏಕೆ ಸ್ವತಂತ್ರವಾಗಿರುತ್ತದೆ? ಏಕೆಂದರೆ ಈ ಮಗು ತನಗೆ ಏನು ಬೇಕೋ ಅದನ್ನೇ ಮಾಡುತ್ತದೆ. ಮಗು ಸಂಪೂರ್ಣವಾಗಿ ಕಾಡು ಸ್ವಭಾವದಾಗಿರುತ್ತದೆ. ಅದು ಒಂದು ಹೂವು, ಮರ, ಅಥವಾ ಪಳಗಿಸದ ಪ್ರಾಣಿಯಂತೆಯೇ – ಕಾಡಿನದಾಗಿರುತ್ತದೆ! ಮತ್ತು ನಾವು ಎರಡು ವರ್ಷದ ಮಕ್ಕಳನ್ನು ಗಮನಿಸಿದರೆ, ಹೆಚ್ಚಾಗಿ ಅವರ ಮುಖದಲ್ಲಿ ದೊಡ್ಡ ನಗು ಇರುತ್ತದೆ ಮತ್ತು ಅವರು ಖುಷಿಯಾಗಿರುತ್ತಾರೆ. ಅವರು ಪ್ರಪಂಚವನ್ನು ಅನ್ವೇಷಿಸುತ್ತಿರುತ್ತಾರೆ. ಆಟವಾಡಲು ಅವರಿಗೆ ಭಯವಿಲ್ಲ. ಅವರಿಗೆ ನೋವಾದಾಗ, ಹಸಿದಾಗ, ಅವರ ಕೆಲವು ಅಗತ್ಯಗಳು ಪೂರೈಸದಿದ್ದಾಗ ಮಾತ್ರ ಭಯಪಡುತ್ತಾರೆ ಮತ್ತು ಅಳುತ್ತಾರೆ. ಆದರೆ ಅವರು ಭೂತಕಾಲದ ಬಗ್ಗೆ ಚಿಂತಿಸುವುದಿಲ್ಲ, ಭವಿಷ್ಯದ ಬಗ್ಗೆ ತಲೆಕೆಡಿಸಿಕೊಳ್ಳುವುದಿಲ್ಲ, ಮತ್ತು ಪ್ರಸ್ತುತ ಕ್ಷಣದಲ್ಲಿ ಮಾತ್ರ ಬದುಕುತ್ತಾರೆ.

ಪುಟ್ಟ ಮಕ್ಕಳು ತಮ್ಮ ಭಾವನೆಗಳನ್ನು ವ್ಯಕ್ತಪಡಿಸಲು ಎಂದಿಗೂ ಹೆದರುವುದಿಲ್ಲ. ಅವರು ಎಷ್ಟೊಂದು ಪ್ರೀತಿಯಿಂದ ತುಂಬಿರುತ್ತಾರೆಂದರೆ, ಅವರಿಗೆ ಪ್ರೀತಿ ಸಿಕ್ಕರೆ, ಆ ಪ್ರೀತಿಯಲ್ಲಿ ಕರಗಿ ಹೋಗುತ್ತಾರೆ. ಪ್ರೀತಿಸಲು ಅವರಿಗೆ ಕೊಂಚವೂ ಭಯವಿರುವುದಿಲ್ಲ. ಇದೇ ಸಾಮಾನ್ಯ ಮನುಷ್ಯನ ಗುಣ. ಮಕ್ಕಳಾಗಿದ್ದಾಗ ನಾವು ಭವಿಷ್ಯದ ಬಗ್ಗೆ ಭಯಪಡುವುದಿಲ್ಲ ಅಥವಾ ಭೂತಕಾಲದ ಬಗ್ಗೆ ನಾಚಿಕೆಪಡುವುದಿಲ್ಲ. ಜೀವನವನ್ನು ಆನಂದಿಸುವುದು, ಆಟವಾಡುವುದು, ಅನ್ವೇಷಿಸುವುದು, ಸಂತೋಷವಾಗಿರುವುದು ಮತ್ತು ಪ್ರೀತಿಸುವುದು, ಇವೇ ನಮ್ಮ ಸಾಮಾನ್ಯ ಮಾನವ ಸಹಜ ಪ್ರವೃತ್ತಿಗಳು.

ಆದರೆ, ವಯಸ್ಕ ಮನುಷ್ಯನಿಗೆ ಏನಾಗಿದೆ? ನಾವು ಏಕೆ ತುಂಬಾ ಭಿನ್ನವಾಗಿದ್ದೇವೆ? ನಾವು ಏಕೆ ಕಾಡು ಸ್ವಭಾವದವರಾಗಿಲ್ಲ? ಸಂತ್ರಸ್ತನ(ಬಲಿಪಶುವಿನ) ದೃಷ್ಟಿಕೋನದಿಂದ, ನಮ್ಮ ಜೀವನದಲ್ಲಿ ನಡೆದ ಕಷ್ಟದ ಘಟನೆಗಳು ಒಂದು ದುರಂತ. ಆದರೆ, ಅದೇ ಘಟನೆಯನ್ನು ಯೋಧನ ದೃಷ್ಟಿಕೋನದಿಂದ ನೋಡಿದರೆ, ಅದು ಜೀವನದ ಸಾಮಾನ್ಯ ಭಾಗ ಮಾತ್ರ. ನಮಗೇನಾಗಿದೆ ಎಂದರೆ ನಮ್ಮೊಳಗೆ ಒಂದು ಕಟ್ಟುನಿಟ್ಟಿನ ನ್ಯಾಯಾಧೀಶ ಇದ್ದು, ಅವನು ನಮ್ಮ ಹಳೆಯ ಕಾನೂನು ಪುಸ್ತಕ ಅಂದರೆ ನಂಬಿಕೆಗಳು ಮತ್ತು ನಿಯಮಗಳು–ಇವುಗಳ ಆಧಾರದ ಮೇಲೆ ನಮ್ಮ ಪ್ರತಿ ನಡೆಯನ್ನೂ ದೂಷಿಸುತ್ತಿರುತ್ತಾನೆ. ಇದರ ಜೊತೆಗೆ ನಮ್ಮೊಳಗಿನ ಬಲಿಪಶು ಭಾವನೆಯೂ ಇದೆ. ಇವೆಲ್ಲಾ ನಮ್ಮ ಜೀವನವನ್ನು ಆಳುತ್ತಿವೆ. ನಮ್ಮೊಳಗಿನ ನ್ಯಾಯಾಧೀಶ, ಬಲಿಪಶು ಮತ್ತು ನಮ್ಮ ದೋಷಪೂರಿತ ನಂಬಿಕೆ ವ್ಯವಸ್ಥೆಗಳು ಸೇರಿ, ನಾವು ನಿಜವಾಗಿಯೂ ಹೇಗಿದ್ದೇವೆಯೋ ಹಾಗೆ ಇರಲು ಅವಕಾಶ ನೀಡುವುದಿಲ್ಲ. ನಮ್ಮ ಮನಸ್ಸು ಈ ಎಲ್ಲಾ ದೂಷಣೆ, ಭಯ ಮತ್ತು ನಕಾರಾತ್ಮಕ ವಿಚಾರಗಳೆಂಬ ಕಸದಿಂದ ತುಂಬಿಹೋದಾಗ, ನಾವು ನಮ್ಮ ಸ್ವಾತಂತ್ರ್ಯ ಮತ್ತು ನಿಜವಾದ ಸಂತೋಷವನ್ನು ಕಳೆದುಕೊಳ್ಳುತ್ತೇವೆ.

ನಮ್ಮ ಸಮಾಜದಲ್ಲಿ, ಜನರು ನಡೆದುಕೊಳ್ಳುವ ರೀತಿ, ಅವರ ನಂಬಿಕೆಗಳು ಮತ್ತು ಅವರ ಭಯಗಳು ಒಂದು ತಲೆಮಾರಿನಿಂದ ಇನ್ನೊಂದು ತಲೆಮಾರಿಗೆ ಕಲಿಕೆಯ ಮೂಲಕ ವರ್ಗಾವಣೆಯಾಗುತ್ತವೆ. ಇದು ಸಂಪೂರ್ಣವಾಗಿ ಸ್ವಾಭಾವಿಕ ಪ್ರಕ್ರಿಯೆ. ಆದ್ದರಿಂದ, ನಿಮ್ಮ ಪೋಷಕರು ನಿಮ್ಮನ್ನು ತಮ್ಮಂತೆಯೇ ಬೆಳೆಸಿದ್ದಾರೆ ಅಥವಾ ನಿಮಗೆ ಏನನ್ನು ಹೇಳಿಕೊಟ್ಟಿದ್ದಾರೆಯೋ ಅದರ ಬಗ್ಗೆ ಅವರನ್ನು ದೂಷಿಸುವ ಅಗತ್ಯವಿಲ್ಲ.

ಅವರಿಗೆ ಏನು ತಿಳಿದಿತ್ತೋ, ಅದನ್ನಷ್ಟೇ ನಿಮಗೆ ಕಲಿಸಲು ಸಾಧ್ಯವಾಯಿತು. ಅವರು ತಮ್ಮ ಕೈಲಾದಷ್ಟು ಉತ್ತಮವಾದುದನ್ನು ಮಾಡಿದ್ದಾರೆ. ಒಂದು ವೇಳೆ ನಿಮ್ಮ ಪೋಷಕರು ನಿಮಗೆ ನೋವುಂಟು ಮಾಡಿದ್ದರೆ ಅಥವಾ ನಿಮ್ಮನ್ನು ಕೆಟ್ಟದಾಗಿ ನಡೆಸಿಕೊಂಡಿದ್ದರೆ, ನಿಮ್ಮ ಮೇಲಿನ ದ್ವೇಷದಿಂದಲ್ಲ. ಬದಲಿಗೆ, ಅದು ಅವರು ಬೆಳೆದು ಬಂದ ರೀತಿ, ಅವರದೇ ಆದ ಭಯಗಳು ಮತ್ತು ಹಳೆಯ ನಂಬಿಕೆಗಳಿಂದ ಆಗಿರುತ್ತದೆ. ಅವರ ಪೋಷಕರಿಂದ ಅವರಿಗೆ ಏನು ಸಿಕ್ಕಿತ್ತೋ, ಅದರ ಮೇಲೆ ಅವರಿಗೆ ಯಾವುದೇ ನಿಯಂತ್ರಣವಿರಲಿಲ್ಲ. ಹಾಗಾಗಿ, ಅವರು ಬೇರೆ ರೀತಿಯಲ್ಲಿ ವರ್ತಿಸಲು ಸಾಧ್ಯವಿರಲಿಲ್ಲ.

ನಾವು ನಮ್ಮ ಪೋಷಕರನ್ನು, ನಮಗೆ ನೋವುಂಟು ಮಾಡಿದವರನ್ನು, ಅಥವಾ ನಮ್ಮನ್ನೇ ದೂಷಿಸುವುದನ್ನು ನಿಲ್ಲಿಸಬೇಕು. ಏಕೆಂದರೆ, ದೂಷಣೆಯಿಂದ ಯಾವುದೇ ಪ್ರಯೋಜನವಿಲ್ಲ. ಆದರೆ, ಮುಂದೆ ಏನಾಗಬೇಕು ಎಂಬುದಕ್ಕೆ ಈಗ ಸಮಯ ಬಂದಿದೆ. ಇದು, ನಮಗೆ ಹಿಂದಿನಿಂದ ಬಂದ ನೋವು ಮತ್ತು ತಪ್ಪು ನಂಬಿಕೆಗಳ ಚಕ್ರವನ್ನು ನಿಲ್ಲಿಸುವ ಸಮಯ. ನಮ್ಮ ಮನಸ್ಸಿನಲ್ಲಿರುವ ದೋಷಾರೋಪಣೆ ಮಾಡುವ ನ್ಯಾಯಾಧೀಶನ ಅಧಿಕಾರದಿಂದ ನಮ್ಮನ್ನು ನಾವು ಮುಕ್ತಗೊಳಿಸಬೇಕು. ಮತ್ತು 'ನನಗೆ ಅನ್ಯಾಯವಾಗಿದೆ, ನಾನು ಬಲಿಪಶು' ಎಂಬ ಪಾತ್ರದಿಂದ ಸಹ ಹೊರಬರಬೇಕು.

ನಿಜವಾದ ನೀವು ಎಂದರೆ, ಯಾವುದೇ ಭಯ ಮತ್ತು ನಿಯಮಗಳಿಂದ ಮುಚ್ಚಿಹೋಗದೇ ಇರುವ ಪುಟ್ಟ ಮಗು. ಯಾವಾಗ ನೀವು ಸಂತೋಷದಿಂದ ಆಟವಾಡುತ್ತೀರಿ, ಏನನ್ನಾದರೂ ಚಿತ್ರ ಬಿಡಿಸುತ್ತೀರಿ, ಕವಿತೆ ಬರೆಯುತ್ತೀರಿ ಅಥವಾ ನಿಮ್ಮ ಪ್ರತಿಭೆಯನ್ನು ವ್ಯಕ್ತಪಡಿಸುತ್ತೀರಿ, ಆಗ ಆ ಮಗು ಹೊರಬರುತ್ತದೆ. ಇವೇ ನಿಮ್ಮ ಜೀವನದ ಅತ್ಯಂತ ಸಂತೋಷದ ಕ್ಷಣಗಳು. ಯಾಕೆಂದರೆ ಆ ಸಮಯದಲ್ಲಿ ನಿಮ್ಮ ನಿಜವಾದ ಸ್ವಭಾವ ಹೊರಬರುತ್ತದೆ. ನೀವು ಹಿಂದೆ ನಡೆದದ್ದರ ಬಗ್ಗೆ ಯೋಚಿಸುವುದಿಲ್ಲ ಅಥವಾ ಮುಂದೆ ಏನಾಗುತ್ತದೆಯೋ ಎಂದು ಚಿಂತಿಸುವುದಿಲ್ಲ. ನೀವು ಸಂಪೂರ್ಣವಾಗಿ ಈ ಕ್ಷಣದಲ್ಲಿ ಬದುಕುತ್ತೀರಿ ಮತ್ತು ಅದೇ ಶುದ್ಧವಾದ ಸಂತೋಷ.

ಆದರೆ ಏನೋ ಒಂದು ಇದೆಲ್ಲವನ್ನೂ ಬದಲಾಯಿಸುತ್ತದೆ, ಅದನ್ನೇ ನಾವು ಜವಾಬ್ದಾರಿಗಳು ಎಂದು ಕರೆಯುತ್ತೇವೆ. ಯಾವುದೇ ಚಿಂತೆಯಿಲ್ಲದೆ ಆಟವಾಡುವಾಗ, ನಿಮ್ಮೊಳಗಿನ ನ್ಯಾಯಾಧೀಶ ತಕ್ಷಣ ಬಂದು, "ಇದು ನಿಲ್ಲಿಸು! ನಿನಗೆ ಮುಖ್ಯವಾದ ಕೆಲಸಗಳಿವೆ, ಶಾಲೆಗೆ ಹೋಗಬೇಕು, ಕೆಲಸಕ್ಕೆ ಹೋಗಬೇಕು, ದುಡಿಯಬೇಕು" ಎಂದು ನೆನಪಿಸುತ್ತಾನೆ. ಈ ಜವಾಬ್ದಾರಿಗಳು ನಮ್ಮ ಮನಸ್ಸಿಗೆ ಬಂದ ತಕ್ಷಣ, ನಮ್ಮ ಮುಖದ ನಗು ಮಾಯವಾಗಿ ಗಂಭೀರವಾಗುತ್ತದೆ. ಮಕ್ಕಳು ಕೂಡ ದೊಡ್ಡವರ ಪಾತ್ರ ಉದಾಹರಣೆಗೆ, ವಕೀಲನ ಪಾತ್ರ ವಹಿಸಿ ಆಟವಾಡುವಾಗ ಅವರ ಮುಖದಲ್ಲಿ ಬರುವ ಅದೇ ಗಾಂಭೀರ್ಯ ನಮ್ಮಲ್ಲಿ ಮೂಡುತ್ತದೆ. ಅಂತಹದೇ ಗಂಭೀರವಾದ ಮುಖವನ್ನು ನಾವು ನ್ಯಾಯಾಲಯಗಳಿಗೆ ಹೋದಾಗ ಅಲ್ಲಿನ ಜನರ ಮುಖದಲ್ಲಿ ನೋಡುತ್ತೇವೆ, ಮತ್ತು ಜವಾಬ್ದಾರಿಗಳ ಒತ್ತಡದಿಂದ ನಾವೂ ಹಾಗೆಯೇ ಆಗುತ್ತೇವೆ. ಸತ್ಯವೇನೆಂದರೆ, ನಾವು ಇನ್ನೂ ಆ ಪುಟ್ಟ ಮಕ್ಕಳೇ ಆಗಿರುತ್ತೇವೆ, ಆದರೆ ಈಗ ನಮ್ಮ ಸ್ವಾತಂತ್ರ್ಯವನ್ನು ಕಳೆದುಕೊಂಡಿರುತ್ತೇವೆ.

ನಾವೆಲ್ಲರೂ ಹುಡುಕುತ್ತಿರುವ ಸ್ವಾತಂತ್ರ್ಯವೇನೆಂದರೆ ನಾವು ಹೇಗಿದ್ದೇವೋ ಹಾಗೆಯೇ ಮುಕ್ತವಾಗಿರಲು ಮತ್ತು ನಮ್ಮನ್ನು ನಾವು ವ್ಯಕ್ತಪಡಿಸಬಹುದಾದ ಸ್ವಾತಂತ್ರ್ಯ. ಆದರೆ,

ವಾಸ್ತವದಲ್ಲಿ ನಮ್ಮ ಜೀವನವನ್ನು ಗಮನಿಸಿದರೆ, ಹೆಚ್ಚಿನ ಸಮಯ ನಾವು ಬೇರೆಯವರನ್ನು ಮೆಚ್ಚಿಸಲು ಮತ್ತು ಅವರ ಒಪ್ಪಿಗೆ ಬದುಕುತ್ತೇವೆ. ನಾವು, ನಮ್ಮನ್ನು ನಾವು ಮೆಚ್ಚಿಸಲು ಜೀವಿಸುವುದಕ್ಕಿಂತ, ಇತರರ ಮೆಚ್ಚುಗೆಗಾಗಿ ನಮ್ಮ ಸ್ವಾತಂತ್ರ್ಯವನ್ನು ತ್ಯಾಗ ಮಾಡುತ್ತೇವೆ. ಇಂದಿನ ಸಮಾಜದಲ್ಲಿ, ಇಡೀ ಪ್ರಪಂಚದಾದ್ಯಂತ ನಾವು ನೋಡುವುದೇನೆಂದರೆ, ಸಾವಿರ ಜನರಲ್ಲಿ ತೊಂಬತ್ತೊಂಬತ್ತು ಮಂದಿ ಸಂಪೂರ್ಣವಾಗಿ 'ಪಳಗಿ' ಹೋಗಿದ್ದಾರೆ. ಇದರ ಅರ್ಥ ಇಷ್ಟೇ: ಅವರು ತಮ್ಮ ವೈಯಕ್ತಿಕ ಇಚ್ಛೆ ಮತ್ತು ಸ್ವಾತಂತ್ರ್ಯಗಳನ್ನು ಸಂಪೂರ್ಣವಾಗಿ ಬದಿಗೊತ್ತಿ, ಸಮಾಜದ ನಿರೀಕ್ಷೆಗಳಿಗೆ ಮತ್ತು ಬೇರೆಯವರ ಇಷ್ಟಗಳಿಗೆ ತಕ್ಕಂತೆ ಬದುಕುತ್ತಿದ್ದಾರೆ. ಈ ರೀತಿ ಬೇರೆಯವರಿಗಾಗಿ ಬದುಕುವುದು ನಮ್ಮ ನಿಜವಾದ ಸ್ವಾತಂತ್ರ್ಯಕ್ಕೆ ಅಡ್ಡಿಯಾಗಿದೆ.

ಇದರಲ್ಲೇ ಅತ್ಯಂತ ಕೆಟ್ಟ ಭಾಗ ಅಂದರೆ, ಬಹಳಷ್ಟು ಜನರಿಗೆ ತಾವು ಸ್ವತಂತ್ರರಲ್ಲ ಎಂಬ ಅರಿವೂ ಕೂಡ ಇರುವುದಿಲ್ಲ. ನಮ್ಮೊಳಗಿನ ಅಂತರಾತ್ಮ "ನೀನು ಸ್ವತಂತ್ರನಲ್ಲ" ಎಂದು ಪಿಸುಗುಟ್ಟುತ್ತದೆ. ಆದರೆ ಅದು ಏನು? ನಾವು ಏಕೆ ಸ್ವತಂತ್ರರಲ್ಲ ಎಂಬುದನ್ನು ನಾವು ಅರ್ಥಮಾಡಿಕೊಳ್ಳುವುದಿಲ್ಲ.

ಹೆಚ್ಚಿನ ಜನರ ಸಮಸ್ಯೆ ಏನೆಂದರೆ, ಅವರು ತಮ್ಮ ಜೀವನವನ್ನು ಸಾಗಿಸುತ್ತಾರೆ ಆದರೆ, ಅವರ ಮನಸ್ಸನ್ನು 'ನ್ಯಾಯಾಧೀಶ' ಮತ್ತು 'ಬಲಿಪಶು' ಎಂಬ ಭಾವನೆಗಳು ನಿಯಂತ್ರಿಸುತ್ತಿವೆ ಎಂಬುದು ತಿಳಿಯುವುದಿಲ್ಲ. ಈ ಕಾರಣದಿಂದಲೇ ಅವರಿಗೆ ಸ್ವಾತಂತ್ರ್ಯವನ್ನು ಅನುಭವಿಸುವ ಅವಕಾಶವೇ ಸಿಗುವುದಿಲ್ಲ. ವೈಯಕ್ತಿಕ ಸ್ವಾತಂತ್ರ್ಯದ ಮೊದಲ ಹೆಜ್ಜೆ ಅರಿವು. ನಾವು ಸ್ವತಂತ್ರರಲ್ಲ ಎಂಬುದನ್ನು ಮೊದಲು ಅರಿತುಕೊಳ್ಳಬೇಕು, ಆಗಲೇ ನಾವು ಸ್ವತಂತ್ರರಾಗಲು ಸಾಧ್ಯ. ಯಾವುದೇ ಸಮಸ್ಯೆಯನ್ನು ಬಗೆಹರಿಸಲು, ಆ ಸಮಸ್ಯೆ ಏನು ಎಂಬುದರ ಬಗ್ಗೆ ನಮಗೆ ಅರಿವಿರಬೇಕು.

ಅರಿವು ಯಾವಾಗಲೂ ಮೊದಲ ಹೆಜ್ಜೆ, ಏಕೆಂದರೆ ನಿಮಗೆ ಅರಿವಿಲ್ಲದಿದ್ದರೆ, ಯಾವುದನ್ನೂ ಬದಲಾಯಿಸಲು ಸಾಧ್ಯವಿಲ್ಲ. ನಿಮ್ಮ ಮನಸ್ಸು ಗಾಯಗಳಿಂದ ಮತ್ತು ಭಾವನಾತ್ಮಕ ವಿಷದಿಂದ ತುಂಬಿದೆ ಎಂಬುದು ನಿಮಗೆ ತಿಳಿಯದಿದ್ದರೆ, ಆ ಗಾಯಗಳನ್ನು ಶುದ್ಧೀಕರಿಸಲು ಮತ್ತು ಗುಣಪಡಿಸಲು ನೀವು ಪ್ರಯತ್ನಿಸುವುದಿಲ್ಲ, ಮತ್ತು ನೀವು ನೋವನ್ನು ಅನುಭವಿಸುವುದನ್ನು ಮುಂದುವರಿಸುತ್ತೀರಿ.

ದುಃಖಪಡಲು ಯಾವುದೇ ಕಾರಣವಿಲ್ಲ. ಅರಿವಿನಿಂದ ನೀವು ದಂಗೆ ಎದ್ದು, "ಸಾಕು ಇದು!" ಎಂದು ಹೇಳಬಹುದು. ನಿಮ್ಮ ವೈಯಕ್ತಿಕ ಕನಸನ್ನು ಅಂದರೆ ಜೀವನವನ್ನು ಗುಣಪಡಿಸಲು ಮತ್ತು ಪರಿವರ್ತಿಸಲು ನೀವು ಮಾರ್ಗವನ್ನು ಹುಡುಕಬಹುದು. ನಾವೆಲ್ಲರೂ ಬದುಕುತ್ತಿರುವ ಈ ಜಗತ್ತು ನಿಜವೆಂದು ನಮಗೆ ಅನ್ನಿಸುತ್ತದೆ, ಆದರೆ ಈ ಕಲ್ಪನೆಯ ಪ್ರಕಾರ ಇದು ಕೇವಲ ಒಂದು ದೊಡ್ಡ ಕನಸು ಅಥವಾ ಭ್ರಮೆ ಅಷ್ಟೇ, ಇದು ಸಂಪೂರ್ಣ ಸತ್ಯವಲ್ಲ. ನಾವು ಹುಟ್ಟಿದಾಗಿನಿಂದ ನಮ್ಮ ಮೇಲೆ ಸಮಾಜ, ಕುಟುಂಬ, ಮತ್ತು ಸಂಸ್ಕೃತಿ ಹೇರಿರುವ ಎಲ್ಲಾ ನಿಯಮಗಳು, 'ಸರಿ–ತಪ್ಪುಗಳು' ಮತ್ತು ನಿರೀಕ್ಷೆಗಳೇ ಈ 'ಭೂಮಿಯ ಕನಸು'. ಇದು ನಮಗೆ ನಿಜವೆಂದು ಅನಿಸಿದರೂ, ಇದು ವಾಸ್ತವವಲ್ಲ, ಬದಲಿಗೆ ಕೃತಕವಾಗಿ ಸೃಷ್ಟಿಸಿದ ನಂಬಿಕೆಗಳ ವ್ಯವಸ್ಥೆ. ನೀವು ಈ 'ಕನಸಿನ' ಒಳಗೆ ಹೋಗಿ, ನಿಮ್ಮ ಮನಸ್ಸಿನಲ್ಲಿರುವ ನಂಬಿಕೆಗಳನ್ನು ಪ್ರಶ್ನಿಸಲು ಶುರು ಮಾಡಿದರೆ, ನಿಮ್ಮ

ನೋವು ಮತ್ತು ದುಃಖಕ್ಕೆ ಕಾರಣವಾದ ಹೆಚ್ಚಿನ ನಂಬಿಕೆಗಳು ನಿಜವಲ್ಲ ಎಂದು ನಿಮಗೆ ತಿಳಿಯುತ್ತದೆ. ನೀವು ಇಷ್ಟು ವರ್ಷ ಅನುಭವಿಸಿದ ಎಲ್ಲಾ ನಾಟಕೀಯ ನೋವು ಮತ್ತು ಕಷ್ಟಗಳಿಗೆ ಯಾವುದೇ ನಿಜವಾದ ಅರ್ಥವಿರಲಿಲ್ಲ. ಏಕೆ ಹೀಗಾಗುತ್ತದೆ? ಏಕೆಂದರೆ, ನಿಮ್ಮ ಮನಸ್ಸಿನಲ್ಲಿ ಬೇರೂರಿರುವ ಈ ಇಡೀ ನಂಬಿಕೆಯ ವ್ಯವಸ್ಥೆಯೇ ಸುಳ್ಳುಗಳ ಅಡಿಪಾಯದ ಮೇಲೆ ನಿಂತಿದೆ.

ಹಾಗಾಗಿ, ಬೇರೆಯವರು ನಮ್ಮ ಮೇಲೆ ಹೇರಿದ ಕನಸಿನಿಂದ, ಸಮಾಜದ ನಿಯಮಗಳಿಂದ ಹೊರಬರಲು, ನಮ್ಮದೇ ಆದ ಜೀವನವನ್ನು/ಕನಸನ್ನು ಸೃಷ್ಟಿಸಿ, ಅದನ್ನು ನಿಯಂತ್ರಣದಲ್ಲಿ ಇಟ್ಟುಕೊಳ್ಳುವುದು ಬಹಳ ಮುಖ್ಯ. ಇದಕ್ಕಾಗಿಯೇ ಟೋಲ್ಟೆಕ್‌ರಂತಹವರು 'ಕನಸಿನ ಮಾಸ್ಟರ್‌ಗಳು' ಎಂದರೆ, ತಮ್ಮ ಜೀವನವನ್ನು ನಿಯಂತ್ರಿಸುವ ಕಲೆಯನ್ನು ಕರಗತ ಮಾಡಿಕೊಂಡವರು ಆದರು. ನಿಮ್ಮ ಜೀವನ ಎನ್ನುವುದು ನಿಮ್ಮ ಕನಸಿನ ಅಭಿವ್ಯಕ್ತಿ. ಇದು ಒಂದು ಕಲೆ ಇದ್ದಂತೆ. ನಿಮಗೆ ನಿಮ್ಮ ಜೀವನ ಇಷ್ಟವಾಗದಿದ್ದರೆ, ನೀವು ಅದನ್ನು ಯಾವುದೇ ಕ್ಷಣದಲ್ಲಿ ಬದಲಾಯಿಸಬಹುದು. ಈ 'ಕನಸಿನ ಮಾಸ್ಟರ್‌ಗಳು' ತಮ್ಮ ಜೀವನವನ್ನು ಒಂದು ಶ್ರೇಷ್ಠ ಕೃತಿಯಂತೆ ಸೃಷ್ಟಿಸುತ್ತಾರೆ. ಅವರು ಪ್ರಜ್ಞಾಪೂರ್ವಕವಾಗಿ ಆಯ್ಕೆಗಳನ್ನು ಮಾಡುವುದರ ಮೂಲಕ ತಮ್ಮ ಜೀವನದ ಕನಸನ್ನು ನಿಯಂತ್ರಣದಲ್ಲಿ ಇಟ್ಟುಕೊಳ್ಳುತ್ತಾರೆ. ಪ್ರತಿಯೊಂದು ಆಯ್ಕೆಗೂ ಅದರದ್ದೇ ಆದ ಪರಿಣಾಮಗಳು ಇರುತ್ತವೆ ಒಳ್ಳೆಯದಾಗಲಿ, ಕೆಟ್ಟದ್ದಾಗಲಿ, ಆದರೆ ಕನಸಿನ ಮಾಸ್ಟರ್ ಆ ಎಲ್ಲಾ ಪರಿಣಾಮಗಳ ಬಗ್ಗೆ ಪೂರ್ಣ ಜ್ಞಾನ ಹೊಂದಿರುತ್ತಾನೆ.

ಇದೇ ಹಿನ್ನೆಲೆಯಲ್ಲಿ, ಟೋಲ್ಟೆಕ್ ಆಗಿರುವುದು ಒಂದು ಜೀವನ ವಿಧಾನವಾಗಿದೆ. ಇದು ಯಾವುದೇ ನಾಯಕರಿಲ್ಲದ, ಅನುಯಾಯಿಗಳಿಲ್ಲದ ಜೀವನ ವಿಧಾನವಾಗಿದೆ. ಇಲ್ಲಿ ನೀವು ನಿಮ್ಮದೇ ಆದ ಸತ್ಯವನ್ನು ಹೊಂದಿರುತ್ತೀರಿ, ನಿಮ್ಮದೇ ಆದ ಸತ್ಯವನ್ನು ಜೀವಿಸುತ್ತೀರಿ... ಈ ಮಾರ್ಗವನ್ನು ಅನುಸರಿಸಿದವನು ಜ್ಞಾನಿ ಆಗುತ್ತಾನೆ, ತನ್ನ ಸಹಜ ಸ್ವತಂತ್ರ ಸ್ವಭಾವವನ್ನು ಮರಳಿ ಪಡೆಯುತ್ತಾನೆ, ಮತ್ತು ಕೊನೆಗೆ ಮುಕ್ತನಾಗುತ್ತಾನೆ.

ಟೋಲ್ಟೆಕ್ ಆಗಲು ಜನರು ಮೂರು ಪ್ರಾವೀಣ್ಯತೆಗಳನ್ನು ಹೊಂದಬೇಕು. ಮೊದಲನೆಯದು ಅರಿವಿನ ಪ್ರಾವೀಣ್ಯತೆ. ಅರಿವಿನ ಪ್ರಾವೀಣ್ಯತೆ ಎಂದರೆ ನಾವು ಯಾರು ಎಂಬುದನ್ನು ನಿಜವಾಗಿಯೂ ತಿಳಿದುಕೊಳ್ಳುವುದು, ಮತ್ತು ನಮ್ಮಲ್ಲಿರುವ ಎಲ್ಲಾ ಸಾಧ್ಯತೆಗಳನ್ನು ಅರಿತುಕೊಳ್ಳುವುದು. ನಾವು ಏನೆಲ್ಲಾ ಆಗಬಲ್ಲೆವು, ನಮ್ಮ ನಿಜವಾದ ಸಾಮರ್ಥ್ಯಗಳೇನು ಎಂಬುದನ್ನು ಸಂಪೂರ್ಣವಾಗಿ ತಿಳಿದುಕೊಳ್ಳುವುದೇ ಈ ಪ್ರಾವೀಣ್ಯತೆಯಾಗಿದೆ. ಎರಡನೆಯದು ಪರಿವರ್ತನೆಯ ಪ್ರಾವೀಣ್ಯತೆ. ಇದು 'ಪಳಗುವಿಕೆ'ಯಿಂದ ಹೇಗೆ ಮುಕ್ತರಾಗುವುದು ಮತ್ತು ಬದಲಾಗುವುದು ಹೇಗೆ ಎಂಬುದರ ಬಗ್ಗೆ ವಿವರಿಸುತ್ತದೆ. ನಾವು ನಮ್ಮನ್ನು ಸಮಾಜದ ನಿರೀಕ್ಷೆಗಳಿಗೆ ಅಥವಾ ಹಿಂದಿನ ರೂಢಿಗಳಿಗೆ ಸೀಮಿತಗೊಳಿಸದೇ, ನಮ್ಮನ್ನು ನಾವು ಪರಿವರ್ತಿಸಿಕೊಂಡು, ನಿಜವಾದ ಸ್ವಾತಂತ್ರ್ಯವನ್ನು ಪಡೆಯುವ ಕಲೆಯೇ ಪರಿವರ್ತನೆಯ ಪ್ರಾವೀಣ್ಯತೆ. ಮೂರನೆಯದು ಉದ್ದೇಶದ ಪ್ರಾವೀಣ್ಯತೆ. ಟೋಲ್ಟೆಕ್ ದೃಷ್ಟಿಕೋನದಿಂದ, ಉದ್ದೇಶ ಎಂದರೆ ಶಕ್ತಿಯ ಪರಿವರ್ತನೆಯನ್ನು ಸಾಧ್ಯವಾಗಿಸುವ ಜೀವನದ ಒಂದು ಭಾಗ. ಇದು ಎಲ್ಲಾ ಶಕ್ತಿಯನ್ನು ಸರಾಗವಾಗಿ ಒಳಗೊಂಡಿರುವ, ನಾವು 'ದೇವರು' ಎಂದು ಕರೆಯುವ ಏಕೈಕ ಜೀವಂತ

ಅಸ್ತಿತ್ವ, ಉದ್ದೇಶ ಎಂದರೆ ಜೀವನವೇ ಆಗಿದೆ. ಅದು ಷರತ್ತುರಹಿತ ಪ್ರೀತಿ. ಆದ್ದರಿಂದ, ಉದ್ದೇಶದ ಪ್ರಾವೀಣ್ಯತೆ ಎಂದರೆ ಪ್ರೀತಿಯ ಪ್ರಾವೀಣ್ಯತೆಯಾಗಿದೆ.

ಟೋಲ್ಟೆಕ್ ಜೀವನ ವಿಧಾನದಲ್ಲಿ ನಿಜವಾದ ಸ್ವಾತಂತ್ರ್ಯ ಪಡೆಯುವ ಬಗ್ಗೆ ಮಾತನಾಡುವಾಗ, ಅವರು ನಾವು ಸಮಾಜದಿಂದ ರೂಢಿಸಿಕೊಂಡಿರುವ ಬಂಧನಗಳಿಂದ ಅಂದರೆ 'ಪಳಗುವಿಕೆ'ಯಿಂದ ಹೊರಬರಲು ಒಂದು ಸ್ಪಷ್ಟವಾದ ಮಾರ್ಗಸೂಚಿಯನ್ನೇ ಹೊಂದಿದ್ದಾರೆ. ಅವರು ನಮ್ಮ ಮನಸ್ಸಿನಲ್ಲಿರುವ ಮೂರು ಮುಖ್ಯ ಅಂಶಗಳನ್ನು, ಸದಾ ತೀರ್ಪು ಮಾಡುವ 'ನ್ಯಾಯಾಧೀಶ', ಸದಾ ನೋವಿನಲ್ಲಿರುವಂತೆ ಭಾವಿಸುವ 'ಬಲಿಪಶು', ಮತ್ತು ನಮ್ಮ 'ನಂಬಿಕೆಗಳ ಕಟ್ಟಳೆ'ಯನ್ನು, ಮಾನವನ ಮನಸ್ಸನ್ನು ಆಕ್ರಮಿಸಿರುವ ಒಂದು ಪರಾವಲಂಬಿ ಕೀಟಕ್ಕೆ ಹೋಲಿಸುತ್ತಾರೆ. ಟೋಲ್ಟೆಕ್ ದೃಷ್ಟಿಕೋನದಿಂದ, ಈ ಪರಾವಲಂಬಿಗೆ ಒಳಗಾಗಿರುವ ಎಲ್ಲಾ ಮನುಷ್ಯರು ಆಂತರಿಕವಾಗಿ ಅಸ್ವಸ್ಥರಾಗಿದ್ದಾರೆ. ಅವರು ಅನಾರೋಗ್ಯಕ್ಕೆ ಒಳಗಾಗಿದ್ದಾರೆ ಏಕೆಂದರೆ ಈ ಪರಾವಲಂಬಿಯು ಅವರ ಮನಸ್ಸು ಮತ್ತು ಮೆದುಳನ್ನು ನಿಯಂತ್ರಿಸುತ್ತದೆ. ಭಯದಿಂದ ಹುಟ್ಟುವ ಎಲ್ಲಾ ನಕಾರಾತ್ಮಕ ಭಾವನೆಗಳೇ- ಕೋಪ, ದುಃಖ, ಆತಂಕ ಇತ್ಯಾದಿ- ಈ ಪರಾವಲಂಬಿಯ ಮುಖ್ಯ ಆಹಾರವಾಗಿದೆ.

ನಾವು ಒಂದು ಪರಾವಲಂಬಿಯ ವಿವರಣೆಯನ್ನು ಗಮನಿಸಿದರೆ, ಅದು ಇತರ ಜೀವಿಗಳ ಮೇಲೆ ಅವಲಂಬಿತವಾಗಿ ಬದುಕುತ್ತದೆ ಎಂದು ತಿಳಿಯುತ್ತದೆ. ಇದು ಪ್ರತಿಯಾಗಿ ಯಾವುದೇ ಉಪಕಾರ ಮಾಡದೆ, ಅತಿಥೇಯ ಜೀವಿಗಳ ಶಕ್ತಿಯನ್ನು ಹೀರಿಕೊಂಡು, ನಿಧಾನವಾಗಿ ಅದಕ್ಕೆ ಹಾನಿ ಮಾಡುತ್ತದೆ. ನಮ್ಮ ಮನಸ್ಸಿನಲ್ಲಿರುವ 'ನ್ಯಾಯಾಧೀಶ', 'ಬಲಿಪಶು' ಮತ್ತು ನಮ್ಮ 'ನಂಬಿಕೆಗಳ ವ್ಯವಸ್ಥೆ' ಇವು ಪರಾವಲಂಬಿಯಿದ್ದಂತೆ. ಇವೆಲ್ಲವೂ ಒಟ್ಟಾಗಿ, ಭಾವನಾತ್ಮಕ ಶಕ್ತಿಯಿಂದ ಅಥವಾ ಮಾನಸಿಕ ಶಕ್ತಿಯಿಂದ ಮಾಡಲ್ಪಟ್ಟ ಒಂದು ಜೀವಿಯಂತೆ ವರ್ತಿಸುತ್ತವೆ. ಮತ್ತು ಆ ಶಕ್ತಿಯು ಜೀವಂತವಾಗಿರುತ್ತದೆ. ಸಹಜವಾಗಿ, ಇದು ನಾವು ಸಾಮಾನ್ಯವಾಗಿ ಗ್ರಹಿಸುವ ಭೌತಿಕ ಶಕ್ತಿಯಲ್ಲ. ನಮ್ಮ ಭಾವನೆಗಳು ಅಥವಾ ಕನಸುಗಳು ಸಹ ಭೌತಿಕ ಶಕ್ತಿಯಲ್ಲ. ಆದರೂ ಅವು ಅಸ್ತಿತ್ವದಲ್ಲಿವೆ ಮತ್ತು ನಮ್ಮ ಜೀವನದ ಮೇಲೆ ಪ್ರಭಾವ ಬೀರುತ್ತವೆ ಎಂದು ನಮಗೆ ತಿಳಿದಿದೆ.

ನಮ್ಮ ಮೆದುಳಿನ ಮುಖ್ಯ ಕೆಲಸವೆಂದರೆ ಭೌತಿಕ ಶಕ್ತಿಯನ್ನು ಭಾವನಾತ್ಮಕ ಶಕ್ತಿಯನ್ನಾಗಿ ಪರಿವರ್ತಿಸುವುದು. ಈ ಅರ್ಥದಲ್ಲಿ, ನಮ್ಮ ಮೆದುಳು ಭಾವನೆಗಳ ಕಾರ್ಖಾನೆಯಿದ್ದಂತೆ. ಮತ್ತು ನಮ್ಮ ಮನಸ್ಸಿನ ಮುಖ್ಯ ಕಾರ್ಯವೇ ಕನಸು ಕಾಣುವುದು ಎಂದು ನಾವು ಹೇಳಬಹುದು. ಆದರೆ, ಟೋಲ್ಟೆಕ್‌ಗಳು ನಂಬುವಂತೆ, ಆ ಪರಾವಲಂಬಿ ಅಂದರೆ, ನಮ್ಮ ಮನಸ್ಸಿನಲ್ಲಿರುವ ನ್ಯಾಯಾಧೀಶ, ಬಲಿಪಶು ಮತ್ತು ನಂಬಿಕೆಗಳ ವ್ಯವಸ್ಥೆ ನಿಮ್ಮ ಇಡೀ ಮನಸ್ಸನ್ನು ನಿಯಂತ್ರಿಸುತ್ತದೆ. ಈ ಕಾರಣದಿಂದ, ಅದು ನಿಮ್ಮ ವೈಯಕ್ತಿಕ ಕನಸನ್ನು ಸಹ ನಿಯಂತ್ರಿಸುತ್ತದೆ. ಈ ಪರಾವಲಂಬಿಯು ನಿಮ್ಮ ಮನಸ್ಸಿನ ಮೂಲಕ ಕನಸು ಕಾಣುತ್ತದೆ ಮತ್ತು ನಿಮ್ಮ ದೇಹದ ಮೂಲಕ ತನ್ನ ಜೀವನವನ್ನು ನಡೆಸುತ್ತದೆ. ಅದು ಭಯದಿಂದ ಬರುವ ನಕಾರಾತ್ಮಕ ಭಾವನೆಗಳನ್ನು ತಿಂದು ಬದುಕುತ್ತದೆ. ಈ ಪರಾವಲಂಬಿ ನಾಟಕ ಮತ್ತು ದುಃಖದಿಂದ ಸಮೃದ್ಧಿಯನ್ನು ಹೊಂದುತ್ತದೆ.

ನಾವು ಹುಡುಕುತ್ತಿರುವ ನಿಜವಾದ ಸ್ವಾತಂತ್ರ್ಯ ಎಂದರೆ, ನಮ್ಮನ್ನು ನಿಯಂತ್ರಿಸುವ ನಂಬಿಕೆಗಳ ವ್ಯವಸ್ಥೆಯ ಜೀವನವನ್ನು ನಡೆಸುವ ಬದಲು, ನಮ್ಮದೇ ಆದ ಮನಸ್ಸು

ಮತ್ತು ದೇಹವನ್ನು ಬಳಸಿಕೊಂಡು, ನಮ್ಮದೇ ಆದ ಜೀವನವನ್ನು ನಡೆಸುವುದು. ನಮ್ಮ ಮನಸ್ಸನ್ನು 'ನ್ಯಾಯಾಧೀಶ' ಮತ್ತು 'ಬಲಿಪಶು' ನಿಯಂತ್ರಿಸುತ್ತಿದೆ, ಮತ್ತು ನಮ್ಮ ನಿಜವಾದ ಅಸ್ತಿತ್ವ ಒಂದು ಮೂಲೆಯಲ್ಲಿ ಕುಳಿತಿರುವುದನ್ನು ನಾವು ಕಂಡುಕೊಂಡಾಗ, ನಮಗೆ ಕೇವಲ ಎರಡು ಆಯ್ಕೆಗಳು ಮಾತ್ರ ಇರುತ್ತವೆ. ಮೊದಲ ಆಯ್ಕೆಯ ಪ್ರಕಾರ, ನಾವು ಈಗಿರುವಂತೆಯೇ ಜೀವನವನ್ನು ಮುಂದುವರಿಸಬಹುದು. ನ್ಯಾಯಾಧೀಶ ಮತ್ತು ಬಲಿಪಶುವಿಗೆ ಶರಣಾಗಬಹುದು, ಈ 'ಭೂಮಿಯ ಕನಸಿನಲ್ಲಿಯೇ' ಬದುಕಬಹುದು. ಇದರರ್ಥ, ಸಮಾಜ, ಕುಟುಂಬ ಮತ್ತು ನಮ್ಮೊಳಗಿನ ನಕಾರಾತ್ಮಕ ಶಕ್ತಿಗಳು ನಮ್ಮನ್ನು ಹೇಗೆ ನಡೆಸಿಕೊಂಡು ಹೋಗುತ್ತವೆಯೋ ಹಾಗೆಯೇ ಬದುಕುವುದು. ಎರಡನೆಯ ಆಯ್ಕೆಯ ಪ್ರಕಾರ, ಪೋಷಕರು ನಮ್ಮನ್ನು 'ಪಳಗಿಸಲು' ಪ್ರಯತ್ನಿಸಿದಾಗ, ನಾವು ಮಕ್ಕಳಾಗಿ ಹೇಗೆ ಪ್ರತಿಕ್ರಿಯಿಸುತ್ತೇವೆಯೋ ಹಾಗೆ ಮಾಡಬಹುದು. ನಾವು ದಂಗೆ ಎದ್ದು "ಇಲ್ಲ!" ಎಂದು ಹೇಳಬಹುದು. ನಾವು ಆ ಪರಾವಲಂಬಿಯ ವಿರುದ್ಧ, ನ್ಯಾಯಾಧೀಶ ಮತ್ತು ಬಲಿಪಶುವಿನ ವಿರುದ್ಧ ಯುದ್ಧವನ್ನು ಘೋಷಿಸಬಹುದು. ಇದು ನಮ್ಮ ಸ್ವಾತಂತ್ರ್ಯಕ್ಕಾಗಿ, ನಮ್ಮದೇ ಮನಸ್ಸು ಮತ್ತು ಮೆದುಳನ್ನು ಬಳಸಿಕೊಳ್ಳುವ ಹಕ್ಕಿಗಾಗಿ ಮಾಡುವ ಯುದ್ಧವಾಗಿದೆ.

ಅದಕ್ಕಾಗಿಯೇ, ಕೆನಡಾದಿಂದ ಅರ್ಜೆಂಟೀನಾದವರೆಗಿನ ಎಲ್ಲಾ ಅಮೆರಿಕನ್ ಶಾಮನಿಕ್ ಸಂಪ್ರದಾಯಗಳಲ್ಲಿ, ಜನರು ತಮ್ಮನ್ನು ಯೋಧರು ಎಂದು ಕರೆದುಕೊಳ್ಳುತ್ತಾರೆ. ಏಕೆಂದರೆ ಅವರು ಮನಸ್ಸಿನಲ್ಲಿರುವ ಪರಾವಲಂಬಿಯ ವಿರುದ್ಧ ಯುದ್ಧದಲ್ಲಿ ಇರುತ್ತಾರೆ. ಇದೇ ಒಂದು ಯೋಧನ ನಿಜವಾದ ಅರ್ಥ. ಯೋಧನೆಂದರೆ ಪರಾವಲಂಬಿಯ ಆಕ್ರಮಣದ ವಿರುದ್ಧ ದಂಗೆ ಏಳುವವನು. ಯೋಧನು ದಂಗೆ ಎದ್ದು ಯುದ್ಧವನ್ನು ಘೋಷಿಸುತ್ತಾನೆ. ಆದರೆ, ಯೋಧನಾಗಿರುವುದು ಎಂದರೆ ನಾವು ಯಾವಾಗಲೂ ಯುದ್ಧವನ್ನು ಗೆಲ್ಲುತ್ತೇವೆ ಎಂದಲ್ಲ. ನಾವು ಗೆಲ್ಲಬಹುದು ಅಥವಾ ಸೋಲಬಹುದು, ಆದರೆ ನಾವು ಯಾವಾಗಲೂ ನಮ್ಮ ಕೈಲಾದಷ್ಟು ಪ್ರಯತ್ನಿಸುತ್ತೇವೆ ಮತ್ತು ಕನಿಷ್ಠಪಕ್ಷ ಸ್ವತಂತ್ರರಾಗುವ ಅವಕಾಶವನ್ನದರೂ ಪಡೆಯುತ್ತೇವೆ. ಈ ಯುದ್ಧದ ಮಾರ್ಗವನ್ನು ಆರಿಸಿಕೊಳ್ಳುವುದರಿಂದ ನಮಗೆ ಕನಿಷ್ಠಪಕ್ಷ, ದಂಗೆ ಎದ್ದ ಗೌರವ ಸಿಗುತ್ತದೆ. ಅಲ್ಲದೆ, ಇದು ಒಂದು ವಿಷಯವನ್ನು ಖಚಿತಪಡಿಸುತ್ತದೆ: ನಮ್ಮದೇ ಆದ ತಪ್ಪು ಅಥವಾ ಕೆಟ್ಟ ಭಾವನೆಗಳಿಗೆ, ಅಥವಾ ಇತರರ ಕೆಟ್ಟ ಮತ್ತು ವಿಷಕಾರಿ ಭಾವನೆಗಳಿಗೆ ನಾವು ಅಸಹಾಯಕ ಬಲಿಪಶುಗಳಾಗುವುದಿಲ್ಲ. ನಮ್ಮನ್ನು ಗೋಳು ಹೊಯ್ಯುವ ಆ ಪರಾವಲಂಬಿ ಶತ್ರುವಿಗೆ ನಾವು ಒಂದೊಮ್ಮೆ ಶರಣಾದರೂ ಸಹ, ನಾವು ಮತ್ತೆ ಹೋರಾಡದೇ ಇರುವುದಿಲ್ಲ.

ಉತ್ತಮವಾಗಿ ಹೇಳುವುದಾದರೆ, ಯೋಧನಾಗಿ ಹೋರಾಡುವುದರಿಂದ ಸಮಾಜ ಮತ್ತು ನಮ್ಮ ನಂಬಿಕೆಗಳು ರೂಪಿಸಿದ 'ಭೂಮಿಯ ಕನಸನ್ನು' ಮೀರಿ ನಿಲ್ಲಲು ಮತ್ತು ನಮ್ಮ ವೈಯಕ್ತಿಕ ಜೀವನದ ಕನಸನ್ನು ಸ್ವರ್ಗ ಎಂದು ಕರೆಯುವ ಸುಂದರ ಕನಸಾಗಿ ಪರಿವರ್ತಿಸಲು ನಮಗೊಂದು ಅವಕಾಶ ಸಿಗುತ್ತದೆ. ನರಕದಂತೆ ಸ್ವರ್ಗವೂ ಸಹ, ನಾವು ಸತ್ತ ನಂತರ ಹೋಗುವ ಸ್ಥಳವಲ್ಲ, ಅದು ನಮ್ಮ ಮನಸ್ಸಿನಲ್ಲಿಯೇ ಇರುವ ಒಂದು ಸ್ಥಿತಿ. ಇದು ಆನಂದದ ಸ್ಥಳ. ನಾವು ಸಂತೋಷವಾಗಿರುವ, ಪ್ರೀತಿಸಲು ಸ್ವತಂತ್ರರಾಗಿರುವ ಮತ್ತು ನಿಜವಾಗಿ ನಾವು ಯಾರೋ ಹಾಗೆ ಇರಲು ಮುಕ್ತರಾಗಿರುವ ಸ್ಥಳ, ನಾವು ಬದುಕಿರುವಾಗಲೇ ಆ ಸ್ಥಳವನ್ನು ತಲುಪಬಹುದು, ನಾವು ಸಾಯುವವರೆಗೂ ಕಾಯಬೇಕಿಲ್ಲ. ದೇವರು ಸದಾ ನಮ್ಮೊಂದಿಗೆ ಇರುತ್ತಾನೆ. ಮತ್ತು ಸ್ವರ್ಗದ ಸಾಮ್ರಾಜ್ಯವು ಎಲ್ಲೆಡೆ ಇದೆ. ಆ ಸತ್ಯವನ್ನು

ನೋಡಲು ಮತ್ತು ಕೇಳಲು ನಮಗೆ ಕಣ್ಣು ಮತ್ತು ಕಿವಿಗಳು ಬೇಕು. ಅದಕ್ಕೆ ನಾವು ನಮಗೆ ತೊಂದರೆ ಕೊಡುವ ಪರಾವಲಂಬಿಯಿಂದ ಮುಕ್ತರಾಗಬೇಕು.

ಈ ಪರಾವಲಂಬಿಯನ್ನು ಸಾವಿರ ತಲೆಗಳಿರುವ ರಾಕ್ಷಸನಿಗೆ ಹೋಲಿಸಬಹುದು. ಈ ರಾಕ್ಷಸನ ಪ್ರತಿಯೊಂದು ತಲೆಯೂ ನಾವು ಹೊಂದಿರುವ ಒಂದು ಭಯವೇ ಆಗಿರುತ್ತದೆ. ನಾವು ನಿಜವಾಗಿಯೂ ಮುಕ್ತರಾಗಬೇಕೆಂದರೆ, ಆ ಭಯದ ರಾಕ್ಷಸನನ್ನು ನಾಶಗೊಳಿಸಲೇಬೇಕು. ಅದಕ್ಕಿರುವ ಒಂದು ಉಪಾಯವೆಂದರೆ, ಆ ರಾಕ್ಷಸನ ಪ್ರತಿ ತಲೆಗೂ ಪ್ರತ್ಯೇಕವಾಗಿ ದಾಳಿ ಮಾಡುವುದು. ಇದರರ್ಥ, ನಾವು ನಮ್ಮ ಪ್ರತಿಯೊಂದು ಭಯವನ್ನೂ ಒಂದೊಂದಾಗಿ ಎದುರಿಸುವುದು. ಇದು ನಿಧಾನವಾದ ಪ್ರಕ್ರಿಯೆಯಾದರೂ, ಇದು ಖಂಡಿತ ಕೆಲಸ ಮಾಡುತ್ತದೆ. ಏಕೆಂದರೆ, ಪ್ರತಿ ಬಾರಿ ನಾವು ನಮ್ಮ ಒಂದು ಭಯವನ್ನು ಎದುರಿಸಿದಾಗ, ನಾವು ಇನ್ನಷ್ಟು ಸ್ವಲ್ಪ ಹೆಚ್ಚು ಮುಕ್ತರಾಗುತ್ತೇವೆ.

ಭಯದ ರಾಕ್ಷಸನನ್ನು ಕೊಲ್ಲಲು ಇರುವ ಎರಡನೆಯ ವಿಧಾನವೆಂದರೆ, ಅವನಿಗೆ ಆಹಾರ ನೀಡುವುದನ್ನು ನಿಲ್ಲಿಸುವುದು. ನಾವು ರಾಕ್ಷಸನಿಗೆ ಯಾವುದೇ ಆಹಾರ ನೀಡದಿದ್ದರೆ, ಹಸಿವಿನಿಂದ ಅವನನ್ನು ಕೊಲ್ಲಬಹುದು. ಇದನ್ನು ಮಾಡಲು, ನಾವು ನಮ್ಮ ಭಾವನೆಗಳ ಮೇಲೆ ಹಿಡಿತ ಸಾಧಿಸಬೇಕು ಮತ್ತು ಭಯದಿಂದ ಬರುವ ಭಾವನೆಗಳಿಗೆ ಇಂಧನ ತುಂಬುವುದನ್ನು ತಡೆಯಬೇಕು. ಇದನ್ನು ಹೇಳಲು ಸುಲಭ, ಆದರೆ ಮಾಡಲು ಬಹಳ ಕಷ್ಟ. ಏಕೆಂದರೆ, ನಮ್ಮ ಮನಸ್ಸನ್ನು ಅಂತರಂಗದ 'ನ್ಯಾಯಾಧೀಶ' ಮತ್ತು 'ಬಲಿಪಶು'ಗಳು ನಿಯಂತ್ರಿಸುತ್ತಾರೆ.

ಮೂರನೆಯ ವಿಧಾನವನ್ನು 'ಸತ್ತವರ ದೀಕ್ಷೆ' ಎಂದು ಕರೆಯಲಾಗುತ್ತದೆ. ಈ ಸತ್ತವರ ದೀಕ್ಷೆಯು ಪ್ರಪಂಚದಾದ್ಯಂತದ ಅನೇಕ ಸಂಪ್ರದಾಯಗಳು ಮತ್ತು ಆಧ್ಯಾತ್ಮಿಕ ಶಾಲೆಗಳಲ್ಲಿ ಕಂಡುಬರುತ್ತದೆ. ಈಜಿಪ್ಟ್, ಭಾರತ, ಗ್ರೀಸ್ ಮತ್ತು ಅಮೆರಿಕಗಳಲ್ಲಿ ನಾವು ಇದನ್ನು ಕಾಣುತ್ತೇವೆ. ಇದು ಒಂದು ಸಾಂಕೇತಿಕ ಸಾವು, ಇದು ನಮ್ಮ ದೈಹಿಕ ದೇಹಕ್ಕೆ ಹಾನಿಯಾಗದಂತೆ ಪರಾವಲಂಬಿಯನ್ನು ಕೊಲ್ಲುತ್ತದೆ. ನಾವು ಸಾಂಕೇತಿಕವಾಗಿ 'ಸತ್ತಾಗ', ಪರಾವಲಂಬಿಯೂ ಸಾಯಲೇಬೇಕು. ಈ ವಿಧಾನವು ಮೊದಲ ಎರಡು ಪರಿಹಾರಗಳಿಗಿಂತ ವೇಗವಾಗಿದೆ, ಆದರೆ ಇದು ಇನ್ನೂ ಹೆಚ್ಚು ಕಷ್ಟಕರವಾಗಿದೆ. ನಾವು ಈ 'ಮರಣದ ದೇವತೆ'ಯನ್ನು ಎದುರಿಸಲು ಅಪಾರ ಧೈರ್ಯ ಮತ್ತು ಬಹಳ ಬಲಶಾಲಿಯಾಗಿರುವುದು ಅಗತ್ಯ.

ಈಗ ಈ ಪ್ರತಿಯೊಂದು ಪರಿಹಾರಗಳನ್ನೂ ಸ್ವಲ್ಪ ವಿವರವಾಗಿ ನೋಡೋಣ.

ಪರಿವರ್ತನೆಯ ಕಲೆ : ಎರಡನೇ ಗಮನದ ಕನಸು

ನಮ್ಮ ಇಂದಿನ ಜೀವನ ಮತ್ತು ನಮ್ಮ ನಂಬಿಕೆಗಳು ಅಂದರೆ 'ನಾವು ಜೀವಿಸುತ್ತಿರುವ ಕನಸು ಮೂಲತಃ ನಮ್ಮದೇ ಸ್ವಂತ ಆಯ್ಕೆಗಳಲ್ಲ'. ಅವು 'ನಮ್ಮ ಸುತ್ತಣ ಜಗತ್ತಿನ ಕನಸು' ಅಂದರೆ ನಮ್ಮ ಪೋಷಕರು, ಸಮಾಜ, ಶಾಲೆ, ಮತ್ತು ಧರ್ಮ ನಮ್ಮ ಮೇಲೆ ಹೇರಿದ ವಿಷಯಗಳ ಫಲಿತಾಂಶವಾಗಿದೆ. ನಾವು ಮಗುವಾಗಿದ್ದಾಗ, ಈ ಸುತ್ತಣ ಜಗತ್ತು ನಮ್ಮ ಗಮನವನ್ನು ಸಂಪೂರ್ಣವಾಗಿ ಸೆಳೆದುಕೊಂಡಿತು. ಆ ಗಮನವನ್ನು ಬಳಸಿಕೊಂಡು, ಸಮಾಜವು ನಮಗೆ 'ಇದು ಸರಿ, ಇದು ತಪ್ಪು', 'ನೀನು ಹೀಗೇ ಇರಬೇಕು' ಎಂಬ

ಎಲ್ಲಾ ನಂಬಿಕೆಗಳನ್ನು ನಮ್ಮ ಮನಸ್ಸಿನಲ್ಲಿ ತುಂಬಿತು. ಇದನ್ನು 'ಮೊದಲ ಗಮನದ ಕನಸು' ಎನ್ನಬಹುದು ಏಕೆಂದರೆ ನಮ್ಮನ್ನು ಪಳಗಿಸುವಲ್ಲಿ, ನಮ್ಮ ಮೊದಲ ಕನಸನ್ನು ನಿರ್ಮಿಸುವಲ್ಲಿ, ನಮ್ಮ ಗಮನವನ್ನು ಮೊದಲು ಬಳಸಲಾಯಿತು.

ನಿಮ್ಮ ನಂಬಿಕೆಗಳನ್ನು ಬದಲಾಯಿಸಲು ಒಂದು ಮಾರ್ಗವಿದೆ. ನೀವು ನಿಮ್ಮ ಗಮನವನ್ನು ಆ ಎಲ್ಲಾ ಹಳೆಯ ಒಪ್ಪಂದಗಳು ಮತ್ತು ನಂಬಿಕೆಗಳ ಮೇಲೆ ಕೇಂದ್ರೀಕರಿಸಿ, ಅವುಗಳ ಬದಲಿಗೆ ನಿಮ್ಮೊಂದಿಗೆ ಹೊಸ ಒಪ್ಪಂದಗಳನ್ನು ಮಾಡಿಕೊಳ್ಳಬೇಕು. ನೀವು ಈ ರೀತಿ ಹಳೆಯ ನಂಬಿಕೆಗಳನ್ನು ಬದಲಾಯಿಸುವಾಗ, ನಿಮ್ಮ ಗಮನವನ್ನು ಜೀವನದಲ್ಲಿ ಎರಡನೇ ಬಾರಿ ಉದ್ದೇಶಪೂರ್ವಕವಾಗಿ ಬಳಸುವುದರಿಂದ ನೀವು 'ಎರಡನೇ ಗಮನದ ಕನಸು' ಅಥವಾ ನಿಮ್ಮದೇ ಆದ ಹೊಸ ಕನಸನ್ನು ಸೃಷ್ಟಿಸುತ್ತೀರಿ.

ಆದರೆ ಇಲ್ಲಿ ವ್ಯತ್ಯಾಸ ಏನೆಂದರೆ, ಈಗ ನೀವು ಮುಗ್ಧರಲ್ಲ. ನೀವು ಮಕ್ಕಳಾಗಿದ್ದಾಗ ನಿಮಗೆ ಯಾವುದೇ ಆಯ್ಕೆ ಇರಲಿಲ್ಲ. ಆದರೆ ನೀವು ಇನ್ನು ಮುಂದೆ ಮಕ್ಕಳಲ್ಲ. ಯಾವುದನ್ನು ನಂಬಬೇಕು ಮತ್ತು ಯಾವುದನ್ನು ನಂಬಬಾರದು ಎಂಬುದನ್ನು ಆರಿಸುವ ಹೊಣೆಗಾರಿಕೆ ಈಗ ನಿಮಗೆ ಸೇರಿದೆ. ನೀವು ಯಾವುದನ್ನಾದರೂ ನಂಬಲು ಆಯ್ಕೆ ಮಾಡಬಹುದು, ಮತ್ತು ನಿಮ್ಮನ್ನು ನೀವು ನಂಬುವುದು ಸಹ ಅದರಲ್ಲಿ ಸೇರಿದೆ.

ಮೊದಲ ಹೆಜ್ಜೆ ಏನೆಂದರೆ, ನಿಮ್ಮ ಮನಸ್ಸಿಗೆ ಕವಿದಿರುವ ಮಂಜಿನ ಬಗ್ಗೆ ಅರಿತುಕೊಳ್ಳುವುದು. ನೀವು ಎಲ್ಲಾ ಸಮಯದಲ್ಲೂ ಕನಸು ಕಾಣುತ್ತಿದ್ದೀರಿ ಎಂಬುದನ್ನು ನೀವು ಅರ್ಥಮಾಡಿಕೊಳ್ಳಬೇಕು. ಅರಿವು ಇದ್ದರೆ ಮಾತ್ರ, ನಿಮ್ಮ ಕನಸನ್ನು ಪರಿವರ್ತಿಸುವ ಸಾಧ್ಯತೆ ಇರುತ್ತದೆ. ನಿಮ್ಮ ಜೀವನದ ಇಡೀ ನಾಟಕವು ನಿಮ್ಮ ನಂಬಿಕೆಗಳ ಫಲಿತಾಂಶ ಎಂದು ನಿಮಗೆ ಅರಿವಾದರೆ ಮತ್ತು ಆ ನಂಬಿಕೆಗಳು ನಿಜವಲ್ಲ ಎಂದು ತಿಳಿದರೆ, ಆಗ ನೀವು ಬದಲಾವಣೆ ಮಾಡಲು ಪ್ರಾರಂಭಿಸುತ್ತೀರಿ. ಆದಾಗ್ಯೂ, ನಿಮ್ಮ ನಂಬಿಕೆಗಳನ್ನು ನಿಜವಾಗಿಯೂ ಬದಲಾಯಿಸಲು, ನೀವು ಏನನ್ನು ಬದಲಾಯಿಸಲು ಬಯಸುತ್ತೀರಿ ಎಂಬುದರ ಮೇಲೆ ನಿಮ್ಮ ಗಮನವನ್ನು ಕೇಂದ್ರೀಕರಿಸಬೇಕು. ನೀವು ಬದಲಾಯಿಸಬೇಕಾದ ಒಪ್ಪಂದಗಳು ಯಾವುವು ಎಂದು ಮೊದಲು ತಿಳಿದುಕೊಂಡರೆ ಮಾತ್ರ, ಅವುಗಳನ್ನು ಬದಲಾಯಿಸಲು ಸಾಧ್ಯವಾಗುತ್ತದೆ.

ಹಾಗಾಗಿ, ನಮ್ಮ ಮುಂದಿನ ಹೆಜ್ಜೆ ಸ್ಪಷ್ಟವಾಗಿದೆ: ನಮಗೆ ನಾವೇ ಹಾಕಿಕೊಂಡಿರುವ ನಿರ್ಬಂಧಗಳ ಬಗ್ಗೆ ಭಯದಿಂದ ಹುಟ್ಟಿಕೊಂಡ ಯಾವ ನಂಬಿಕೆಗಳು ನಮ್ಮನ್ನು ದುಃಖದಲ್ಲಿ ಇರಿಸಿವೆಯೋ ಅದರ ಬಗ್ಗೆ ಅರಿವು ಬೆಳೆಸಿಕೊಳ್ಳುವುದು. ಇದನ್ನು ಮಾಡಲು, ಮೊದಲು ನೀವು ನಂಬುವ ಎಲ್ಲಾ ವಿಷಯಗಳ ಬಗ್ಗೆ ನಿಮ್ಮ ಎಲ್ಲಾ ಹಳೆಯ ಒಪ್ಪಂದಗಳ ಒಂದು ಸಂಪೂರ್ಣ ಪಟ್ಟಿಯನ್ನು ತಯಾರಿಸಬೇಕು. ಯಾವಾಗ ನೀವು ಈ ಪಟ್ಟಿಯನ್ನು ಮಾಡುತ್ತೀರೋ, ಆಗಲೇ ನಿಮ್ಮ ಬದಲಾವಣೆಯ ಪ್ರಕ್ರಿಯೆ ಶುರುವಾಗುತ್ತದೆ. ಟೋಲ್ಟೆಕ್‌ಗಳು ಈ ಪ್ರಕ್ರಿಯೆಯನ್ನೇ 'ಪರಿವರ್ತನೆಯ ಕಲೆ' ಎಂದು ಕರೆದರು. ಇದು ಒಂದು ದೊಡ್ಡ ಸಾಧನೆಯೇ ಸರಿ. ನೀವು ಈ ಸಾಧನೆಯನ್ನು ಹೇಗೆ ಮಾಡುತ್ತೀರಿ? ನಿಮಗೆ ದುಃಖ ತರುವ ಆ ಭಯ ಆಧಾರಿತ ಒಪ್ಪಂದಗಳನ್ನು ಬದಲಾಯಿಸಿ, ನಿಮ್ಮ ಮನಸ್ಸನ್ನು ನಿಮ್ಮದೇ ಆದ ರೀತಿಯಲ್ಲಿ ಹೊಸದಾಗಿ ಪ್ರೋಗ್ರಾಂ ಮಾಡಿಕೊಳ್ಳುವ ಮೂಲಕ. ಇದಕ್ಕೆ ಅತ್ಯುತ್ತಮ ಮಾರ್ಗವೆಂದರೆ, 'ನಾಲ್ಕು ಒಪ್ಪಂದಗಳ' ಹೊಸ, ಸಕಾರಾತ್ಮಕ ನಂಬಿಕೆಗಳನ್ನು

ಹುಡುಕುವುದು ಮತ್ತು ನಿಮ್ಮ ಜೀವನದಲ್ಲಿ ಅಳವಡಿಸಿಕೊಳ್ಳುವುದು.

'ನಾಲ್ಕು ಒಪ್ಪಂದಗಳ' ತತ್ವಗಳನ್ನು ನಿಮ್ಮ ಜೀವನದಲ್ಲಿ ಅಳವಡಿಸಿಕೊಳ್ಳುವುದು ಎಂದರೆ, ನಿಮ್ಮ ಮನಸ್ಸಿನಲ್ಲಿ ಅಡಗಿರುವ, ನಿಮ್ಮನ್ನು ಹಿಡಿದಿಟ್ಟುಕೊಂಡಿರುವ 'ಭಯದ ರಾಕ್ಷಸೀಯ' ಶಕ್ತಿಗಳಿಂದ(ಪರಾವಲಂಬಿಯಿಂದ) ಮುಕ್ತಿ ಹೊಂದಲು ನೀವು ಸ್ವಾತಂತ್ರ್ಯಕ್ಕಾಗಿ ಘೋಷಿಸುವ ಒಂದು ಯುದ್ಧವಿದ್ದಂತೆ. ಇಲ್ಲಿ ಭಯದ ರಾಕ್ಷಸ ಎಂದರೆ, ನಮ್ಮನ್ನು ನೋಯಿಸುವ ಮತ್ತು ಸೀಮಿತಗೊಳಿಸುವ ಹಳೆಯ ನಕಾರಾತ್ಮಕ ನಂಬಿಕೆಗಳು, ಭಯಗಳು. ಈ ನಾಲ್ಕು ಒಪ್ಪಂದಗಳು, ನಿಮ್ಮಲ್ಲಿರುವ ಭಾವನಾತ್ಮಕ ನೋವು ಮತ್ತು ದುಃಖವನ್ನು ಕೊನೆಗೊಳಿಸುವ ಶಕ್ತಿಯನ್ನು ಹೊಂದಿವೆ. ಆ ನೋವು ಮಾಯವಾದರೆ, ನಿಮ್ಮ ಬದುಕು ಸಂತೋಷಮಯವಾಗಲು ಮತ್ತು ಹೊಸ ಕನಸನ್ನು ಸೃಷ್ಟಿಸಲು ಒಂದು ಬಾಗಿಲು ತೆರೆದಂತಾಗುತ್ತದೆ. ನಿಮ್ಮ ಜೀವನದ ಹೊಸ ಸಾಧ್ಯತೆಗಳನ್ನು ಅನ್ವೇಷಿಸುವುದು ಸಂಪೂರ್ಣವಾಗಿ ನಿಮಗೆ ಬಿಟ್ಟದ್ದು. ಈ ನಾಲ್ಕು ಒಪ್ಪಂದಗಳನ್ನು ರೂಪಿಸಿರುವ ಉದ್ದೇಶ ಇಷ್ಟೇ: ನಿಮ್ಮನ್ನು ಬದಲಾವಣೆಯ ಕಲೆಯಲ್ಲಿ ಬಲಪಡಿಸುವುದು. ಹಳೆಯ, ನಿಮ್ಮನ್ನು ಸೀಮಿತಗೊಳಿಸುವ ಕೆಟ್ಟ ಒಪ್ಪಂದಗಳನ್ನು ಮುರಿದು, ನೀವು ವೈಯಕ್ತಿಕ ಶಕ್ತಿಯನ್ನು ಹೊಂದಿ ಬಲಶಾಲಿಯಾಗಲು ಇವು ಸಹಾಯಕ. ನೀವು ಎಷ್ಟು ಹೆಚ್ಚು ಬಲಶಾಲಿಯಾಗುತ್ತೀರೋ, ಅಷ್ಟು ಸುಲಭವಾಗಿ ಆ ನಕಾರಾತ್ಮಕ ನಂಬಿಕೆಗಳನ್ನು ಒಂದೊಂದಾಗಿ ಮುರಿಯುತ್ತಾ ಹೋಗುತ್ತೀರಿ. ಹೀಗೆ ಮುಂದುವರೆದು, ಕೊನೆಗೊಮ್ಮೆ ಆ ಎಲ್ಲಾ ಸೀಮಿತಗೊಳಿಸುವ ಒಪ್ಪಂದಗಳ ಮೂಲ ಕಾರಣವನ್ನೇ ನಿವಾರಿಸಲು ನಿಮಗೆ ಸಾಧ್ಯವಾಗುತ್ತದೆ.

ಆ ಹಳೆಯ ನಂಬಿಕೆಗಳು ಮತ್ತು ಒಪ್ಪಂದಗಳ ಮೂಲವನ್ನು ತಲುಪುವ ಈ ಪ್ರಕ್ರಿಯೆಯನ್ನು ನಾನು 'ಮರುಭೂಮಿಯೊಳಗೆ ಹೋಗುವುದು' ಎನ್ನುತ್ತೇನೆ. ಇದರರ್ಥ, ನೀವು ಏಕಾಂತದಲ್ಲಿ ನಿಮ್ಮೊಳಗಿನ ಪರಾವಲಂಬಿಯನ್ನು ಎದುರಿಸಬೇಕು. ಈ ಮರುಭೂಮಿಯೊಳಗೆ ಹೋದಾಗ, ನಿಮ್ಮೊಳಗೆ ಅಡಗಿರುವ ಎಲ್ಲಾ ಭಯಗಳು ಮತ್ತು ಆತಂಕಗಳೆಂಬ ರಾಕ್ಷಸರನ್ನು ನೀವು ನೇರವಾಗಿ ಎದುರಿಸುತ್ತೀರಿ. ಈ ಕಠಿಣ ಪರೀಕ್ಷೆಯ ನಂತರ, ನೀವು ಮರುಭೂಮಿಯಿಂದ ಹೊರಬಂದಾಗ ಒಂದು ದೊಡ್ಡ ಬದಲಾವಣೆಯಾಗುತ್ತದೆ. ಆಗ ನಿಮ್ಮನ್ನು ಹಿಡಿದಿಟ್ಟುಕೊಂಡಿದ್ದ ಆ ಎಲ್ಲಾ 'ರಾಕ್ಷಸರು' ನಿಮ್ಮ ಬೆಳವಣಿಗೆಗೆ ಸಹಾಯ ಮಾಡುವ 'ದೇವತೆಗಳಾಗಿ' ರೂಪಾಂತರಗೊಳ್ಳುತ್ತಾರೆ.

ಈ ನಾಲ್ಕು ಹೊಸ ಒಪ್ಪಂದಗಳನ್ನು ಅಭ್ಯಾಸ ಮಾಡುವುದು ಒಂದು ದೊಡ್ಡ ಶಕ್ತಿಯ ಕಾರ್ಯವಾಗಿದೆ. ನಿಮ್ಮ ಮನಸ್ಸಿನಲ್ಲಿರುವ 'ಕಪ್ಪು ಮಂತ್ರದ ಸೆಳೆತ'ವನ್ನು ಅಂದರೆ ನಿಮ್ಮನ್ನು ಸೀಮಿತಗೊಳಿಸುವ ನಕಾರಾತ್ಮಕ ನಂಬಿಕೆಗಳನ್ನು ಮುರಿಯಲು ನಿಮಗೆ ಅಪಾರವಾದ ವೈಯಕ್ತಿಕ ಶಕ್ತಿ ಬೇಕು. ನೀವು ಒಂದು ಹಳೆಯ, ಕೆಟ್ಟ ಒಪ್ಪಂದವನ್ನು ಮುರಿದಾಗಲೆಲ್ಲಾ, ನಿಮಗೆ ಹೆಚ್ಚುವರಿ ಶಕ್ತಿ ಲಭಿಸುತ್ತದೆ. ಮೊದಲಿಗೆ, ನೀವು ಕಡಿಮೆ ಶಕ್ತಿ ಬೇಕಾಗುವ, ಬಹಳ ಚಿಕ್ಕ ಒಪ್ಪಂದಗಳನ್ನು ಮುರಿಯಲು ಪ್ರಾರಂಭಿಸುತ್ತೀರಿ. ಆ ಚಿಕ್ಕ ಒಪ್ಪಂದಗಳು ಮುರಿದುಹೋದಂತೆ, ನಿಮ್ಮ ಆತ್ಮಶಕ್ತಿಯು ಹೆಚ್ಚುತ್ತಾ ಹೋಗುತ್ತದೆ. ಕೊನೆಗೆ, ನಿಮ್ಮ ಮನಸ್ಸಿನಲ್ಲಿರುವ ದೊಡ್ಡ 'ರಾಕ್ಷಸರನ್ನು' ಅಂದರೆ ದೊಡ್ಡ ಭಯಗಳನ್ನು ಎದುರಿಸುವ ಹಂತವನ್ನು ನೀವು ತಲುಪುತ್ತೀರಿ.

ಉದಾಹರಣೆಗೆ: ಒಂದು ಸಣ್ಣ ಹುಡುಗಿಗೆ ಹಾಡಬೇಡ ಎಂದು ಹೇಳಲಾಗಿತ್ತು.

ಆ ಹುಡುಗಿ ಈಗ ಇಪ್ಪತ್ತು ವರ್ಷದವಳಾಗಿದ್ದರೂ, ಇನ್ನೂ ಹಾಡುತ್ತಿಲ್ಲ. 'ತನ್ನ ಧ್ವನಿ ಚೆನ್ನಾಗಿಲ್ಲ' ಎಂಬ ಆ ನಂಬಿಕೆಯನ್ನು ಆಕೆ ಜಯಿಸಲು ಒಂದು ಮಾರ್ಗವಿದೆ. ಅವಳು ಹೀಗೆಂದುಕೊಳ್ಳಬಹುದು: 'ಸರಿ, ನಾನು ಚೆನ್ನಾಗಿ ಹಾಡದಿದ್ದರೂ ಪರವಾಗಿಲ್ಲ, ಒಮ್ಮೆ ಹಾಡಲು ಪ್ರಯತ್ನಿಸುತ್ತೇನೆ.' ನಂತರ, ಯಾರೋ ಅವಳಿಗಾಗಿ ಚಪ್ಪಾಳೆ ತಟ್ಟುತ್ತಿದ್ದಾರೆ ಮತ್ತು "ಅದ್ಭುತವಾಗಿತ್ತು!" ಎಂದು ಹೊಗಳುತ್ತಿದ್ದಾರೆ ಎಂದು ಆಕೆ ಊಹಿಸಿಕೊಳ್ಳಬಹುದು. ಇದು ಅವಳಲ್ಲಿದ್ದ ಹಳೆಯ ಒಪ್ಪಂದವನ್ನು ಸ್ವಲ್ಪ, ಅತಿ ಚಿಕ್ಕದಾಗಿ ಮುರಿಯಬಹುದು. ಆ ಒಪ್ಪಂದ ಇನ್ನೂ ಸಂಪೂರ್ಣವಾಗಿ ಮುರಿದು ಹೋಗದೇ ಇರಬಹುದು, ಆದರೆ ಈಗ ಅವಳಲ್ಲಿ ಸ್ವಲ್ಪ ಹೆಚ್ಚು ಶಕ್ತಿ ಮತ್ತು ಧೈರ್ಯ ಬಂದಿರುತ್ತದೆ. ಹೀಗೆ, ಆ ಒಪ್ಪಂದವನ್ನು ಸಂಪೂರ್ಣವಾಗಿ ಮುರಿಯುವವರೆಗೂ ಆಕೆ ಮತ್ತೆ ಮತ್ತೆ ಪ್ರಯತ್ನಿಸಲು ಸಾಧ್ಯವಾಗುತ್ತದೆ.

ಅದು 'ನರಕದಂತಹ ಕನಸಿನಿಂದ' ಅಂದರೆ ದುಃಖದಿಂದ ಕೂಡಿದ ಬದುಕಿನಿಂದ ಹೊರಬರಲು ಇರುವ ದಾರಿಯಾಗಿದೆ. ಆದರೆ, ಇಲ್ಲಿ ಮುಖ್ಯವಾದುದೆಂದರೆ, ನಿಮಗೆ ದುಃಖವನ್ನುಂಟು ಮಾಡುವ ಪ್ರತಿ ಹಳೆಯ ಒಪ್ಪಂದವನ್ನು ನೀವು ಮುರಿದಾಗ, ಅದರ ಜಾಗದಲ್ಲಿ ನಿಮಗೆ ಸಂತೋಷ ನೀಡುವ ಒಂದು ಹೊಸ ಒಪ್ಪಂದವನ್ನು ಅಳವಡಿಸಿಕೊಳ್ಳಬೇಕು. ಹೀಗೆ ಮಾಡುವುದರಿಂದ, ಹಳೆಯ ಒಪ್ಪಂದವು ಮತ್ತೆ ನಿಮ್ಮ ಬಳಿಗೆ ಬರದಂತೆ ತಡೆಯಬಹುದು. ನೀವು ಹಳೆಯ ಒಪ್ಪಂದವಿದ್ದ ಜಾಗವನ್ನೇ ಒಂದು ಹೊಸ ಒಪ್ಪಂದದಿಂದ ತುಂಬಿದರೆ, ಆಗ ಹಳೆಯ ಒಪ್ಪಂದವು ಶಾಶ್ವತವಾಗಿ ಮಾಯವಾಗುತ್ತದೆ ಮತ್ತು ಅದರ ಸ್ಥಾನದಲ್ಲಿ ಹೊಸ, ಉತ್ತಮ ಒಪ್ಪಂದವು ನೆಲೆಸುತ್ತದೆ.

ನಿಮ್ಮ ಮನಸ್ಸಿನಲ್ಲಿ ಅನೇಕ ಬಲವಾದ ನಂಬಿಕೆಗಳು ಇರುತ್ತವೆ. ಅವು 'ಈ ಬದಲಾವಣೆಯ ಪ್ರಕ್ರಿಯೆ ಸಾಧ್ಯವಿಲ್ಲ, ಇದು ನಿಷ್ಪ್ರಯೋಜಕ' ಎಂದು ನಿಮಗೆ ಅನಿಸುವಂತೆ ಮಾಡಬಹುದು. ಆದ್ದರಿಂದಲೇ, ನೀವು ಒಂದೊಂದೇ ಹೆಜ್ಜೆ ಇಡುತ್ತಾ ಹೋಗಬೇಕು ಮತ್ತು ನಿಮ್ಮ ಬಗ್ಗೆ ನೀವು ತಾಳ್ಮೆಯನ್ನು ಹೊಂದಿರಬೇಕು. ಏಕೆಂದರೆ ಇದು ನಿಧಾನವಾಗಿ ನಡೆಯುವ ಒಂದು ಪ್ರಕ್ರಿಯೆ. ನೀವು ಈಗ ಬದುಕುತ್ತಿರುವ ರೀತಿ, ಅನೇಕ ವರ್ಷಗಳ 'ಪಳಗಿಸುವಿಕೆಯ' ಫಲಿತಾಂಶವಾಗಿದೆ. ಇಲ್ಲಿ 'ಪಳಗಿಸುವಿಕೆ' ಎಂದರೆ ಸಮಾಜ ಅಥವಾ ಕುಟುಂಬದಿಂದ ಬಂದ ನಿಯಂತ್ರಣ. ಕೇವಲ ಒಂದೇ ದಿನದಲ್ಲಿ ಈ 'ಪಳಗಿಸುವಿಕೆ'ಯನ್ನು ಮುರಿಯಲು ಸಾಧ್ಯವಿಲ್ಲ. ಈ ಹಳೆಯ ಒಪ್ಪಂದಗಳನ್ನು ಮುರಿಯುವುದು ಬಹಳ ಕಷ್ಟಕರ. ಏಕೆಂದರೆ, ನಾವು ಮಾಡಿಕೊಂಡಿರುವ ಪ್ರತಿ ಒಪ್ಪಂದದಲ್ಲಿ ನಮ್ಮ ಮಾತಿನ ಶಕ್ತಿಯನ್ನು (ಅಂದರೆ ನಮ್ಮ ಇಚ್ಛಾಶಕ್ತಿಯನ್ನು) ಹೂಡಿಕೆ ಮಾಡಿರುತ್ತೇವೆ.

ಒಂದು ಒಪ್ಪಂದವನ್ನು ಬದಲಾಯಿಸಲು, ಅದನ್ನು ಮಾಡಿಕೊಂಡಾಗ ಬಳಸಿದಷ್ಟೇ ಸಮಾನ ಶಕ್ತಿ ನಮಗೆ ಬೇಕಾಗುತ್ತದೆ. ನಾವು ಒಪ್ಪಂದವನ್ನು ಮಾಡಲು ಎಷ್ಟು ಶಕ್ತಿಯನ್ನು ಬಳಸಿದ್ದೇವೆಯೋ, ಅದಕ್ಕಿಂತ ಕಡಿಮೆ ಶಕ್ತಿಯಿಂದ ನಾವು ಅದನ್ನು ಬದಲಾಯಿಸಲಾರೆವು. ನಮ್ಮ ಹೆಚ್ಚಿನ ವೈಯಕ್ತಿಕ ಶಕ್ತಿಯು, ನಾವು ನಮ್ಮೊಂದಿಗೆ ಮಾಡಿಕೊಂಡಿರುವ ಈ ಒಪ್ಪಂದಗಳನ್ನು ಉಳಿಸಿಕೊಳ್ಳುವುದಕ್ಕಾಗಿಯೇ ಖರ್ಚಾಗಿರುತ್ತದೆ. ಏಕೆಂದರೆ, ನಮ್ಮ ಈ ಒಪ್ಪಂದಗಳು ವಾಸ್ತವವಾಗಿ ಒಂದು ದೃಢವಾದ ವ್ಯಸನದಂತೆ ಇವೆ. ನಾವು ಈಗ ಹೇಗಿದ್ದೇವೆಯೋ ಹಾಗೆಯೇ(ಹಳೆಯ ಒಪ್ಪಂದಗಳೊಂದಿಗೆ) ಇರುವ ವ್ಯಸನ. ನಾವು ಕೋಪ, ಅಸೂಯೆ ಮತ್ತು 'ಸ್ವಯಂ ಕರುಣೆ' ಇವುಗಳ ವ್ಯಸನಿಗಳಾಗಿದ್ದೇವೆ. 'ನಾನು

ಸಾಕಷ್ಟು ಒಳ್ಳೆಯವನಲ್ಲ, ನಾನು ಸಾಕಷ್ಟು ಬುದ್ಧಿವಂತನಲ್ಲ. ಪ್ರಯತ್ನಿಸುವುದಾದರೂ ಏಕೆ? ಇತರ ಜನರು ಅದನ್ನು ಮಾಡುತ್ತಾರೆ, ಏಕೆಂದರೆ ಅವರು ನನಗಿಂತ ಉತ್ತಮರು' ಎಂದು ಹೇಳುವ ನಂಬಿಕೆಗಳಿಗೂ ನಾವು ವ್ಯಸನಿಗಳಾಗಿದ್ದೇವೆ.

ನಮ್ಮ ಜೀವನದ ಕನಸನ್ನು ಅಂದರೆ ನಾವು ಬದುಕುವ ವಿಧಾನವನ್ನು ನಿಯಂತ್ರಿಸುವ ಎಲ್ಲಾ ಹಳೆಯ ಒಪ್ಪಂದಗಳು ನಾವು ಅವುಗಳನ್ನು ಪುನಃ ಪುನಃ ಪುನರಾವರ್ತನೆ ಮಾಡಿದ್ದರಿಂದಲೇ ಉಂಟಾಗಿವೆ. ಹಾಗಾಗಿ, 'ನಾಲ್ಕು ಒಪ್ಪಂದಗಳನ್ನು' ನಿಮ್ಮ ಜೀವನದಲ್ಲಿ ಅಳವಡಿಸಿಕೊಳ್ಳಬೇಕಾದರೆ, ನೀವು ಪುನರಾವರ್ತನೆಯನ್ನು ಕಾರ್ಯರೂಪಕ್ಕೆ ತರಬೇಕು. ನಿಮ್ಮ ಜೀವನದಲ್ಲಿ ಈ ಹೊಸ ಒಪ್ಪಂದಗಳನ್ನು ನಿರಂತರವಾಗಿ ಅಭ್ಯಾಸ ಮಾಡುವುದರಿಂದಲೇ, ನಿಮ್ಮ 'ಉತ್ತಮವಾದ ಅಭ್ಯಾಸ' ಇನ್ನೂ ಉತ್ತಮವಾಗುತ್ತಾ ಹೋಗುತ್ತದೆ. ಪುನರಾವರ್ತನೆಯೇ ಪರಿಣತಿಯನ್ನು ನೀಡುತ್ತದೆ.

ಯೋಧನ ಶಿಸ್ತು : ಆತ್ಮ ಸಂಯಮದ ಕಲೆ

ಒಂದು ಬೆಳಗಿನ ಜಾವ ನೀವು ಉತ್ಸಾಹದಿಂದ ತುಂಬಿ ಎಚ್ಚರಗೊಂಡಿದ್ದೀರಿ ಎಂದು ಊಹಿಸಿಕೊಳ್ಳಿ. ನಿಮಗೆ ತುಂಬಾ ಸಂತೋಷವಾಗಿದ್ದು, ಆ ದಿನವನ್ನು ಎದುರಿಸಲು ನಿಮ್ಮಲ್ಲಿ ಸಾಕಷ್ಟು ಶಕ್ತಿ ಇದೆ. ಆದರೆ, ಉಪಹಾರದ ಸಮಯದಲ್ಲಿ, ನಿಮ್ಮ ಸಂಗಾತಿಯೊಂದಿಗೆ ಒಂದು ದೊಡ್ಡ ಜಗಳವಾಗುತ್ತದೆ. ಆಗ ನಿಮ್ಮೊಳಗೆ ಭಾವನೆಗಳ ಪ್ರವಾಹವೇ ಉಕ್ಕಿ ಹರಿಯುತ್ತದೆ. ನೀವು ಕೋಪಗೊಳ್ಳುತ್ತೀರಿ, ಮತ್ತು ಆ ಕೋಪದ ಭಾವನೆಯಲ್ಲಿ ನಿಮ್ಮ ವೈಯಕ್ತಿಕ ಶಕ್ತಿಯ ಬಹುಭಾಗವನ್ನು ಕಳೆದುಕೊಳ್ಳುತ್ತೀರಿ. ಜಗಳವಾದ ನಂತರ, ನಿಮಗೆ ಶಕ್ತಿಯೆಲ್ಲಾ ಬರಿದಾದಂತೆ ಅನಿಸುತ್ತದೆ. ನಿಮಗೆ ಹೋಗಿ ಅಳಬೇಕು ಎನಿಸುತ್ತದೆ. ವಾಸ್ತವವಾಗಿ, ನೀವು ಎಷ್ಟೊಂದು ದಣಿದಿದ್ದೀರಿ ಎಂದರೆ, ನಿಮ್ಮ ಕೋಣೆಗೆ ಹೋಗಿ ಕುಸಿದುಬಿದ್ದು, ಚೇತರಿಸಿಕೊಳ್ಳಲು ಪ್ರಯತ್ನಿಸುತ್ತೀರಿ. ನೀವು ಆ ಇಡೀ ದಿನವನ್ನು ನಿಮ್ಮ ಭಾವನೆಗಳಲ್ಲೇ ಮುಳುಗಿ ಕಳೆಯುತ್ತೀರಿ. ಮುಂದುವರೆಯಲು ನಿಮ್ಮಲ್ಲಿ ಶಕ್ತಿಯೇ ಇರುವುದಿಲ್ಲ, ಮತ್ತು ನೀವು ಎಲ್ಲದರಿಂದಲೂ ದೂರ ಹೋಗಬೇಕು ಎಂದು ಬಯಸುತ್ತೀರಿ.

ಪ್ರತಿ ದಿನ ನಾವು ಒಂದು ನಿರ್ದಿಷ್ಟ ಪ್ರಮಾಣದ ಮಾನಸಿಕ, ಭಾವನಾತ್ಮಕ ಮತ್ತು ದೈಹಿಕ ಶಕ್ತಿಯೊಂದಿಗೆ ಎಚ್ಚರಗೊಳ್ಳುತ್ತೇವೆ. ಆ ಶಕ್ತಿಯನ್ನು ನಾವು ದಿನವಿಡೀ ಖರ್ಚು ಮಾಡುತ್ತೇವೆ. ಒಂದು ವೇಳೆ ನಾವು ನಮ್ಮ ಭಾವನೆಗಳಿಗೆ ನಮ್ಮ ಶಕ್ತಿಯನ್ನು ಬರಿದು ಮಾಡಲು ಅವಕಾಶ ನೀಡಿದರೆ, ನಮ್ಮ ಜೀವನವನ್ನು ಬದಲಾಯಿಸಲು ಅಥವಾ ಇತರರಿಗೆ ನೀಡಲು ನಮ್ಮಲ್ಲಿ ಯಾವುದೇ ಶಕ್ತಿಯೂ ಉಳಿಯುವುದಿಲ್ಲ.

ನೀವು ಜಗತ್ತನ್ನು ಹೇಗೆ ನೋಡುತ್ತೀರಿ ಎಂಬುದು, ನೀವು ಯಾವ ಭಾವನೆಗಳನ್ನು ಅನುಭವಿಸುತ್ತಿದ್ದೀರಿ ಎಂಬುದರ ಮೇಲೆ ಅವಲಂಬಿಸಿರುತ್ತದೆ. ನೀವು ಕೋಪದಲ್ಲಿದ್ದಾಗ, ನಿಮ್ಮ ಸುತ್ತಮುತ್ತಲಿನ ಎಲ್ಲವೂ ತಪ್ಪಾಗಿ ಕಾಣಿಸುತ್ತದೆ, ಏನೂ ಸರಿಯಾಗಿರುವುದಿಲ್ಲ. ನೀವು ಹವಾಮಾನವನ್ನೂ ದೂಷಿಸುತ್ತೀರಿ. ಮಳೆ ಬರುತ್ತಿದೆಯೋ ಅಥವಾ ಬಿಸಿಲು ಹೊಳೆಯುತ್ತಿದೆಯೋ, ಯಾವುದೂ ನಿಮಗೆ ಸಂತೋಷ ನೀಡುವುದಿಲ್ಲ. ನೀವು ದುಃಖದಲ್ಲಿದ್ದಾಗ, ನಿಮ್ಮ ಸುತ್ತಲಿನ ಎಲ್ಲವೂ ದುಃಖಮಯವಾಗಿದ್ದು, ನಿಮ್ಮನ್ನು ಅಳುವಂತೆ

ಮಾಡುತ್ತದೆ. ನೀವು ಮರಗಳನ್ನು ನೋಡಿದರೂ ದುಃಖವಾಗುತ್ತದೆ; ಮಳೆಯನ್ನು ನೋಡಿದರೂ ಎಲ್ಲವೂ ಬಹಳ ವಿಷಾದಮಯವಾಗಿ ಕಾಣಿಸುತ್ತದೆ. ಬಹುಶಃ ನೀವು ದುರ್ಬಲರಾದಂತೆ ಅನಿಸಬಹುದು. ಹಾಗಾಗಿ, ಯಾವುದೇ ಕ್ಷಣದಲ್ಲಿ ಯಾರಾದರೂ ನಿಮ್ಮ ಮೇಲೆ ದಾಳಿ ಮಾಡಬಹುದು ಎಂಬ ಭಯಕ್ಕೆ ಒಳಗಾಗಿ ರಕ್ಷಣೆಯನ್ನು ಬೇಡುತ್ತೀರಿ. ನಿಮ್ಮ ಸುತ್ತಮುತ್ತಲಿನ ಯಾವುದನ್ನೂ ಅಥವಾ ಯಾರನ್ನೂ ನೀವು ನಂಬುವುದಿಲ್ಲ. ಇದಕ್ಕೆಲ್ಲ ಕಾರಣವೇನೆಂದರೆ, ನೀವು ಜಗತ್ತನ್ನು ಭಯದ ಕಣ್ಣುಗಳಿಂದಲೇ ನೋಡುತ್ತಿರುತ್ತೀರಿ!

ಮಾನವನ ಮನಸ್ಸು ನಮ್ಮ ಚರ್ಮದಂತೆಯೇ ಇದೆ ಎಂದು ಊಹಿಸಿಕೊಳ್ಳಿ. ನೀವು ಆರೋಗ್ಯಕರ ಚರ್ಮವನ್ನು ಸ್ಪರ್ಶಿಸಿದರೆ, ಅದು ಅದ್ಭುತವಾದ ಅನುಭವ ನೀಡುತ್ತದೆ. ನಿಮ್ಮ ಚರ್ಮವು ಗ್ರಹಿಕೆಗಾಗಿಯೇ ಇದೆ, ಮತ್ತು ಸ್ಪರ್ಶದ ಸಂವೇದನೆ ತುಂಬಾ ಸುಂದರವಾಗಿರುತ್ತದೆ. ಈಗ, ನಿಮಗೆ ಗಾಯವಾಗಿ, ಆ ಚರ್ಮವು ಸೀಳಿ ಸೋಂಕಿಗೆ ಒಳಗಾಗಿದೆ ಎಂದು ಊಹಿಸಿ. ನೀವು ಆ ಸೋಂಕಿತ ಚರ್ಮವನ್ನು ಸ್ಪರ್ಶಿಸಿದರೆ, ಅದು ನೋವನ್ನುಂಟು ಮಾಡುತ್ತದೆ. ಆದ್ದರಿಂದ ನೀವು ಆ ಚರ್ಮವನ್ನು ಮುಚ್ಚಿ, ರಕ್ಷಿಸಲು ಪ್ರಯತ್ನಿಸುತ್ತೀರಿ. ಆ ನೋವಿನಿಂದಾಗಿ, ಸ್ಪರ್ಶವನ್ನು ನೀವು ಆನಂದಿಸುವುದಿಲ್ಲ.

ಈಗ, ಎಲ್ಲಾ ಮನುಷ್ಯರಿಗೂ ಇದೇ ರೀತಿಯ 'ಚರ್ಮದ ಕಾಯಿಲೆ' ಇದೆ ಎಂದು ಊಹಿಸಿಕೊಳ್ಳಿ. ಯಾರಿಗೂ ಒಬ್ಬರನ್ನೊಬ್ಬರು ಸ್ಪರ್ಶಿಸಲು ಸಾಧ್ಯವಿಲ್ಲ, ಏಕೆಂದರೆ ಸ್ಪರ್ಶಿಸಿದರೆ ನೋವಾಗುತ್ತದೆ. ಪ್ರತಿಯೊಬ್ಬರ ಚರ್ಮದ ಮೇಲೂ ಗಾಯಗಳಿರುವುದರಿಂದ, ಈ ಸೋಂಕು ಸಾಮಾನ್ಯವೆಂದು ಪರಿಗಣಿಸಲಾಗುತ್ತದೆ, ನೋವನ್ನು ಸಹಜವೆಂದು ಭಾವಿಸಲಾಗುತ್ತದೆ. ನಾವು ಇದನ್ನು ನಂಬುತ್ತೇವೆ.

ಈ ಜಗತ್ತಿನಲ್ಲಿರುವ ಎಲ್ಲಾ ಮನುಷ್ಯರಿಗೂ ಈ 'ಚರ್ಮದ ಕಾಯಿಲೆ' ಇದ್ದರೆ, ನಾವು ಒಬ್ಬರನ್ನೊಬ್ಬರು ಹೇಗೆ ನಡೆಸಿಕೊಳ್ಳುತ್ತೇವೆ ಎಂದು ನೀವು ಊಹಿಸಬಲ್ಲಿರಾ? ಖಂಡಿತವಾಗಿಯೂ, ನಾವು ಒಬ್ಬರಿಗೊಬ್ಬರು ಅಪ್ಪಿಕೊಳ್ಳುವುದು ಬಹಳ ಅಪರೂಪವಾಗುತ್ತಿತ್ತು, ಏಕೆಂದರೆ ಅದು ತುಂಬಾ ನೋವಿನಿಂದ ಕೂಡಿರುತ್ತಿತ್ತು. ಹಾಗಾಗಿ, ನಾವು ನಮ್ಮ ನಡುವೆ ಸಾಕಷ್ಟು ದೂರವನ್ನು ಸೃಷ್ಟಿಸಿಕೊಳ್ಳಬೇಕಾಗುತ್ತಿತ್ತು.

ಮಾನವನ ಮನಸ್ಸು ಕೂಡ ಈ ಸೋಂಕಿತ ಚರ್ಮದ ವಿವರಣೆಯಂತೆಯೇ ಇದೆ. ಪ್ರತಿಯೊಬ್ಬ ಮನುಷ್ಯನೂ ಸೋಂಕಿತ ಗಾಯಗಳಿಂದ ಸಂಪೂರ್ಣವಾಗಿ ಆವೃತವಾದ ಭಾವನಾತ್ಮಕ ದೇಹವನ್ನು ಹೊಂದಿದ್ದಾನೆ. ಪ್ರತಿ ಗಾಯವು ಭಾವನಾತ್ಮಕ ವಿಷದಿಂದ ತುಂಬಿದೆ– ಅಂದರೆ, ದ್ವೇಷ, ಕೋಪ, ಅಸೂಯೆ ಮತ್ತು ದುಃಖದಂತಹ ನಮ್ಮನ್ನು ನರಳಿಸುವ ಎಲ್ಲಾ ಭಾವನೆಗಳ ವಿಷದಿಂದ. ಒಂದು ಅನ್ಯಾಯದ ಘಟನೆ ನಮ್ಮ ಮನಸ್ಸಿನಲ್ಲಿ ಗಾಯವನ್ನು ತೆರೆಯುತ್ತದೆ, ಅನ್ಯಾಯ ಮತ್ತು 'ನ್ಯಾಯ'ದ ಬಗ್ಗೆ ನಾವು ಹೊಂದಿರುವ ಪರಿಕಲ್ಪನೆಗಳು ಹಾಗೂ ನಂಬಿಕೆಗಳ ಕಾರಣದಿಂದ ನಾವು ಭಾವನಾತ್ಮಕ ವಿಷದೊಂದಿಗೆ ಪ್ರತಿಕ್ರಿಯಿಸುತ್ತೇವೆ. 'ಪಳಗಿಸುವಿಕೆ'ಯ ಅಂದರೆ ಸಾಮಾಜಿಕ ನಿಯಂತ್ರಣದ ಪ್ರಕ್ರಿಯೆಯಿಂದಾಗಿ ಮನಸ್ಸು ಎಷ್ಟು ಗಾಯಗೊಂಡಿದೆ ಮತ್ತು ವಿಷದಿಂದ ತುಂಬಿದೆ ಎಂದರೆ, ಪ್ರತಿಯೊಬ್ಬರೂ ಈ ಗಾಯಗೊಂಡ ಮನಸ್ಸಿನ ಸ್ಥಿತಿಯನ್ನು ಸಾಮಾನ್ಯ ಎಂದು ವಿವರಿಸುತ್ತಾರೆ. ಇದನ್ನು ಸಾಮಾನ್ಯವೆಂದು ಪರಿಗಣಿಸಲಾಗುತ್ತದೆ, ಆದರೆ ನಾನು ನಿಮಗೆ ಹೇಳಬಲ್ಲೆ, ಇದು ಸಾಮಾನ್ಯವಲ್ಲ.

ನಾವು ಈ ಗ್ರಹದ ಒಂದು ಅಸ್ತವ್ಯಸ್ತವಾದ ಕನಸಿನಲ್ಲಿದ್ದೇವೆ, ಇದು ಸಮಸ್ಯೆಗಳಿಂದ ಕೂಡಿದ ಬದುಕು, ಮನುಷ್ಯರು 'ಭಯ' ಎಂಬ ರೋಗದಿಂದ ಮಾನಸಿಕವಾಗಿ ಬಳಲುತ್ತಿದ್ದಾರೆ. ಈ ರೋಗದ ಲಕ್ಷಣಗಳು ಯಾವುವೆಂದರೆ, ಮನುಷ್ಯರಿಗೆ ನೋವು ನೀಡುವ ಎಲ್ಲಾ ಭಾವನೆಗಳು: ಕೋಪ, ದ್ವೇಷ, ದುಃಖ, ಅಸೂಯೆ ಮತ್ತು ವಿಶ್ವಾಸದ್ರೋಹದ ಭಾವನೆ. ಯಾವಾಗ ಈ ಭಯವು ತುಂಬಾ ಹೆಚ್ಚಾಗುತ್ತದೆಯೋ, ಆಗ ನಮ್ಮ ತಾರ್ಕಿಕ ಮನಸ್ಸು ಕೆಲಸ ಮಾಡುವುದನ್ನು ನಿಲ್ಲಿಸುತ್ತದೆ. ಇದನ್ನು ನಾವು 'ಮಾನಸಿಕ ಅಸ್ವಸ್ಥತೆ' ಎಂದು ಕರೆಯುತ್ತೇವೆ. ಮನಸ್ಸು ಅತಿಯಾಗಿ ಹೆದರಿದಾಗ ಮತ್ತು ಗಾಯಗಳು ತುಂಬಾ ನೋವನ್ನುಂಟು ಮಾಡಿದಾಗ, ಹೊರಗಿನ ಪ್ರಪಂಚದೊಂದಿಗಿನ ಸಂಪರ್ಕವನ್ನು ಕಡಿದುಕೊಳ್ಳುವುದೇ ಉತ್ತಮವೆಂದು ತೋರುತ್ತದೆ. ಇಂತಹ ಸಂದರ್ಭದಲ್ಲಿ ಉನ್ಮಾದದ ವರ್ತನೆ ಕಾಣಿಸಿಕೊಳ್ಳುತ್ತದೆ.

ನಮ್ಮ ಮನಸ್ಸಿನ ಸ್ಥಿತಿಯನ್ನು ಒಂದು ರೋಗದಂತೆ ನಾವು ನೋಡಲು ಸಾಧ್ಯವಾದರೆ, ಅದಕ್ಕೆ ಒಂದು ಪರಿಹಾರ ಇದೆ ಎಂದು ನಾವು ಕಂಡುಕೊಳ್ಳುತ್ತೇವೆ. ನಾವು ಇನ್ನು ಮುಂದೆ ನೋವನ್ನು ಅನುಭವಿಸಬೇಕಾಗಿಲ್ಲ. ಮೊದಲಿಗೆ, ಭಾವನಾತ್ಮಕ ಗಾಯಗಳನ್ನು ತೆರೆಯಲು, ವಿಷವನ್ನು ಹೊರತೆಗೆಯಲು ಮತ್ತು ಗಾಯಗಳು ಸಂಪೂರ್ಣವಾಗಿ ಮಾಯಲು ನಮಗೆ ಸತ್ಯದ ಅಗತ್ಯವಿದೆ. ಇದನ್ನು ನಾವು ಹೇಗೆ ಮಾಡುವುದು? ಯಾರು ನಮಗೆ ಅನ್ಯಾಯ ಮಾಡಿದ್ದಾರೆಂದು ನಾವು ಭಾವಿಸುತ್ತೇವೆಯೋ, ಅವರನ್ನು ನಾವು ಕ್ಷಮಿಸಬೇಕು. ಅವರಿಗೆ ಕ್ಷಮೆ ಸಿಗಲು ಅರ್ಹರಿದ್ದಾರೆ ಎಂಬ ಕಾರಣಕ್ಕಲ್ಲ, ಆದರೆ ನಾವು ನಮ್ಮನ್ನು ಅಷ್ಟೊಂದು ಪ್ರೀತಿಸುತ್ತೇವೆ ಮತ್ತು ಆ ಅನ್ಯಾಯಕ್ಕಾಗಿ ನಾವು ಮತ್ತೆ ಮತ್ತೆ ಬೆಲೆ ತೆರಲು ಇಷ್ಟಪಡುವುದಿಲ್ಲ ಎಂಬ ಕಾರಣಕ್ಕಾಗಿ ಕ್ಷಮಿಸಬೇಕು.

ಕ್ಷಮೆಯೇ ಗುಣಪಡಿಸಲು ಇರುವ ಏಕೈಕ ಮಾರ್ಗ. ನಾವು ನಮ್ಮ ಬಗ್ಗೆ ನಮಗೆ ಕರುಣೆ ಇದೆ ಎಂದು ಭಾವಿಸಿ ಕ್ಷಮಿಸಲು ಆಯ್ಕೆ ಮಾಡಬಹುದು. ನಾವು ನಮ್ಮೊಳಗಿನ ದ್ವೇಷ ಮತ್ತು ಅಸಮಾಧಾನವನ್ನು ಬಿಟ್ಟುಬಿಡಬಹುದು, ಮತ್ತು ಹೀಗೆ ಘೋಷಿಸಬಹುದು, "ಇನ್ನು ಸಾಕು! ನಾನು ಇನ್ನು ಮುಂದೆ ನನಗೇ ವಿರೋಧವಾಗಿ ನಿಲ್ಲುವ ಆ ದೊಡ್ಡ ನ್ಯಾಯಾಧೀಶನಾಗಿ ಇರುವುದಿಲ್ಲ. ನಾನು ಇನ್ನು ಮುಂದೆ ನನ್ನನ್ನು ದೂಷಿಸುವುದಿಲ್ಲ ಮತ್ತು ನನ್ನನ್ನೇ ನಿಂದಿಸುವುದಿಲ್ಲ. ನಾನು ಇನ್ನು ಮುಂದೆ 'ಬಲಿಪಶು' ಆಗಿರುವುದಿಲ್ಲ."

ಮೊದಲಿಗೆ, ನಾವು ನಮ್ಮ ಪೋಷಕರು, ನಮ್ಮ ಸಹೋದರ-ಸಹೋದರಿಯರು, ನಮ್ಮ ಸ್ನೇಹಿತರು, ಮತ್ತು ದೇವರನ್ನು ಕ್ಷಮಿಸಬೇಕು. ಒಮ್ಮೆ ನೀವು ದೇವರನ್ನು ಕ್ಷಮಿಸಿದರೆ, ಕೊನೆಗೆ ನೀವು ನಿಮ್ಮನ್ನೇ ಕ್ಷಮಿಸಲು ಸಾಧ್ಯವಾಗುತ್ತದೆ. ನೀವು ನಿಮ್ಮನ್ನೇ ಕ್ಷಮಿಸಿದ ತಕ್ಷಣ, ನಿಮ್ಮ ಮನಸ್ಸಿನಲ್ಲಿರುವ 'ಸ್ವಯಂ ತಿರಸ್ಕಾರ' ಕೊನೆಗೊಳ್ಳುತ್ತದೆ. ಸ್ವಯಂ ಸ್ವೀಕಾರವು ಪ್ರಾರಂಭವಾಗುತ್ತದೆ, ಮತ್ತು ನಿಮ್ಮ ಮೇಲಿನ ಸ್ವಯಂ ಪ್ರೀತಿ ಅಷ್ಟೊಂದು ಪ್ರಬಲವಾಗುತ್ತದೆ ಎಂದರೆ, ನೀವು ಅಂತಿಮವಾಗಿ ಹೇಗಿದ್ದೀರೋ ಹಾಗೆಯೇ ನಿಮ್ಮನ್ನು ಒಪ್ಪಿಕೊಳ್ಳುತ್ತೀರಿ. ಅದೇ ಸ್ವತಂತ್ರ ಮನುಷ್ಯನ ಪ್ರಾರಂಭ. ಕ್ಷಮೆಯೇ ಇದರ ಕೀಲಿ ಕೈ.

ನೀವು ಯಾರನ್ನಾದರೂ ನಿಜವಾಗಿಯೂ ಕ್ಷಮಿಸಿದ್ದೀರಿ ಎಂದು ತಿಳಿಯುವುದು ಯಾವಾಗ ಎಂದರೆ, ನೀವು ಅವರನ್ನು ನೋಡಿದಾಗ ನಿಮಗೆ ಯಾವುದೇ ಭಾವನಾತ್ಮಕ ಪ್ರತಿಕ್ರಿಯೆ ಬರುವುದಿಲ್ಲ. ನೀವು ಆ ವ್ಯಕ್ತಿಯ ಹೆಸರನ್ನು ಕೇಳಿದಾಗಲೂ ನಿಮಗೆ ಯಾವುದೇ

ಭಾವನಾತ್ಮಕ ಪ್ರತಿಕ್ರಿಯೆ ಉಂಟಾಗುವುದಿಲ್ಲ. ಯಾವಾಗ ಯಾರಾದರೂ ಹಿಂದೆ ಗಾಯವಾಗಿದ್ದ ಜಾಗವನ್ನು ಅಂದರೆ ಭಾವನಾತ್ಮಕ ನೋವಿನ ಸ್ಥಳವನ್ನು ಸ್ಪರ್ಶಿಸಿದಾಗಲೂ ನಿಮಗೆ ಇನ್ನು ಮುಂದೆ ನೋವಾಗುವುದಿಲ್ಲವೋ, ಆಗ ನೀವು ನಿಜವಾಗಿಯೂ ಕ್ಷಮಿಸಿದ್ದೀರಿ ಎಂದು ತಿಳಿಯಬಹುದು.

ಸತ್ಯವು ಶಸ್ತ್ರಚಿಕಿತ್ಸೆಯ ಚಾಕುವಿನಂತೆ ಇರುತ್ತದೆ. ಸತ್ಯವು ನೋವಿನಿಂದ ಕೂಡಿದೆ, ಏಕೆಂದರೆ ಅದು ಗುಣವಾಗಲು ಅನುವು ಮಾಡಿಕೊಡುವ ಸಲುವಾಗಿ, ಸುಳ್ಳುಗಳಿಂದ ಮುಚ್ಚಲ್ಪಟ್ಟಿರುವ ಎಲ್ಲಾ ಗಾಯಗಳನ್ನು ತೆರೆಯುತ್ತದೆ. ಈ ಸುಳ್ಳುಗಳನ್ನು ನಾವು 'ನಿರಾಕರಣಾ ವ್ಯವಸ್ಥೆ' ಎಂದು ಕರೆಯುತ್ತೇವೆ. ನಮ್ಮಲ್ಲಿ ಈ ನಿರಾಕರಣಾ ವ್ಯವಸ್ಥೆ ಇರುವುದು ಒಂದು ಒಳ್ಳೆಯ ವಿಷಯ, ಏಕೆಂದರೆ ಅದು ನಮ್ಮ ಗಾಯಗಳನ್ನು ಮುಚ್ಚಿಕೊಂಡು ನಾವು ಸಾಮಾನ್ಯವಾಗಿ ಕಾರ್ಯನಿರ್ವಹಿಸಲು ಅವಕಾಶ ನೀಡುತ್ತದೆ. ಆದರೆ, ಒಮ್ಮೆ ನಮ್ಮಲ್ಲಿ ಯಾವುದೇ ಗಾಯಗಳು ಅಥವಾ ವಿಷವಿಲ್ಲದಿದ್ದರೆ, ನಾವು ಇನ್ನು ಮುಂದೆ ಸುಳ್ಳು ಹೇಳುವ ಅಗತ್ಯವಿಲ್ಲ. ನಮಗೆ ಆ ನಿರಾಕರಣಾ ವ್ಯವಸ್ಥೆಯ ಅಗತ್ಯ ಇರುವುದಿಲ್ಲ. ಏಕೆಂದರೆ, ಆರೋಗ್ಯಕರ ಚರ್ಮದಂತೆ, ಆರೋಗ್ಯಕರ ಮನಸ್ಸನ್ನೂ ನೋವುಂಟು ಮಾಡದೆ ಸ್ಪರ್ಶಿಸಬಹುದು. ಮನಸ್ಸು ಶುದ್ಧವಾಗಿದ್ದಾಗ ಅದನ್ನು ಸ್ಪರ್ಶಿಸುವುದು ಸಂತೋಷಕರವಾಗಿರುತ್ತದೆ.

ಬಹು ಜನರ ದೊಡ್ಡ ಸಮಸ್ಯೆಯೇನೆಂದರೆ, ಅವರು ತಮ್ಮ ಭಾವನೆಗಳ ಮೇಲೆ ನಿಯಂತ್ರಣವನ್ನು ಕಳೆದುಕೊಳ್ಳುತ್ತಾರೆ. ಮನುಷ್ಯರು ಭಾವನೆಗಳನ್ನು ನಿಯಂತ್ರಿಸುವ ಬದಲು, ಅವರ ವರ್ತನೆಯನ್ನು ನಿಯಂತ್ರಿಸುವುದು ಅವರ ಭಾವನೆಗಳೇ. ನಾವು ನಿಯಂತ್ರಣ ಕಳೆದುಕೊಂಡಾಗ, ಒರಟಾದ ಮಾತುಗಳನ್ನು ಆಡುತ್ತೇವೆ ಮತ್ತು ಇಷ್ಟವಿಲ್ಲದ ಕೆಲಸಗಳನ್ನು ಮಾಡುತ್ತೇವೆ. ಅದಕ್ಕಾಗಿಯೇ ನಮ್ಮ ಮಾತಿನಲ್ಲಿ ದೋಷವಿಲ್ಲದಂತಿರುವುದು ಮತ್ತು ಆಧ್ಯಾತ್ಮಿಕ ಯೋಧರಾಗಿ ಪರಿವರ್ತನೆಗೊಳ್ಳುವುದು ಬಹಳ ಮುಖ್ಯ. ನಮ್ಮ ಭಯ-ಪೀಡಿತ ಒಪ್ಪಂದಗಳನ್ನು ಬದಲಾಯಿಸಲು, ದುಃಖದ ಸ್ಥಿತಿಯಿಂದ ಹೊರಬಂದು ನಮ್ಮದೇ ಆದ ವೈಯಕ್ತಿಕ ಸ್ವರ್ಗವನ್ನು ಸೃಷ್ಟಿಸಿಕೊಳ್ಳಲು ಬೇಕಾಗುವಷ್ಟು ವೈಯಕ್ತಿಕ ಶಕ್ತಿಯನ್ನು ಹೊಂದಲು, ನಾವು ನಮ್ಮ ಭಾವನೆಗಳನ್ನು ನಿಯಂತ್ರಿಸಲು ಕಲಿಯಲೇಬೇಕು.

ಹಾಗಾದರೆ, ನಾವು ಯೋಧರಾಗುವುದು ಹೇಗೆ? ಜಗತ್ತಿನ ಎಲ್ಲೆಡೆಯೂ ಯೋಧನಿಗೆ ಇರುವ ಕೆಲವು ಗುಣಲಕ್ಷಣಗಳು ಹೆಚ್ಚೂ ಕಡಿಮೆ ಒಂದೇ ಆಗಿರುತ್ತವೆ. ಯೋಧನು ಅರಿವನ್ನು, ಜಾಗೃತಿಯನ್ನು ಹೊಂದಿರುತ್ತಾನೆ, ಅದು ಬಹಳ ಮುಖ್ಯ. ನಾವು ಯುದ್ಧದಲ್ಲಿದ್ದೇವೆ ಎಂಬ ಅರಿವು ನಮಗಿದೆ, ಮತ್ತು ನಮ್ಮ ಮನಸ್ಸಿನಲ್ಲಿ ನಡೆಯುವ ಈ ಯುದ್ಧಕ್ಕೆ ಶಿಸ್ತು ಬೇಕಾಗುತ್ತದೆ. ಆ ಶಿಸ್ತು ಸೈನಿಕನ ಶಿಸ್ತಲ್ಲ, ಬದಲಿಗೆ ಒಬ್ಬ ಯೋಧನ ಶಿಸ್ತು. ಹೊರಗಿನಿಂದ ಏನನ್ನು ಮಾಡಬೇಕು ಅಥವಾ ಮಾಡಬಾರದು ಎಂದು ಹೇಳುವ ಶಿಸ್ತಲ್ಲ, ಬದಲಿಗೆ ಏನೇ ಆದರೂ ನಾವು ನಾವಾಗಿಯೇ ಇರಲು ಬೇಕಾದ ಆಂತರಿಕ ಶಿಸ್ತು.

ಯೋಧನು ನಿಯಂತ್ರಣವನ್ನು ಹೊಂದಿರುತ್ತಾನೆ. ಆ ನಿಯಂತ್ರಣವು ಬೇರೆ ಮನುಷ್ಯರ ಮೇಲಲ್ಲ, ಬದಲಿಗೆ ತನ್ನ ಭಾವನೆಗಳ ಮೇಲೆ ಮತ್ತು ತನ್ನ ವ್ಯಕ್ತಿತ್ವದ ಮೇಲೆ ಇರುತ್ತದೆ. ನಾವು ನಿಯಂತ್ರಣ ಕಳೆದುಕೊಂಡಾಗ ಮಾತ್ರ ಭಾವನೆಗಳನ್ನು ಹತ್ತಿಕ್ಕುತ್ತೇವೆ, ಅಡಗಿಸಿಟ್ಟುಕೊಳ್ಳುತ್ತೇವೆ, ನಾವು ನಿಯಂತ್ರಣದಲ್ಲಿ ಇರುವಾಗ ಅಲ್ಲ. ಯೋಧ ಮತ್ತು ಬಲಿಪಶು ನಡುವಿನ ದೊಡ್ಡ ವ್ಯತ್ಯಾಸ ಬಲಿಪಶುವು ಭಾವನೆಗಳನ್ನು ಅಡಗಿಸಿಟ್ಟುಕೊಳ್ಳುತ್ತಾನೆ,

ಆದರೆ ಯೋಧನು ತಡೆಹಿಡಿದಿರುತ್ತಾನೆ. ಬಲಿಪಶುಗಳು ಅಡಗಿಸಿಟ್ಟುಕೊಳ್ಳಲು ಕಾರಣ, ತಮ್ಮ ಭಾವನೆಗಳನ್ನು ತೋರಿಸಲು ಹೆದರುತ್ತಾರೆ, ಏನು ಹೇಳಬೇಕೋ ಅದನ್ನು ಹೇಳಲು ಹೆದರುತ್ತಾರೆ. ಆದರೆ, ತಡೆಹಿಡಿಯುವುದು ಎಂದರೆ ಅಡಗಿಸಿಟ್ಟುಕೊಳ್ಳುವುದಲ್ಲ. ತಡೆಹಿಡಿಯುವುದು ಎಂದರೆ ಭಾವನೆಗಳನ್ನು ಹಿಡಿದಿಟ್ಟುಕೊಂಡು, ಸರಿಯಾದ ಕ್ಷಣದಲ್ಲಿ ಅವುಗಳನ್ನು ವ್ಯಕ್ತಪಡಿಸುವುದು; ಅದಕ್ಕಿಂತ ಮೊದಲು ಅಲ್ಲ, ಆನಂತರವೂ ಅಲ್ಲ. ಅದಕ್ಕಾಗಿಯೇ ಯೋಧರು ದೋಷರಹಿತರಾಗಿರುತ್ತಾರೆ. ಅವರಿಗೆ ತಮ್ಮದೇ ಆದ ಭಾವನೆಗಳ ಮೇಲೆ ಸಂಪೂರ್ಣ ನಿಯಂತ್ರಣವಿರುತ್ತದೆ ಮತ್ತು ಆದ್ದರಿಂದ ತಮ್ಮ ನಡವಳಿಕೆಯ ಮೇಲೂ ಸಂಪೂರ್ಣ ನಿಯಂತ್ರಣವಿರುತ್ತದೆ.

ಸತ್ತವರ ದೀಕ್ಷೆ : ಸಾವಿನ ದೇವತೆಯ ಆಲಿಂಗನ

ವೈಯಕ್ತಿಕ ಸ್ವಾತಂತ್ರ್ಯವನ್ನು ಪಡೆಯುವ ಅಂತಿಮ ಮಾರ್ಗವೆಂದರೆ, 'ಸತ್ತವರ ದೀಕ್ಷೆ'ಗೆ ನಮ್ಮನ್ನು ನಾವು ಸಿದ್ಧಪಡಿಸಿಕೊಳ್ಳುವುದು. ಅಂದರೆ, ಸಾವು ಎಂಬ ಸಂಗತಿಯನ್ನೇ ನಮ್ಮ ಗುರುವಾಗಿ ಸ್ವೀಕರಿಸುವುದು. ಸಾವಿನ ದೇವತೆ ನಮಗೆ ಏನು ಕಲಿಸಬಲ್ಲಳು ಎಂದರೆ, ನಿಜವಾಗಿ ಜೀವಂತವಾಗಿರುವುದು ಹೇಗೆ ಎಂದು. ನಾವು ಯಾವುದೇ ಕ್ಷಣದಲ್ಲಿ ಸಾಯಬಹುದು, ಎಂಬ ಅರಿವು ನಮಗೆ ಮೂಡುತ್ತದೆ. ನಾವು ಜೀವಂತವಾಗಿರಲು ವರ್ತಮಾನದ ಸಮಯ ಮಾತ್ರ ನಮ್ಮ ಕೈಯಲ್ಲಿದೆ. ನಾವು ನಾಳೆ ಸಾಯುತ್ತೇವೆಯೋ ಇಲ್ಲವೋ ಎಂಬುದು ನಮಗೆ ತಿಳಿದಿಲ್ಲ ಎಂಬುದು ಸತ್ಯ. ಯಾರಿಗೆ ಗೊತ್ತು? ಭವಿಷ್ಯದಲ್ಲಿ ನಮಗೆ ಬಹಳಷ್ಟು ವರ್ಷಗಳಿವೆ ಎಂಬ ಕಲ್ಪನೆ ನಮಗಿದೆ. ಆದರೆ ನಿಜವಾಗಿಯೂ ಇದೆಯೇ?

ಒಂದು ವೇಳೆ ನಾವು ಆಸ್ಪತ್ರೆಗೆ ಹೋದಾಗ, ಬದುಕಲು ನಮಗೆ ಕೇವಲ ಒಂದು ವಾರ ಮಾತ್ರ ಇದೆ ಎಂದು ವೈದ್ಯರು ಹೇಳಿದರೆ, ಆಗ ನಾವು ಏನು ಮಾಡುತ್ತೇವೆ? ನಾವು ಮೊದಲೇ ಚರ್ಚಿಸಿದಂತೆ, ನಮಗೆ ಎರಡು ಆಯ್ಕೆಗಳಿವೆ. ಒಂದು, ನಾವು ಸಾಯಲಿದ್ದೇವೆ ಎಂಬ ಕಾರಣಕ್ಕೆ ದುಃಖದಲ್ಲಿ ಮುಳುಗುವುದು. "ಅಯ್ಯೋ, ನಾನು ಸಾಯುತ್ತಿದ್ದೇನೆ" ಎಂದು ಎಲ್ಲರಿಗೂ ಹೇಳಿ ದೊಡ್ಡ ಭಾವನಾತ್ಮಕ ನಾಟಕವನ್ನು ಸೃಷ್ಟಿಸುವುದು. ಮತ್ತೊಂದು ಆಯ್ಕೆ ಏನೆಂದರೆ, ನಮ್ಮ ಬಳಿ ಇರುವ ಪ್ರತಿಯೊಂದು ಕ್ಷಣವನ್ನು ಸಂತೋಷವಾಗಿರಲು ಬಳಸಿಕೊಳ್ಳುವುದು, ಮತ್ತು ನಾವು ನಿಜವಾಗಿಯೂ ಆನಂದಿಸುವ ಕೆಲಸಗಳನ್ನು ಮಾಡುವುದು. ಬದುಕಲು ನಮಗೆ ಕೇವಲ ಒಂದು ವಾರ ಮಾತ್ರ ಇದ್ದರೆ, ಆ ಜೀವನವನ್ನು ನಾವು ಖಂಡಿತಾ ಆನಂದಿಸೋಣ, ಜೀವಂತವಾಗಿರೋಣ. ನಾವು ಆಗ ಹೀಗೆ ಹೇಳಬಹುದು: "ನಾನು ನಾನಾಗಿಯೇ ಇರುತ್ತೇನೆ. ಇನ್ನು ಮುಂದೆ ಬೇರೆಯವರನ್ನು ಮೆಚ್ಚಿಸಲು ನನ್ನ ಜೀವನವನ್ನು ನಡೆಸುವುದಿಲ್ಲ. ಅವರು ನನ್ನ ಬಗ್ಗೆ ಏನು ಯೋಚಿಸುತ್ತಾರೆ ಎಂದುಕೊಂಡು ಹೆದರುವುದಿಲ್ಲ. ಒಂದು ವಾರದಲ್ಲಿ ನಾನು ಸಾಯುತ್ತಿದ್ದರೆ, ಬೇರೆಯವರು ಏನು ಯೋಚಿಸಿದರೆ ನನಗೇನು ಚಿಂತೆ? ನಾನು ನಾನಾಗಿಯೇ ಇರುತ್ತೇನೆ."

ಸಾವಿನ ದೇವತೆ ನಮಗೆ ಪ್ರತಿದಿನವನ್ನೂ ನಮ್ಮ ಜೀವನದ ಕೊನೆಯ ದಿನವೆಂಬಂತೆ ಬದುಕಲು ಕಲಿಸುತ್ತಾಳೆ, ನಾಳೆಯೇ ಇಲ್ಲದಿರಬಹುದು ಎಂಬಂತೆ ಬದುಕಲು ಕಲಿಸುತ್ತಾಳೆ. ನಾವು ಪ್ರತಿ ದಿನವನ್ನೂ ಹೀಗೆ ಹೇಳುತ್ತಾ ಪ್ರಾರಂಭಿಸಬಹುದು: "ನಾನು ಎಚ್ಚರಗೊಂಡಿದ್ದೇನೆ,

ನಾನು ಸೂರ್ಯನನ್ನು ನೋಡುತ್ತಿದ್ದೇನೆ. ನಾನು ಇಂದಿಗೂ ಜೀವಂತವಾಗಿರುವುದರಿಂದ, ಸೂರ್ಯನಿಗೆ, ಮತ್ತು ಎಲ್ಲದಕ್ಕೂ, ಎಲ್ಲರಿಗೂ ನನ್ನ ಕೃತಜ್ಞತೆಯನ್ನು ಸಲ್ಲಿಸುತ್ತೇನೆ. ಇನ್ನೊಂದು ದಿನ ನನಗೆ ನಾನಾಗಿಯೇ ಇರಲು ಸಿಕ್ಕಿದೆ."

ನಾನು ಜೀವನವನ್ನು ನೋಡುವ ರೀತಿ ಹೀಗಿಯೇ, ಮತ್ತು ಸಾವಿನ ದೇವತೆ ನಾನು ಸಂಪೂರ್ಣವಾಗಿ ತೆರೆದ ಪುಸ್ತಕವಾಗಿರಲು ಮತ್ತು ಭಯಪಡಲು ಏನೂ ಇಲ್ಲ ಎಂದು ನನಗೆ ಕಲಿಸಿದ್ದಾಳೆ. ಮತ್ತು ಸಹಜವಾಗಿಯೇ, ನಾನು ಪ್ರೀತಿಸುವ ಜನರನ್ನು ಪ್ರೀತಿಯಿಂದಲೇ ಕಾಣುತ್ತೇನೆ. ಏಕೆಂದರೆ, "ನಿಮ್ಮನ್ನು ಎಷ್ಟು ಪ್ರೀತಿಸುತ್ತೇನೆ" ಎಂದು ನಿಮಗೆ ಹೇಳಲು ನನಗೆ ಸಿಗುವ ಕೊನೆಯ ದಿನ ಇಂದೇ ಆಗಿರಬಹುದು. ನಾನು ನಿಮ್ಮನ್ನು ಮತ್ತೆ ನೋಡುತ್ತೇನೆಯೋ ಇಲ್ಲವೋ ನನಗೆ ಗೊತ್ತಿಲ್ಲ, ಆದ್ದರಿಂದ ನಾನು ನಿಮ್ಮೊಂದಿಗೆ ಜಗಳವಾಡಲು ಇಷ್ಟಪಡುವುದಿಲ್ಲ.

ಒಂದು ವೇಳೆ ನಾನು ನಿಮ್ಮೊಂದಿಗೆ ದೊಡ್ಡ ಜಗಳವಾಡಿ, ನಿಮ್ಮ ಮೇಲಿರುವ ನನ್ನೆಲ್ಲಾ ಭಾವನಾತ್ಮಕ ವಿಷಗಳನ್ನು ಅಂದರೆ ಕೋಪ, ದ್ವೇಷಗಳನ್ನು ಹೊರಹಾಕಿಬಿಟ್ಟರೆ, ಮತ್ತು ನಾಳೆ ನೀವು ಸತ್ತುಹೋದರೆ ಏನಾಗುತ್ತದೆ? ಅಯ್ಯೋ! ಓ ದೇವರೇ, ಆಗ ನನ್ನೊಳಗಿನ 'ನ್ಯಾಯಾಧೀಶ'ನು ನನ್ನನ್ನು ತುಂಬಾ ಕಠಿಣವಾಗಿ ಶಿಕ್ಷಿಸುತ್ತಾನೆ, ಮತ್ತು ನಾನು ನಿಮಗೆ ಹೇಳಿದ ಎಲ್ಲ ಮಾತುಗಳ ಬಗ್ಗೆ ನನಗೆ ತುಂಬಾ ಪಶ್ಚಾತ್ತಾಪ ಉಂಟಾಗುತ್ತದೆ. ಅಷ್ಟೇ ಅಲ್ಲ, ನಾನು ನಿಮ್ಮನ್ನು ಎಷ್ಟು ಪ್ರೀತಿಸುತ್ತೇನೆ ಎಂದು ನಿಮಗೆ ಹೇಳದೇ ಇರುವುದಕ್ಕೂ ನಾನು ತಪ್ಪಿತಸ್ಥನಾಗುತ್ತೇನೆ. ನನಗೆ ಸಂತೋಷ ನೀಡುವ ಪ್ರೀತಿ ಎಂದರೆ, ನಾನು ನಿಮ್ಮೊಂದಿಗೆ ಹಂಚಿಕೊಳ್ಳುವ ಪ್ರೀತಿ. 'ನಾನು ನಿಮ್ಮನ್ನು ಪ್ರೀತಿಸುತ್ತೇನೆ' ಎಂಬುದನ್ನು ನಾನು ಏಕೆ ನಿರಾಕರಿಸಬೇಕು? ನೀವು ನನ್ನನ್ನು ಪ್ರೀತಿಸುತ್ತೀರೋ ಇಲ್ಲವೋ ಎಂಬುದು ಮುಖ್ಯವಲ್ಲ. ನಾನು ನಾಳೆ ಸಾಯಬಹುದು ಅಥವಾ ನೀವು ನಾಳೆ ಸಾಯಬಹುದು. ಈಗ ನನಗೆ ಸಂತೋಷ ನೀಡುವುದು ಏನೆಂದರೆ, ನಾನು ನಿಮ್ಮನ್ನು ಎಷ್ಟು ಪ್ರೀತಿಸುತ್ತೇನೆ ಎಂದು ನಿಮಗೆ ತಿಳಿಸುವುದು.

ನೀವು ನಿಮ್ಮ ಜೀವನವನ್ನು ಈ ರೀತಿಯಲ್ಲಿ ಬದುಕಬಹುದು. ಹೀಗೆ ಮಾಡುವುದರಿಂದ, ನೀವು ನಿಮ್ಮನ್ನು 'ಸಾವಿನ ದೀಕ್ಷೆ'ಗೆ ಸಿದ್ಧಪಡಿಸಿಕೊಳ್ಳುತ್ತೀರಿ. ಈ ಸಾವಿನ ದೀಕ್ಷೆಯಲ್ಲಿ ಏನಾಗುತ್ತದೆ ಎಂದರೆ, ನಿಮ್ಮ ಮನಸ್ಸಿನಲ್ಲಿರುವ ಹಳೆಯ ಕನಸು ಮತ್ತು ನಿಯಂತ್ರಣದ ಬದುಕು ಶಾಶ್ವತವಾಗಿ ಸತ್ತು ಹೋಗುತ್ತದೆ. ಹೌದು, ಆ ಪರಾವಲಂಬಿ ಅಂದರೆ, ನಿಮ್ಮೊಳಗಿದ್ದ ನ್ಯಾಯಾಧೀಶ, ಬಲಿಪಶು, ಮತ್ತು ನೀವು ಹಿಂದೆ ನಂಬಿದ್ದ ವಿಷಯಗಳು– ಇವುಗಳ ನೆನಪು ನಿಮಗಿರುತ್ತದೆ, ಆದರೆ ಆ ಪರಾವಲಂಬಿ ಸತ್ತು ಹೋಗಿರುತ್ತದೆ.

ಸಾವಿನ ದೀಕ್ಷೆಯಲ್ಲಿ ಸತ್ತು ಹೋಗುವುದು ನಿಮ್ಮೊಳಗಿನ ಪರಾವಲಂಬಿ. ಈ 'ಸಾವಿನ ದೀಕ್ಷೆ'ಗೆ ಹೋಗುವುದು ಸುಲಭವಲ್ಲ, ಏಕೆಂದರೆ ನಿಮ್ಮೊಳಗಿನ ನ್ಯಾಯಾಧೀಶ ಮತ್ತು ಬಲಿಪಶುವು ತಮ್ಮೆಲ್ಲಾ ಶಕ್ತಿಯನ್ನು ಒಗ್ಗೂಡಿಸಿ ಹೋರಾಡುತ್ತವೆ. ಅವು ಸಾಯಲು ಇಷ್ಟಪಡುವುದಿಲ್ಲ. ಮತ್ತು ನಾವು, ಸಾಯುತ್ತಿರುವುದು ಪರಾವಲಂಬಿಯಲ್ಲ, ಬದಲಿಗೆ ನಾವೇ ಸಾಯುತ್ತಿದ್ದೇವೆ ಎಂದು ಭಾವಿಸುತ್ತೇವೆ, ಹಾಗಾಗಿ ನಾವು ಈ ಸಾವಿಗೆ ಹೆದರುತ್ತೇವೆ.

ನಾವು ಈ ಭೂಮಿಯ ಕನಸಿನಲ್ಲಿ ಸೀಮಿತವಾಗಿರುವ ನಂಬಿಕೆಗಳ ಬದುಕಿನಲ್ಲಿ ಬದುಕುತ್ತಿರುವಾಗ, ನಾವು ಸತ್ತಂತೆಯೇ ಇರುತ್ತೇವೆ. ಆದರೆ, ಈ 'ಸತ್ತವರ ದೀಕ್ಷೆ'ಯಿಂದ

ಯಾರು ಬದುಕುಳಿಯುತ್ತಾರೋ, ಅವರಿಗೆ ಅತ್ಯಂತ ಅದ್ಭುತವಾದ ಉಡುಗೊರೆ ಸಿಗುತ್ತದೆ. ಅದೇ ಪುನರುತ್ಥಾನ. ಪುನರುತ್ಥಾನವನ್ನು ಪಡೆಯುವುದೆಂದರೆ, ಸತ್ತ ಸ್ಥಿತಿಯಿಂದ ಎದ್ದು ಬರುವುದು, ಜೀವಂತವಾಗಿರುವುದು ಮತ್ತು ಮತ್ತೆ ನಾವಾಗಿಯೇ ಇರುವುದು. ಈ ಪುನರುತ್ಥಾನವೆಂದರೆ ಒಂದು ಮಗುವಿನಂತೆ ಇರುವುದು, ಯಾವುದೇ ಪಳಗಿಸುವಿಕೆ ಇರದೇ ಮುಕ್ತವಾಗಿ, ಸ್ವತಂತ್ರವಾಗಿ ಇರುವುದು. ಆದರೆ ಒಂದು ವ್ಯತ್ಯಾಸವಿದೆ. ಆ ವ್ಯತ್ಯಾಸವೇನೆಂದರೆ, ಇಲ್ಲಿ ನಾವು ಮುಗ್ಧತೆಯ ಬದಲು ವಿವೇಕದೊಂದಿಗೆ ಸ್ವಾತಂತ್ರ್ಯವನ್ನು ಹೊಂದಿರುತ್ತೇವೆ. ನಾವು ನಮ್ಮನ್ನು ಬಂಧಿಸಿದ್ದ 'ಪಳಗಿಸುವಿಕೆ'ಯನ್ನು ಮುರಿಯಲು, ಮತ್ತೆ ಸ್ವತಂತ್ರರಾಗಲು ಮತ್ತು ನಮ್ಮ ಮನಸ್ಸನ್ನು ಗುಣಪಡಿಸಲು ಸಾಧ್ಯವಾಗುತ್ತದೆ. ನಮಗೆ ತಿಳಿದಿರುತ್ತದೆ: ಪರಾವಲಂಬಿಯು ಸಾಯುತ್ತದೆ ಮತ್ತು ನಾವು ಇನ್ನೂ ಆರೋಗ್ಯಕರ ಮನಸ್ಸು ಮತ್ತು ಪರಿಪೂರ್ಣ ವಿವೇಕದೊಂದಿಗೆ ಜೀವಂತವಾಗಿರುತ್ತೇವೆ ಎಂದು. ಈ ಸತ್ಯವನ್ನು ಅರಿತು, ನಾವು ಸಾವಿನ ದೇವತೆಗೆ ಶರಣಾಗುತ್ತೇವೆ. ನಂತರ, ನಾವು ನಮ್ಮದೇ ಆದ ಮನಸ್ಸನ್ನು ಬಳಸಲು ಮತ್ತು ನಮ್ಮದೇ ಜೀವನವನ್ನು ನಡೆಸಲು ಸ್ವತಂತ್ರರಾಗಿರುತ್ತೇವೆ.

ಟೋಲ್ಟೆಕ್ ಮಾರ್ಗದಲ್ಲಿ, ಸಾವಿನ ದೇವತೆ ಕಲಿಸುವುದು ಇದನ್ನೇ. ಸಾವಿನ ದೇವತೆ ನಮ್ಮ ಬಳಿ ಬಂದು ಹೀಗೆ ಹೇಳುತ್ತಾಳೆ, "ಇಲ್ಲಿ ಇರುವ ಪ್ರತಿಯೊಂದು ವಸ್ತು, ನಿನಗೆ ನೋಡಲು ಸಿಗುವ ಪ್ರತಿಯೊಂದು ವಿಷಯ ನನ್ನದೇ ಆಗಿದೆ, ಅದು ನಿನದಲ್ಲ. ನಿನ್ನ ಮನೆ, ನಿನ್ನ ಸಂಗಾತಿ, ನಿನ್ನ ಮಕ್ಕಳು, ನಿನ್ನ ಕಾರು, ನಿನ್ನ ವೃತ್ತಿ, ನಿನ್ನ ಹಣ, ಎಲ್ಲವೂ ನನ್ನದು. ನನಗೆ ಯಾವಾಗ ಬೇಕಾದರೂ ನಾನು ಅದನ್ನು ನಿನ್ನಿಂದ ತೆಗೆದುಕೊಳ್ಳಬಹುದು. ಆದರೆ ಈಗ ಮಾತ್ರ ನೀನು ಅದನ್ನು ಬಳಸಬಹುದು."

ನಾವು ಸಾವಿನ ದೇವತೆಗೆ ಶರಣಾದರೆ, ನಾವು ಶಾಶ್ವತವಾಗಿ ಸಂತೋಷವಾಗಿರುತ್ತೇವೆ. ಏಕೆ? ಏಕೆಂದರೆ, ಸಾವಿನ ದೇವತೆ, ಜೀವನವು ಮುಂದುವರೆಯಲು ಸಾಧ್ಯವಾಗುವಂತೆ, ನಮ್ಮ ಹಿಂದಿನದನ್ನು ತೆಗೆದುಹಾಕುತ್ತಾಳೆ. ಕಳೆದುಹೋದ ಪ್ರತಿ ಕ್ಷಣದ ಸತ್ತಿರುವ ಭಾಗವನ್ನು ಸಾವಿನ ದೇವತೆ ತೆಗೆದುಕೊಂಡು ಹೋಗುತ್ತಲೇ ಇರುತ್ತಾಳೆ ಮತ್ತು ನಾವು ವರ್ತಮಾನದಲ್ಲಿ ಬದುಕುತ್ತಾ ಇರುತ್ತೇವೆ. ಆದರೆ, ನಮ್ಮೊಳಗಿನ ಪರಾವಲಂಬಿಯು ಅಂದರೆ ನಕಾರಾತ್ಮಕ ನಂಬಿಕೆಗಳು ನಮ್ಮ ಹಿಂದಿನದನ್ನು ಹೊತ್ತು ಸಾಗುವಂತೆ ಮಾಡುತ್ತದೆ, ಮತ್ತು ಅದು ಜೀವಂತವಾಗಿರುವುದನ್ನು ತುಂಬಾ ಭಾರವಾಗಿಸುತ್ತದೆ. ನಾವು ಹಿಂದಿನದರಲ್ಲೇ ಬದುಕಲು ಪ್ರಯತ್ನಿಸಿದರೆ, ವರ್ತಮಾನವನ್ನು ನಾವು ಹೇಗೆ ಆನಂದಿಸಲು ಸಾಧ್ಯ? ನಾವು ಭವಿಷ್ಯದ ಬಗ್ಗೆ ಕನಸು ಕಾಣುವಾಗ, ಹಿಂದಿನ ಭಾರವನ್ನು ಏಕೆ ಹೊತ್ತು ಸಾಗಬೇಕು? ನಾವು ವರ್ತಮಾನದಲ್ಲಿ ಬದುಕಲು ಪ್ರಾರಂಭಿಸುವುದು ಯಾವಾಗ? ನಮಗೆ ಸಾವಿನ ದೇವತೆ ಕಲಿಸಿಕೊಡುವುದು ಇದನ್ನೇ.

7

ಹೊಸದೊಂದು ಕನಸು

ಭೂಮಿಯ ಮೇಲಿನ ಸ್ವರ್ಗ

ನೀವು ಇಷ್ಟು ದಿನ ಕಲಿತಿದ್ದೆಲ್ಲವನ್ನು ಮರೆತುಬಿಡಿ. ಇದೊಂದು ಹೊಸ ಆರಂಭ, ಹೊಸ ತಿಳುವಳಿಕೆ, ಹೊಸ ಕನಸು. ಈಗ ನೀವು ಏನು ಬದುಕುತ್ತಿದ್ದೀರೋ, ಅದು ನಿಮ್ಮದೇ ಸೃಷ್ಟಿ. ಪ್ರಪಂಚವನ್ನು ನೀವು ಹೇಗೆ ನೋಡ್ತೀರೋ, ಆ ದೃಷ್ಟಿಯನ್ನ ಯಾವಾಗ ಬೇಕಾದರೂ ಬದಲಾಯಿಸಬಹುದು. ನರಕವನ್ನಾಗಲೀ, ಸ್ವರ್ಗವನ್ನಾಗಲೀ ಸೃಷ್ಟಿಸುವ ಶಕ್ತಿ ನಿಮಗಿದೆ. ಹಾಗಾದ್ರೆ, ಯಾಕೆ ಬೇರೆ ತರಹ ಕನಸು ಕಾಣಬಾರದು? ನಿಮ್ಮ ಮನಸ್ಸು, ಕಲ್ಪನೆ ಮತ್ತು ಭಾವನೆಗಳನ್ನು ಸ್ವರ್ಗವನ್ನ ಸೃಷ್ಟಿಸಲು ಯಾಕೆ ಬಳಸಬಾರದು?

ನಿಮ್ಮ ಕಲ್ಪನೆಯನ್ನ ಉಪಯೋಗಿಸಿದರೆ ಅದ್ಭುತವಾದದ್ದು ನಡೆಯುತ್ತೆ. ನೀವು ಬೇರೆ ಕಣ್ಣುಗಳಿಂದ ಜಗತ್ತನ್ನು ನೋಡುವ ಸಾಮರ್ಥ್ಯ ನಿಮಗೆ ಬಂದಿದೆ ಅಂತ ಕಲ್ಪಿಸಿಕೊಳ್ಳಿ. ಪ್ರತಿ ಬಾರಿ ಕಣ್ಣು ತೆರೆದಾಗಲೂ ಸುತ್ತಲಿನ ಜಗತ್ತು ಬೇರೆ ರೀತಿಯಲ್ಲಿ ಕಾಣಿಸುತ್ತೆ.

ಈಗ ನಿಮ್ಮ ಕಣ್ಣುಗಳನ್ನು ಮುಚ್ಚಿ, ನಂತರ ತೆರೆದು ಹೊರಗೆ ನೋಡಿ.

ನೀವು ಮರಗಳು ಪ್ರೀತಿ ಹರಡುವುದನ್ನು ನೋಡುತ್ತೀರ. ಆಕಾಶದಿಂದ ಪ್ರೀತಿ ಪಸರಿಸುತ್ತಿರುತ್ತದೆ. ಬೆಳಕು ಪ್ರೀತಿಯನ್ನು ಹರಡುತ್ತದೆ. ಸುತ್ತಲಿನ ಎಲ್ಲದರಿಂದಲೂ ನೀವು ಪ್ರೀತಿಯನ್ನು ಗ್ರಹಿಸುತ್ತೀರಿ. ಇದೇ ಪರಮಾನಂದದ ಸ್ಥಿತಿ. ಎಲ್ಲದರಿಂದಲೂ, ನಿಮ್ಮಿಂದ ಮತ್ತು ಇತರ ಮನುಷ್ಯರಿಂದಲೂ ನೀವು ನೇರವಾಗಿ ಪ್ರೀತಿಯನ್ನು ಗ್ರಹಿಸುತ್ತೀರಿ. ಮನುಷ್ಯರು ದುಃಖಿತರಾಗಿದ್ದಾಗ ಅಥವಾ ಕೋಪಗೊಂಡಿದ್ದಾಗಲೂ, ಈ ಭಾವನೆಗಳ ಹಿಂದೆ ಅವರು ಪ್ರೀತಿಯನ್ನು ಸಹ ಕಳುಹಿಸುತ್ತಿದ್ದಾರೆ ಎಂದು ನೀವು ನೋಡಬಹುದು.

ನಿಮ್ಮ ಕಲ್ಪನೆ ಮತ್ತು ಗ್ರಹಿಕೆಯ ಹೊಸ ಕಣ್ಣುಗಳನ್ನು ಬಳಸಿ, ನೀವು ಹೊಸ ಜೀವನ, ಹೊಸ ಕನಸು, ನಿಮ್ಮ ಅಸ್ತಿತ್ವವನ್ನು ಸಮರ್ಥಿಸಿಕೊಳ್ಳುವ ಅಗತ್ಯವಿಲ್ಲದ ಜೀವನ, ಮತ್ತು ನೀವು ನಿಜವಾಗಿಯೂ ಯಾರಾಗಿರುವಿರೋ ಹಾಗೆ ಇರಲು ಸ್ವತಂತ್ರರಾದ ಜೀವನವನ್ನು

ನಡೆಸುತ್ತಿದ್ದೀರಿ ಎಂದು ಕಲ್ಪಿಸಿಕೊಳ್ಳಿ. ನಿಮಗೆ ಸಂತೋಷವಾಗಿರಲು ಮತ್ತು ನಿಮ್ಮ ಜೀವನವನ್ನು ನಿಜವಾಗಿಯೂ ಆನಂದಿಸಲು ಅನುಮತಿ ಎಂದುಕೊಳ್ಳಿ. ನಿಮ್ಮ ಜೀವನವು ನಿಮ್ಮೊಂದಿಗೆ ಮತ್ತು ಇತರರೊಂದಿಗೆ ಯಾವುದೇ ಸಂಘರ್ಷವಿಲ್ಲದೆ ಇದೆ.

ನಿಮ್ಮ ಕನಸುಗಳನ್ನು ವ್ಯಕ್ತಪಡಿಸಲು ಭಯವಿಲ್ಲದೆ ನಿಮ್ಮ ಜೀವನವನ್ನು ನಡೆಸುತ್ತಿದ್ದೀರಿ ಎಂದು ಕಲ್ಪಿಸಿಕೊಳ್ಳಿ. ನಿಮಗೆ ಏನು ಬೇಕು, ಏನು ಬೇಡ, ಮತ್ತು ಯಾವಾಗ ಬೇಕು ಎಂದು ನಿಮಗೆ ತಿಳಿದಿದೆ. ನಿಮ್ಮ ಜೀವನವನ್ನು ನೀವು ನಿಜವಾಗಿಯೂ ಬಯಸಿದ ರೀತಿಯಲ್ಲಿ ಬದಲಾಯಿಸಲು ನೀವು ಸ್ವತಂತ್ರರಾಗಿದ್ದೀರಿ. ನಿಮಗೆ ಬೇಕಾದುದನ್ನು ಕೇಳಲು, ಯಾವುದಕ್ಕೂ ಅಥವಾ ಯಾರಿಗಾದರೂ ಹೌದು ಅಥವಾ ಇಲ್ಲ ಎಂದು ಹೇಳಲು ನೀವು ಹೆದರುವುದಿಲ್ಲ.

ಇತರರಿಂದ ನಿಯಂತ್ರಣಕ್ಕೊಳಗಾಗುವ ಭಯವಿಲ್ಲದೆ ಜೀವನವನ್ನು ನಡೆಸುತ್ತಿದ್ದೀರಿ ಎಂದು ಕಲ್ಪಿಸಿಕೊಳ್ಳಿ. ಇತರರು ನಿಮ್ಮ ಬಗ್ಗೆ ಏನು ಯೋಚಿಸಬಹುದು ಎಂಬುದರ ಪ್ರಕಾರ ನೀವು ಇನ್ನು ಮುಂದೆ ನಿಮ್ಮ ನಡವಳಿಕೆಯನ್ನು ನಿಯಂತ್ರಿಸುವುದಿಲ್ಲ. ಯಾರ ಅಭಿಪ್ರಾಯಕ್ಕೂ ನೀವು ಇನ್ನು ಮುಂದೆ ಜವಾಬ್ದಾರರಾಗಿಲ್ಲ. ಯಾರನ್ನೂ ನಿಯಂತ್ರಿಸುವ ಅಗತ್ಯ ನಿಮಗೆ ಇಲ್ಲ, ಮತ್ತು ಯಾರೂ ನಿಮ್ಮನ್ನು ನಿಯಂತ್ರಿಸುವುದಿಲ್ಲ.

ಇತರರ ಬಗ್ಗೆ ಯಾವುದೇ ನಿರ್ಣಯ ತಾಳದೇ ನಿಮ್ಮ ಜೀವನವನ್ನು ನಡೆಸುತ್ತಿದ್ದೀರಿ ಎಂದು ಕಲ್ಪಿಸಿಕೊಳ್ಳಿ. ನೀವು ಸುಲಭವಾಗಿ ಇತರರನ್ನು ಕ್ಷಮಿಸಬಹುದು ಮತ್ತು ನಿಮ್ಮಲ್ಲಿರುವ ಯಾವುದೇ ತೀರ್ಪುಗಳನ್ನು ಬಿಟ್ಟುಬಿಡಬಹುದು. ನೀವು ಸರಿಯಾಗಿರಬೇಕಾದ ಅಗತ್ಯವಿಲ್ಲ, ಮತ್ತು ಯಾರನ್ನೂ ತಪ್ಪು ಎಂದು ಹೇಳುವ ಅಗತ್ಯವಿಲ್ಲ. ನೀವು ನಿಮ್ಮನ್ನು ಮತ್ತು ಎಲ್ಲರನ್ನು ಗೌರವಿಸುತ್ತೀರಿ, ಮತ್ತು ಅವರು ನಿಮ್ಮನ್ನು ಗೌರವಿಸುತ್ತಾರೆ.

ಪ್ರೀತಿಸಲು ಮತ್ತು ಪ್ರೀತಿಸಲ್ಪಡದೆ ಇರುವ ಭಯವಿಲ್ಲದೆ ಬದುಕುತ್ತಿದ್ದೀರಿ ಎಂದು ಕಲ್ಪಿಸಿಕೊಳ್ಳಿ. ನೀವು ಇನ್ನು ಮುಂದೆ ತಿರಸ್ಕರಿಸಲ್ಪಡಲು ಹೆದರುವುದಿಲ್ಲ, ಮತ್ತು ನೀವು ಸ್ವೀಕರಿಸಲ್ಪಡಬೇಕಾದ ಅಗತ್ಯವಿಲ್ಲ. "ನಾನು ನಿನ್ನನ್ನು ಪ್ರೀತಿಸುತ್ತೇನೆ" ಎಂದು ಯಾವುದೇ ನಾಚಿಕೆ ಅಥವಾ ಸಮರ್ಥನೆಯಿಲ್ಲದೆ ಹೇಳಬಹುದು. ನಿಮ್ಮ ಹೃದಯವನ್ನು ಸಂಪೂರ್ಣವಾಗಿ ತೆರೆದು ಜಗತ್ತಿನಲ್ಲಿ ನಡೆಯಬಹುದು, ನೋವುಂಟಾಗುವ ಭಯವಿಲ್ಲದೆ.

ನೀವು ಅಪಾಯವನ್ನು ತೆಗೆದುಕೊಳ್ಳಲು ಮತ್ತು ಜೀವನವನ್ನು ಅನ್ವೇಷಿಸಲು ಹೆದರದೆ, ನಿಮ್ಮ ಜೀವನವನ್ನು ನಡೆಸುತ್ತಿದ್ದೀರಿ ಎಂದು ಕಲ್ಪಿಸಿಕೊಳ್ಳಿ. ಏನನ್ನೂ ಕಳೆದುಕೊಳ್ಳಲು ನೀವು ಹೆದರುವುದಿಲ್ಲ. ಜಗತ್ತಿನಲ್ಲಿ ಜೀವಂತವಾಗಿರಲು ನೀವು ಹೆದರುವುದಿಲ್ಲ, ಮತ್ತು ಸಾಯಲು ನೀವು ಹೆದರುವುದಿಲ್ಲ.

ನೀವು ಹೇಗಿದ್ದೀರೋ ಹಾಗೆಯೇ ನಿಮ್ಮನ್ನು ಪ್ರೀತಿಸುತ್ತಿದ್ದೀರಿ ಎಂದು ಕಲ್ಪಿಸಿಕೊಳ್ಳಿ. ನಿಮ್ಮ ದೇಹವನ್ನು ಹೇಗಿದೆಯೋ ಹಾಗೆಯೇ ಪ್ರೀತಿಸುತ್ತೀರಿ, ಮತ್ತು ನಿಮ್ಮ ಭಾವನೆಗಳನ್ನು ಹೇಗಿದೆಯೋ ಹಾಗೆಯೇ ಪ್ರೀತಿಸುತ್ತೀರಿ. ನೀವು ಹೇಗಿದ್ದೀರೋ ಹಾಗೆಯೇ ಪರಿಪೂರ್ಣರಾಗಿದ್ದೀರಿ ಎಂದು ನಿಮಗೆ ತಿಳಿದಿದೆ.

ಈ ಹಿಂದೆ ನೀವು ಕಲ್ಪಿಸಿಕೊಳ್ಳಿ ಎಂದು ನಾನು ಹೇಳಿದ ವಿಷಯಗಳು ಸಂಪೂರ್ಣವಾಗಿ ಸಾಧ್ಯ! ನೀವು ಶಾಲೀನತೆಯಲ್ಲಿ, ಆನಂದದ ಸ್ಥಿತಿಯಲ್ಲಿ, ಸ್ವರ್ಗದ

ಕನಸಿನಲ್ಲಿ ಬದುಕಬಹುದು. ಆದರೆ ಈ ಕನಸನ್ನು ಅನುಭವಿಸಲು, ಅದು ಏನೆಂದು ನೀವು ಮೊದಲು ಅರ್ಥಮಾಡಿಕೊಳ್ಳಬೇಕು.

ಕೇವಲ ಪ್ರೀತಿ ಮಾತ್ರ ನಿಮ್ಮನ್ನು ಆ ಆನಂದದ ಸ್ಥಿತಿಗೆ ತಲುಪಿಸಬಲ್ಲದು. ಆನಂದದಲ್ಲಿರುವುದು ಪ್ರೀತಿಯಲ್ಲಿರುವಂತೆ. ಪ್ರೀತಿಯಲ್ಲಿರುವುದು ಆನಂದದಲ್ಲಿರುವಂತೆ. ನೀವು ಮೋಡಗಳಲ್ಲಿ ತೇಲುತ್ತಿರುವಂತೆ. ನೀವು ಹೋದಲ್ಲೆಲ್ಲಾ ಪ್ರೀತಿಯನ್ನು ಗ್ರಹಿಸುತ್ತೀರಿ. ಹೀಗೆ ಸದಾಕಾಲ ಬದುಕುವುದು ಸಂಪೂರ್ಣವಾಗಿ ಸಾಧ್ಯ. ಇದು ಸಾಧ್ಯ, ಏಕೆಂದರೆ ಇತರರು ಇದನ್ನು ಸಾಧಿಸಿದ್ದಾರೆ ಮತ್ತು ಅವರು ನಿಮಗಿಂತ ಭಿನ್ನರಲ್ಲ. ಅವರು ಆನಂದದಲ್ಲಿ ಬದುಕುತ್ತಾರೆ ಏಕೆಂದರೆ ಅವರು ತಮ್ಮ ಒಪ್ಪಂದಗಳನ್ನು ಬದಲಾಯಿಸಿಕೊಂಡು ಬೇರೆ ಕನಸನ್ನು ಕಾಣುತ್ತಿದ್ದಾರೆ.

ಒಮ್ಮೆ ನೀವು ಆನಂದದ ಸ್ಥಿತಿಯಲ್ಲಿ ಬದುಕುವುದು ಎಂದರೆ ಏನು ಎಂದು ಅನುಭವಿಸಿದರೆ, ನಿಮಗೆ ಅದು ಬಹಳ ಇಷ್ಟವಾಗುತ್ತದೆ. ಭೂಮಿಯ ಮೇಲೆ ಸ್ವರ್ಗವು ಸತ್ಯ. ಸ್ವರ್ಗ ನಿಜವಾಗಿಯೂ ಇದೆ ಎಂದು ನಿಮಗೆ ತಿಳಿಯುತ್ತದೆ. ಒಮ್ಮೆ ಸ್ವರ್ಗ ಇದೆ ಎಂದು ನಿಮಗೆ ತಿಳಿದರೆ, ಅಲ್ಲಿ ಉಳಿಯಲು ಸಾಧ್ಯ ಎಂದು ತಿಳಿದರೆ, ಅದನ್ನು ಸಾಧಿಸುವ ಪ್ರಯತ್ನ ಮಾಡುವುದು ನಿಮಗೆ ಬಿಟ್ಟದ್ದು. ಎರಡು ಸಾವಿರ ವರ್ಷಗಳ ಹಿಂದೆ, ಯೇಸು ಕ್ರಿಸ್ತನು ನಮಗೆ ಸ್ವರ್ಗದ ರಾಜ್ಯದ ಬಗ್ಗೆ, ಪ್ರೀತಿಯ ರಾಜ್ಯದ ಬಗ್ಗೆ ಹೇಳಿದನು, ಆದರೆ ಯಾರೂ ಅದನ್ನು ಕೇಳಲು ಸಿದ್ಧರಿರಲಿಲ್ಲ. ಅವರು, "ನೀವು ಏನು ಮಾತನಾಡುತ್ತಿದ್ದೀರಿ? ನನ್ನ ಹೃದಯ ಖಾಲಿಯಾಗಿದೆ, ನೀವು ಹೇಳುವ ಪ್ರೀತಿ ನನಗೆ ಅನುಭವವಾಗುತ್ತಿಲ್ಲ; ನೀವು ಹೊಂದಿರುವ ಶಾಂತಿ ನನಗೆ ಅನುಭವವಾಗುತ್ತಿಲ್ಲ" ಎಂದರು. ನೀವು ಹೀಗೆ ಮಾಡಬೇಕಾಗಿಲ್ಲ. ಅವರ ಪ್ರೀತಿಯ ಸಂದೇಶ ಸಾಧ್ಯ ಎಂದು ಕಲ್ಪಿಸಿಕೊಳ್ಳಿ ಮತ್ತು ಅದು ನಿಮ್ಮದಾಗುತ್ತದೆ.

ಪ್ರಪಂಚವು ಬಹಳ ಸುಂದರ ಮತ್ತು ಅದ್ಭುತವಾಗಿದೆ. ಪ್ರೀತಿ ನಿಮ್ಮ ಜೀವನ ವಿಧಾನವಾದರೆ ಜೀವನವು ಬಹಳ ಸುಲಭವಾಗಬಹುದು. ನೀವು ಸದಾ ಪ್ರೀತಿಯಿಂದ ಇರಬಹುದು. ಇದು ನಿಮ್ಮ ಆಯ್ಕೆ. ಪ್ರೀತಿಸಲು ನಿಮಗೆ ಒಂದು ಕಾರಣ ಇರಬೇಕಾಗಿಲ್ಲ, ಆದರೆ ನೀವು ಪ್ರೀತಿಸಬಹುದು ಏಕೆಂದರೆ ಪ್ರೀತಿಸುವುದು ನಿಮ್ಮನ್ನು ತುಂಬಾ ಸಂತೋಷಪಡಿಸುತ್ತದೆ. ಕ್ರಿಯೆಯಲ್ಲಿ ಪ್ರೀತಿ ಕೇವಲ ಸಂತೋಷವನ್ನು ನೀಡುತ್ತದೆ. ಪ್ರೀತಿ ನಿಮಗೆ ಆಂತರಿಕ ಶಾಂತಿಯನ್ನು ನೀಡುತ್ತದೆ. ಅದು ಎಲ್ಲದರ ಬಗ್ಗೆ ನಿಮ್ಮ ಗ್ರಹಿಕೆಯನ್ನು ಬದಲಾಯಿಸುತ್ತದೆ.

ನೀವು ಎಲ್ಲವನ್ನೂ ಪ್ರೀತಿಯ ಕಣ್ಣುಗಳಿಂದ ನೋಡಬಹುದು. ನಿಮ್ಮ ಸುತ್ತಲೂ ಪ್ರೀತಿ ಇದೆ ಎಂದು ನಿಮಗೆ ಅರಿವಿರಬಹುದು. ನೀವು ಹೀಗೆ ಬದುಕಿದಾಗ, ನಿಮ್ಮ ಮನಸ್ಸಿನಲ್ಲಿ ಯಾವುದೇ ಮಂಜು ಇರುವುದಿಲ್ಲ. 'ಮಿಟೋಟೆ' (ಮನಸ್ಸಿನ ಗೊಂದಲ) ಶಾಶ್ವತ ರಜೆಯ ಮೇಲೆ ಹೋಗಿದೆ. ಮಾನವರು ಶತಮಾನಗಳಿಂದ ಇದನ್ನೇ ಹುಡುಕುತ್ತಿದ್ದಾರೆ. ಸಾವಿರಾರು ವರ್ಷಗಳಿಂದ ನಾವು ಸಂತೋಷವನ್ನು ಹುಡುಕುತ್ತಿದ್ದೇವೆ. ಸಂತೋಷವೇ ಕಳೆದುಹೋದ ಸ್ವರ್ಗ. ಮಾನವರು ಈ ಹಂತವನ್ನು ತಲುಪಲು ತುಂಬಾ ಶ್ರಮಿಸಿದ್ದಾರೆ, ಮತ್ತು ಇದು ಮನಸ್ಸಿನ ವಿಕಾಸದ ಒಂದು ಭಾಗವಾಗಿದೆ. ಇದು ಮಾನವಕುಲದ ಭವಿಷ್ಯ.

ಈ ಜೀವನ ವಿಧಾನವು ಸಾಧ್ಯ, ಮತ್ತು ಇದು ನಿಮ್ಮ ಕೈಯಲ್ಲಿದೆ. ಮೋಸೆಸ್

ಇದನ್ನು 'ವಾಗ್ದಾನದ ಭೂಮಿ' ಎಂದು ಕರೆದರು, ಬುದ್ಧ 'ನಿರ್ವಾಣ' ಎಂದು ಕರೆದರು, ಯೇಸು 'ಸ್ವರ್ಗ' ಎಂದು ಕರೆದರು, ಮತ್ತು ಟೋಲ್ಟೆಕ್‌ಗಳು ಇದನ್ನು 'ಹೊಸ ಕನಸು' ಎಂದು ಕರೆಯುತ್ತಾರೆ. ದುರದೃಷ್ಟವಶಾತ್, ನಿಮ್ಮ ಗುರುತು ಗ್ರಹದ ಕನಸಿನೊಂದಿಗೆ ಬೆರೆತುಹೋಗಿದೆ. ನಿಮ್ಮೆಲ್ಲಾ ನಂಬಿಕೆಗಳು ಮತ್ತು ಒಪ್ಪಂದಗಳು ಆ ಮಂಜಿನಲ್ಲಿವೆ. ಪರಾವಲಂಬಿಯ ಉಪಸ್ಥಿತಿಯನ್ನು ನೀವು ಅನುಭವಿಸುತ್ತೀರಿ ಮತ್ತು ನೀವೇ ಅದು ಎಂದು ನಂಬುತ್ತೀರಿ. ಇದು ಬಿಟ್ಟುಬಿಡಲು ಕಷ್ಟವಾಗಿಸುತ್ತದೆ – ಪರಾವಲಂಬಿಯನ್ನು ಬಿಡುಗಡೆ ಮಾಡಲು ಮತ್ತು ಪ್ರೀತಿಯನ್ನು ಅನುಭವಿಸಲು ಜಾಗವನ್ನು ಸೃಷ್ಟಿಸಲು. ನೀವು 'ನ್ಯಾಯಾಧೀಶ' ಮತ್ತು 'ಬಲಿಪಶು'ವಿಗೆ ಅಂಟಿಕೊಂಡಿದ್ದೀರಿ. ದುಃಖವು ನಿಮಗೆ ಸುರಕ್ಷಿತ ಭಾವನೆಯನ್ನು ನೀಡುತ್ತದೆ ಏಕೆಂದರೆ ಅದು ನಿಮಗೆ ಚೆನ್ನಾಗಿ ತಿಳಿದಿದೆ.

ಆದರೆ ನಿಜವಾಗಿಯೂ ದುಃಖಿಸಲು ಯಾವುದೇ ಕಾರಣವಿಲ್ಲ. ನೀವು ದುಃಖಿಸಲು ಆಯ್ಕೆ ಮಾಡುವುದರಿಂದ ಮಾತ್ರ ನೀವು ದುಃಖಿಸುತ್ತೀರಿ. ನಿಮ್ಮ ಜೀವನವನ್ನು ನೋಡಿದರೆ ದುಃಖಿಸಲು ಅನೇಕ ನೆಪಗಳು ಸಿಗುತ್ತವೆ, ಆದರೆ ದುಃಖಿಸಲು ಉತ್ತಮ ಕಾರಣ ಸಿಗುವುದಿಲ್ಲ. ಸಂತೋಷಕ್ಕೂ ಅದೇ ನಿಜ. ನೀವು ಸಂತೋಷವಾಗಿರಲು ಆಯ್ಕೆ ಮಾಡುವುದರಿಂದ ಮಾತ್ರ ನೀವು ಸಂತೋಷವಾಗಿರುತ್ತೀರಿ. ಸಂತೋಷವು ಒಂದು ಆಯ್ಕೆ, ಹಾಗೆಯೇ ದುಃಖವೂ ಸಹ.

ಬಹುಶಃ ನಾವು ಮಾನವನ ಹಣೆಬರಹದಿಂದ ತಪ್ಪಿಸಿಕೊಳ್ಳಲು ಸಾಧ್ಯವಿಲ್ಲ, ಆದರೆ ನಮಗೆ ಒಂದು ಆಯ್ಕೆ ಇದೆ. ನಮ್ಮ ಹಣೆಬರಹವನ್ನು ದುಃಖದಿಂದ ಅನುಭವಿಸುವುದು ಅಥವಾ ನಮ್ಮ ಹಣೆಬರಹವನ್ನು ಆನಂದಿಸುವುದು; ದುಃಖಪಡುವುದು ಅಥವಾ ಪ್ರೀತಿಸುವುದು ಮತ್ತು ಸಂತೋಷವಾಗಿರುವುದು. ನರಕದಲ್ಲಿ ಬದುಕುವುದು ಅಥವಾ ಸ್ವರ್ಗದಲ್ಲಿ ಬದುಕುವುದು. ನನ್ನ ಆಯ್ಕೆ ಸ್ವರ್ಗದಲ್ಲಿ ಬದುಕುವುದು. ನಿಮ್ಮದು ಯಾವುದು?

ಪ್ರಾರ್ಥನೆ

ದಯಮಾಡಿ ಒಂದು ಕ್ಷಣ ನಿಮ್ಮ ಕಣ್ಣುಗಳನ್ನು ಮುಚ್ಚಿ, ನಿಮ್ಮ ಹೃದಯವನ್ನು ತೆರೆಯಿರಿ, ಮತ್ತು ನಿಮ್ಮ ಹೃದಯದಿಂದ ಹೊಮ್ಮುವ ಪ್ರೀತಿಯನ್ನು ಅನುಭವಿಸಿ.

ನಿಮ್ಮ ಮನಸ್ಸಿನಲ್ಲಿ ಮತ್ತು ನಿಮ್ಮ ಹೃದಯದಲ್ಲಿ ನನ್ನ ಮಾತುಗಳೊಂದಿಗೆ ಒಂದಾಗಬೇಕೆಂದು ಬಯಸುತ್ತೇನೆ, ಪ್ರೀತಿಯ ಬಲವಾದ ಸೆಳೆತವನ್ನು ಅನುಭವಿಸಿ. ಒಟ್ಟಾಗಿ, ನಮ್ಮ ಸೃಷ್ಟಿಕರ್ತನೊಂದಿಗೆ ಗಾಢವಾದ ಐಕ್ಯತೆಯನ್ನು ಹೊಂದಲು ವಿಶೇಷ ಪ್ರಾರ್ಥನೆಯನ್ನು ಮಾಡೋಣ.

ನಿಮ್ಮ ಶ್ವಾಸಕೋಶದ ಮೇಲೆ ನಿಮ್ಮ ಗಮನವನ್ನು ಕೇಂದ್ರೀಕರಿಸಿ, ನಿಮ್ಮ ಶ್ವಾಸಕೋಶ ಮಾತ್ರ ಅಸ್ತಿತ್ವದಲ್ಲಿದೆ, ನಿಮ್ಮ ಶ್ವಾಸಕೋಶವನ್ನು ಬಿಟ್ಟು ಬೇರೆ ಏನೂ ಇಲ್ಲ ಎಂಬಂತೆ. ಮಾನವ ದೇಹದ ಅತಿಮುಖ್ಯ ಅಗತ್ಯವನ್ನು–ಅಂದರೆ ಉಸಿರಾಡುವುದನ್ನು– ಪೂರೈಸಲು ನಿಮ್ಮ ಶ್ವಾಸಕೋಶಗಳು ಉಬ್ಬಿದಾಗ ಆಗುವ ಆನಂದವನ್ನು ಅನುಭವಿಸಿ.

ಆಳವಾಗಿ ಉಸಿರನ್ನು ತೆಗೆದುಕೊಳ್ಳಿ ಮತ್ತು ಅದು ನಿಮ್ಮ ಶ್ವಾಸದಲ್ಲಿ ತುಂಬಿದಾಗ ಗಾಳಿಯನ್ನು(ವಾಯುವನ್ನು) ಅನುಭವಿಸಿ. ಆ ಗಾಳಿಯು ಪ್ರೀತಿ ಮಾತ್ರ ಎಂದು ಭಾವಿಸಿ. ಗಾಳಿ ಮತ್ತು ಶ್ವಾಸಕೋಶಗಳ ನಡುವಿನ ಸಂಪರ್ಕವನ್ನು ಗಮನಿಸಿ, ಅದು ಪ್ರೀತಿಯ ಸಂಪರ್ಕ. ನಿಮ್ಮ ದೇಹಕ್ಕೆ ಆ ಗಾಳಿಯನ್ನು ಹೊರಹಾಕುವ ಅಗತ್ಯವಿರುವವರೆಗೆ ನಿಮ್ಮ ಶ್ವಾಸಕೋಶವನ್ನು ಗಾಳಿಯಿಂದ ಉಬ್ಬಿಸಿ. ತದನಂತರ ಉಸಿರನ್ನು ಹೊರಹಾಕಿ, ಮತ್ತು ಮತ್ತೆ ಆನಂದವನ್ನು ಅನುಭವಿಸಿ. ಏಕೆಂದರೆ ನಾವು ಮಾನವ ದೇಹದ ಯಾವುದೇ ಅಗತ್ಯವನ್ನು ಪೂರೈಸಿದಾಗ, ಅದು ನಮಗೆ ಆನಂದವನ್ನು ನೀಡುತ್ತದೆ. ಉಸಿರಾಡುವುದು

ನಮಗೆ ಬಹಳ ಆನಂದವನ್ನು ನೀಡುತ್ತದೆ. ಕೇವಲ ನಾವು ಉಸಿರಾಡುವುದು ಮಾತ್ರವೇ ನಾವು ಸದಾ ಸಂತೋಷವಾಗಿರಲು, ಜೀವನವನ್ನು ಆನಂದಿಸಲು ಸಾಕು. ಬದುಕಿರುವುದೇ ಒಂದು ದೊಡ್ಡ ಸಂತಸ. ಆ ಜೀವಂತಿಕೆಯ ಆನಂದವನ್ನು, ಆ ಪ್ರೀತಿಯ ಸ್ಪರ್ಶವನ್ನು ಅನುಭವಿಸಿ...

ಮುಕ್ತಿಗಾಗಿ ಪ್ರಾರ್ಥನೆ

ಇಂದು, ಈ ಬ್ರಹ್ಮಾಂಡದ ಸೃಷ್ಟಿಕರ್ತನೇ, ನೀನು ನಮ್ಮ ಬಳಿ ಬಂದು, ನಮ್ಮೊಂದಿಗೆ ಪ್ರೀತಿಯ ಗಾಢವಾದ ಐಕ್ಯತೆಯನ್ನು ಹಂಚಿಕೊಳ್ಳಬೇಕೆಂದು ನಾವು ಕೇಳಿಕೊಳ್ಳುತ್ತೇವೆ. ನಿನ್ನ ನಿಜವಾದ ಹೆಸರು 'ಪ್ರೀತಿ' ಎಂದು ನಮಗೆ ತಿಳಿದಿದೆ. ನಿನ್ನೊಂದಿಗೆ ಸಮ್ಮಿಲನಗೊಳ್ಳುವುದೆಂದರೆ, ನೀನು ಇರುವ ಅದೇ ಸ್ಪಂದನವನ್ನು, ಅದೇ ಸ್ತರವನ್ನು ಹಂಚಿಕೊಳ್ಳುವುದು ಎಂದರ್ಥ, ಏಕೆಂದರೆ ಈ ಬ್ರಹ್ಮಾಂಡದಲ್ಲಿ ಅಸ್ತಿತ್ವದಲ್ಲಿರುವ ಏಕೈಕ ಸತ್ಯ ನೀನು ಮಾತ್ರ.

ಇಂದು, ನಾವು ನಿನ್ನಂತೆಯೇ ಇರಲು, ಜೀವನವನ್ನು ಪ್ರೀತಿಸಲು, ಜೀವನವೇ ಆಗಲು, ಪ್ರೀತಿಯೇ ಆಗಲು ನಮಗೆ ಸಹಾಯ ಮಾಡು. ನೀನು ಪ್ರೀತಿಸುವ ರೀತಿಯಲ್ಲಿಯೇ ಯಾವುದೇ ಷರತ್ತುಗಳಿಲ್ಲದೆ, ಯಾವುದೇ ನಿರೀಕ್ಷೆಗಳಿಲ್ಲದೆ, ಯಾವುದೇ ಬಂಧನಗಳಿಲ್ಲದೆ, ಯಾವುದೇ ತೀರ್ಪು ನೀಡದೆ ಪ್ರೀತಿಸಲು ನಮಗೆ ಸಹಾಯ ಮಾಡು. ಯಾವುದೇ ತೀರ್ಪಿನ ಹಂಗಿಲ್ಲದೆ ನಮ್ಮನ್ನು ನಾವು ಪ್ರೀತಿಸಲು ಮತ್ತು ಸ್ವೀಕರಿಸಲು ನಮಗೆ ಸಹಾಯ ಮಾಡು. ಏಕೆಂದರೆ, ನಾವು ನಮ್ಮನ್ನು ನಾವೇ ದೂಷಿಸಿಕೊಂಡಾಗ, ನಾವು ನಮ್ಮನ್ನು ತಪ್ಪಿತಸ್ಥರೆಂದು ಭಾವಿಸುತ್ತೇವೆ ಮತ್ತು ನಮಗೆ ಶಿಕ್ಷೆಯಾಗಬೇಕು ಎಂದು ಬಯಸುತ್ತೇವೆ.

ನೀನು ಸೃಷ್ಟಿಸಿದ ಪ್ರತಿಯೊಂದನ್ನೂ ಬೇಷರತ್ತಾಗಿ ಪ್ರೀತಿಸಲು ನಮಗೆ ಸಹಾಯ ಮಾಡು. ವಿಶೇಷವಾಗಿ ಇತರ ಮನುಷ್ಯರನ್ನು, ಅದರಲ್ಲೂ ನಮ್ಮ ಸುತ್ತಮುತ್ತ ಇರುವವರನ್ನು– ನಮ್ಮ ಎಲ್ಲಾ ಬಂಧುಗಳನ್ನು ಮತ್ತು ನಾವು ಪ್ರೀತಿಸಲು ಇಷ್ಟೊಂದು ಹೆಣಗಾಡುವ ಜನರನ್ನು. ಏಕೆಂದರೆ ನಾವು ಅವರನ್ನು ನಿರಾಕರಿಸಿದಾಗ, ನಾವು ನಮ್ಮನ್ನೇ ನಿರಾಕರಿಸುತ್ತೇವೆ, ಮತ್ತು ನಾವು ನಮ್ಮನ್ನೇ ನಿರಾಕರಿಸಿದಾಗ, ನಾವು ನಿನ್ನನ್ನೇ ನಿರಾಕರಿಸುತ್ತೇವೆ.

ಇತರರನ್ನು ಅವರು ಹೇಗಿದ್ದಾರೋ ಹಾಗೆಯೇ, ಯಾವುದೇ ಷರತ್ತುಗಳಿಲ್ಲದೆ ಪ್ರೀತಿಸಲು ನಮಗೆ ಸಹಾಯ ಮಾಡು. ಅವರನ್ನು ಯಾವುದೇ ತೀರ್ಪು ನೀಡದೆ, ಅವರು ಹೇಗಿದ್ದಾರೋ ಹಾಗೆಯೇ ಸ್ವೀಕರಿಸಲು ನಮಗೆ ಸಹಾಯ ಮಾಡು. ಏಕೆಂದರೆ ನಾವು ಅವರನ್ನು ತೀರ್ಪಿಗೆ ಒಳಪಡಿಸಿದರೆ, ನಾವು ಅವರನ್ನು ದೋಷಿಗಳೆಂದು ಕಾಣುತ್ತೇವೆ, ಅವರನ್ನು ದೂಷಿಸುತ್ತೇವೆ, ಮತ್ತು ಅವರನ್ನು ಶಿಕ್ಷಿಸುವುದು ಅಗತ್ಯ ಎಂದು ನಮಗನ್ನಿಸುತ್ತದೆ.

ಇಂದು, ನಮ್ಮ ಹೃದಯದಲ್ಲಿರುವ ಎಲ್ಲಾ ಭಾವನಾತ್ಮಕ ಕಲ್ಮಶಗಳನ್ನು ಶುದ್ಧೀಕರಿಸು. ನಮ್ಮ ಮನಸ್ಸನ್ನು ಎಲ್ಲಾ ತೀರ್ಪುಗಳಿಂದ ಮುಕ್ತಗೊಳಿಸು, ಇದರಿಂದ ನಾವು ಸಂಪೂರ್ಣ ಶಾಂತಿ ಮತ್ತು ಪರಿಪೂರ್ಣ ಪ್ರೀತಿಯಲ್ಲಿ ಬದುಕಬಹುದು.

ಇಂದು ಒಂದು ವಿಶೇಷ ದಿನ. ಇಂದು ನಾವು ಮತ್ತೆ ಪ್ರೀತಿಸಲು ನಮ್ಮ ಹೃದಯಗಳನ್ನು ತೆರೆಯುತ್ತೇವೆ. ಇದರಿಂದ ನಾವು ಪರಸ್ಪರ "ನಾನು ನಿನ್ನನ್ನು ಪ್ರೀತಿಸುತ್ತೇನೆ" ಎಂದು ಯಾವುದೇ ಭಯವಿಲ್ಲದೆ, ಪೂರ್ಣ ಹೃದಯದಿಂದ ಹೇಳಬಹುದು.

ಇಂದು, ನಾವು ನಮ್ಮನ್ನು ನಿನಗೆ ಸಮರ್ಪಿಸಿಕೊಳ್ಳುತ್ತೇವೆ. ನಮ್ಮ ಬಳಿಗೆ ಬಾ, ನಮ್ಮ ಧ್ವನಿಯನ್ನು ಬಳಸು, ನಮ್ಮ ಕಣ್ಣುಗಳನ್ನು ಬಳಸು, ನಮ್ಮ ಕೈಗಳನ್ನು ಬಳಸು, ಮತ್ತು ನಮ್ಮ ಹೃದಯಗಳನ್ನು ಬಳಸು, ಎಲ್ಲರೊಂದಿಗೆ ಪ್ರೀತಿಯ ಸಮ್ಮಿಲನದಲ್ಲಿ ನಮ್ಮನ್ನು ಹಂಚಿಕೊ.

ಇಂದು, ಸೃಷ್ಟಿಕರ್ತನೇ, ನಾವು ನಿನ್ನಂತೆಯೇ ಇರಲು ನಮಗೆ ಸಹಾಯ ಮಾಡು. ಈ ದಿನ ನಾವು ಪಡೆದ ಎಲ್ಲದಕ್ಕೂ ನಿನಗೆ ಧನ್ಯವಾದಗಳು, ವಿಶೇಷವಾಗಿ ನಾವು ನಿಜವಾಗಿಯೂ ಹೇಗಿದ್ದೇವೋ ಹಾಗೆ ಇರುವ ಸ್ವಾತಂತ್ರ್ಯಕ್ಕಾಗಿ. ಆಮೆನ್.

ಪ್ರೀತಿಗಾಗಿ ಪ್ರಾರ್ಥನೆ

ನಾವು ಒಟ್ಟಿಗೆ ಒಂದು ಸುಂದರವಾದ ಕನಸನ್ನು ಕಾಣಲಿದ್ದೇವೆ. ನೀವು ಸದಾಕಾಲದಲ್ಲೂ ಕಾಣಲು ಬಯಸುವಂತಹ ಒಂದು ಕನಸು. ಆ ಕನಸಿನಲ್ಲಿ, ನೀವು ಬೆಚ್ಚಗಿನ, ಹಿತವಾದ ಬಿಸಿಲಿರುವ ಒಂದು ಸುಂದರ ದಿನದ ಮಧ್ಯದಲ್ಲಿದ್ದೀರಿ. ನಿಮಗೆ ಪಕ್ಷಿಗಳ ಕಲರವ, ತಂಗಾಳಿಯ ಸದ್ದು ಮತ್ತು ಒಂದು ಪುಟ್ಟ ನದಿಯ ಜುಳುಜುಳು ನಾದ ಕೇಳಿಸುತ್ತಿದೆ. ನೀವು ಆ ನದಿಯ ಕಡೆಗೆ ನಡೆಯುತ್ತೀರಿ.

ನದಿಯ ದಡದಲ್ಲಿ, ಒಬ್ಬ ವೃದ್ಧರು ಧ್ಯಾನಸ್ಥರಾಗಿ ಕುಳಿತಿರುತ್ತಾರೆ. ಅವರ ಶಿರದಿಂದ ಬಗೆಬಗೆಯ ಬಣ್ಣಗಳ ಒಂದು ದಿವ್ಯವಾದ ಬೆಳಕು ಹೊರಹೊಮ್ಮುತ್ತಿರುವುದನ್ನು ನೀವು ಕಾಣುತ್ತೀರಿ. ನೀವು ಅವರಿಗೆ ಅಡ್ಡಿಪಡಿಸಬಾರದೆಂದು ಪ್ರಯತ್ನಿಸುತ್ತೀರಿ, ಆದರೆ ನಿಮ್ಮ ಇರುವಿಕೆಯನ್ನು ಅರಿತ ಅವರು, ನಿಧಾನವಾಗಿ ಕಣ್ಣು ತೆರೆಯುತ್ತಾರೆ.

ಅವರ ಕಣ್ಣುಗಳು ಪ್ರೀತಿಯಿಂದಲೇ ತುಂಬಿರುತ್ತವೆ, ಮುಖದಲ್ಲಿ ವಿಶಾಲವಾದ ಮಂದಹಾಸವಿರುತ್ತದೆ. "ಇಷ್ಟು ಸುಂದರವಾದ ಬೆಳಕನ್ನು ನೀವು ಹೇಗೆ ಹೊರಸೂಸಬಲ್ಲಿರಿ?" ಎಂದು ನೀವು ಅವರನ್ನು ಕೇಳುತ್ತೀರಿ. "ನೀವು ಮಾಡುತ್ತಿರುವುದನ್ನು ನನಗೂ ಕಲಿಸಿಕೊಡಬಹುದೇ?" ಎಂದೂ ಬೇಡುತ್ತೀರಿ. ಅದಕ್ಕೆ ಅವರು ಉತ್ತರಿಸುತ್ತಾರೆ: "ಹಲವು, ಹಲವು ವರ್ಷಗಳ ಹಿಂದೆ, ನಾನೂ ಕೂಡ ನನ್ನ ಗುರುವಿಗೆ ಇದೇ ಪ್ರಶ್ನೆಯನ್ನು ಕೇಳಿದ್ದೆ."

ಅವರು ತಮ್ಮ ಕಥೆಯನ್ನು ಹೇಳತೊಡಗಿದರು, "ನನ್ನ ಗುರುಗಳು ತಮ್ಮ ಎದೆಯನ್ನು ತೆರೆದು ತಮ್ಮ ಹೃದಯವನ್ನು ಹೊರತೆಗೆದರು, ನಂತರ ತಮ್ಮ ಹೃದಯದಿಂದ ಒಂದು ಸುಂದರವಾದ ಜ್ವಾಲೆಯನ್ನು ತೆಗೆದುಕೊಂಡರು. ನಂತರ ಅವರು ನನ್ನ ಎದೆಯನ್ನು ತೆರೆದು, ನನ್ನ ಹೃದಯವನ್ನು ತೆರೆದು ಅದರಲ್ಲಿ ಆ ಚಿಕ್ಕ ಜ್ವಾಲೆಯನ್ನು ಸ್ಥಾಪಿಸಿದರು. ಅವರು ನನ್ನ ಹೃದಯವನ್ನು ಮತ್ತೆ ನನ್ನ ಎದೆಯಲ್ಲಿ ಇಟ್ಟರು. ನನ್ನ ಹೃದಯವು ನನ್ನೊಳಗೆ ಬಂದ ತಕ್ಷಣ ನನಗೆ ಒಂದು ಆಳವಾದ ಪ್ರೀತಿಯ ಅನುಭೂತಿಯಾಯಿತು, ಏಕೆಂದರೆ ಅವರು ನನ್ನೊಳಗೆ ಸ್ಥಾಪಿಸಿದ ಆ ಜ್ವಾಲೆ ಅವರ ಪ್ರೀತಿಯೇ ಆಗಿತ್ತು.

ಆ ಜ್ವಾಲೆಯು ನನ್ನ ಹೃದಯದಲ್ಲಿ ಬೆಳೆದು ದೊಡ್ಡದಾಯಿತು – ಅದು ಸುಡದ, ಆದರೆ ತಾನು ಸ್ಪರ್ಶಿಸಿದ ಎಲ್ಲವನ್ನೂ ಶುದ್ಧೀಕರಿಸುವ ಒಂದು ಪಾವನ ಅಗ್ನಿ. ಆ ಅಗ್ನಿಯು ನನ್ನ ದೇಹದ ಪ್ರತಿ ಜೀವಕೋಶವನ್ನೂ ಸ್ಪರ್ಶಿಸಿತು, ಮತ್ತು ನನ್ನ ದೇಹದ ಜೀವಕೋಶಗಳು ನನ್ನನ್ನು ಪ್ರೀತಿಸಿದವು. ನಾನು ನನ್ನ ದೇಹದೊಂದಿಗೆ ಒಂದಾದೆ, ಆದರೆ ನನ್ನ ಪ್ರೀತಿ

ಮತ್ತಷ್ಟು ಹೆಚ್ಚಾಯಿತು. ಆ ಅಗ್ನಿಯು ನನ್ನ ಮನಸ್ಸಿನ ಪ್ರತಿ ಭಾವನೆಯನ್ನೂ ತಟ್ಟಿತು, ಮತ್ತು ಎಲ್ಲಾ ಭಾವನೆಗಳು ಪ್ರಬಲವಾದ, ತೀವ್ರವಾದ ಪ್ರೀತಿಯಾಗಿ ರೂಪಾಂತರಗೊಂಡವು. ಮತ್ತು ನಾನು ನನ್ನನ್ನು ಸಂಪೂರ್ಣವಾಗಿ, ಷರತ್ತುರಹಿತವಾಗಿ ಪ್ರೀತಿಸಿದೆ.

ಆದರೆ ಆ ಅಗ್ನಿ ಉರಿಯುತ್ತಲೇ ಇತ್ತು, ಮತ್ತು ನನ್ನ ಪ್ರೀತಿಯನ್ನು ಹಂಚಿಕೊಳ್ಳಲೇಬೇಕಾದ ತೀವ್ರವಾದ ಅಗತ್ಯ ನನಗಾಯಿತು. ನನ್ನ ಪ್ರೀತಿಯ ಒಂದು ಕಣವನ್ನು ಪ್ರತಿ ಮರದಲ್ಲಿ ಇಡಲು ನಾನು ನಿರ್ಧರಿಸಿದೆ. ಮರಗಳು ನನ್ನನ್ನು ಪ್ರೀತಿಸಿದವು, ಮತ್ತು ನಾನು ಮರಗಳೊಂದಿಗೆ ಒಂದಾದೆ. ಆದರೂ ನನ್ನ ಪ್ರೀತಿ ನಿಲ್ಲಲಿಲ್ಲ, ಅದು ಬೆಳೆಯುತ್ತಲೇ ಇತ್ತು. ನಾನು ಪ್ರತಿ ಹೂವಿನಲ್ಲಿ, ಹುಲ್ಲಿನಲ್ಲಿ, ಮಣ್ಣಿನಲ್ಲಿ ಪ್ರೀತಿಯ ಒಂದು ಭಾಗವನ್ನು ಇಟ್ಟೆ. ಅವು ನನ್ನನ್ನು ಪ್ರೀತಿಸಿದವು, ಮತ್ತು ನಾವು ಒಂದಾದೆವು. ನನ್ನ ಪ್ರೀತಿಯು ಜಗತ್ತಿನ ಪ್ರತಿ ಪ್ರಾಣಿಯನ್ನೂ ಪ್ರೀತಿಸುವಷ್ಟು ಬೃಹದಾಕಾರವಾಗಿ ಬೆಳೆಯಿತು. ಅವು ನನ್ನ ಪ್ರೀತಿಗೆ ಸ್ಪಂದಿಸಿದವು, ನನ್ನನ್ನು ಪ್ರೀತಿಸಿದವು, ಮತ್ತು ನಾವು ಒಂದಾದೆವು. ಆದರೆ ನನ್ನ ಪ್ರೀತಿ ಬೆಳೆಯುತ್ತಲೇ ಇತ್ತು.

ನಾನು ನನ್ನ ಪ್ರೀತಿಯ ಒಂದು ಭಾಗವನ್ನು ಪ್ರತಿ ಸ್ಫಟಿಕದಲ್ಲಿ, ನೆಲದ ಮೇಲಿನ ಪ್ರತಿ ಕಲ್ಲಲ್ಲಿ, ಮಣ್ಣಿನಲ್ಲಿ, ಲೋಹಗಳಲ್ಲಿ ಇಟ್ಟೆ. ಅವು ನನ್ನನ್ನು ಪ್ರೀತಿಸಿದವು, ಮತ್ತು ನಾನು ಭೂತಾಯಿಯೊಂದಿಗೆ ಒಂದಾದೆ. ತದನಂತರ ನಾನು ನನ್ನ ಪ್ರೀತಿಯನ್ನು ನೀರಿನಲ್ಲಿ, ಸಾಗರಗಳಲ್ಲಿ, ನದಿಗಳಲ್ಲಿ, ಮಳೆಯಲ್ಲಿ, ಹಿಮದಲ್ಲಿ ಇಡಲು ನಿರ್ಧರಿಸಿದೆ. ಅವು ನನ್ನನ್ನು ಪ್ರೀತಿಸಿದವು, ಮತ್ತು ನಾವು ಒಂದಾದೆವು. ಆದರೂ ನನ್ನ ಪ್ರೀತಿ ಹೆಚ್ಚುಹೆಚ್ಚಾಗಿ ಬೆಳೆಯುತ್ತಲೇ ಇತ್ತು. ನಾನು ನನ್ನ ಪ್ರೀತಿಯನ್ನು ಗಾಳಿಗೆ, ಮಾರುತಕ್ಕೆ ನೀಡಲು ನಿರ್ಧರಿಸಿದೆ. ಭೂಮಿಯೊಂದಿಗೆ, ಗಾಳಿಯೊಂದಿಗೆ, ಸಾಗರಗಳೊಂದಿಗೆ, ಸಮಸ್ತ ಪ್ರಕೃತಿಯೊಂದಿಗೆ ನಾನು ಗಾಢವಾದ ಐಕ್ಯತೆಯನ್ನು ಅನುಭವಿಸಿದೆ, ಮತ್ತು ನನ್ನ ಪ್ರೀತಿ ಬೆಳೆಯುತ್ತಲೇ ಇತ್ತು.

ನಾನು ಆಕಾಶದತ್ತ, ಸೂರ್ಯನತ್ತ, ನಕ್ಷತ್ರಗಳತ್ತ ಮುಖ ಮಾಡಿದೆ. ನನ್ನ ಪ್ರೀತಿಯ ಒಂದು ಕಿರುಭಾಗವನ್ನು ಪ್ರತಿ ನಕ್ಷತ್ರದಲ್ಲಿ, ಚಂದ್ರನಲ್ಲಿ, ಸೂರ್ಯನಲ್ಲಿ ಇಟ್ಟೆ. ಅವು ನನ್ನನ್ನು ಪ್ರೀತಿಸಿದವು. ನಾನು ಚಂದ್ರ-ಸೂರ್ಯ-ನಕ್ಷತ್ರಗಳೊಂದಿಗೆ ಒಂದಾದೆ, ಮತ್ತು ನನ್ನ ಪ್ರೀತಿ ಬೆಳೆಯುತ್ತಲೇ ಇತ್ತು. ಮತ್ತು ನಾನು ನನ್ನ ಪ್ರೀತಿಯ ಒಂದು ಚಿಕ್ಕ ಭಾಗವನ್ನು ಪ್ರತಿ ಮಾನವನಲ್ಲಿಯೂ ಇಟ್ಟೆ, ಮತ್ತು ನಾನು ಸಮಸ್ತ ಮಾನವಕುಲದೊಂದಿಗೆ ಒಂದಾದೆ. ಈಗ ನಾನು ಎಲ್ಲಿಗೆ ಹೋದರೂ, ಯಾರನ್ನು ಭೇಟಿಯಾದರೂ, ಅವರ ಕಣ್ಣುಗಳಲ್ಲಿ ನನ್ನನ್ನೇ ನಾನು ನೋಡುತ್ತೇನೆ. ಏಕೆಂದರೆ ನಾನು ಎಲ್ಲದರಲ್ಲೂ ಒಂದು ಭಾಗವಾಗಿದ್ದೇನೆ, ಏಕೆಂದರೆ ನಾನು ಪ್ರೀತಿಸುತ್ತೇನೆ."

ಮತ್ತು ನಂತರ, ಆ ಹಿರಿಯ ವ್ಯಕ್ತಿ ತಮ್ಮ ಎದೆಯನ್ನು ತೆರೆಯುತ್ತಾರೆ, ಆ ಸುಂದರವಾದ ಜ್ವಾಲೆಯನ್ನು ಹೊತ್ತಿರುವ ತಮ್ಮ ಹೃದಯವನ್ನು ಹೊರತೆಗೆಯುತ್ತಾರೆ. ಆ ಜ್ವಾಲೆಯನ್ನು ಅವರು ನಿಮ್ಮ ಹೃದಯದಲ್ಲಿ ಪ್ರತಿಷ್ಠಾಪಿಸುತ್ತಾರೆ. ಮತ್ತು ಈಗ, ಆ ಪ್ರೀತಿ ನಿಮ್ಮೊಳಗೆ ಅಗಾಧವಾಗಿ ಹರಡುತ್ತದೆ.

ಈಗ ನೀವು ಗಾಳಿಯೊಂದಿಗೆ, ನೀರಿನೊಂದಿಗೆ, ನಕ್ಷತ್ರಗಳೊಂದಿಗೆ, ಪ್ರಕೃತಿಯೊಂದಿಗೆ, ಸಮಸ್ತ ಪ್ರಾಣಿಗಳೊಂದಿಗೆ, ಮತ್ತು ಎಲ್ಲಾ ಮಾನವರೊಂದಿಗೆ ಐಕ್ಯರಾಗಿದ್ದೀರಿ. ನಿಮ್ಮ ಹೃದಯದಲ್ಲಿರುವ ಜ್ವಾಲೆಯಿಂದ ಹೊರಹೊಮ್ಮುವ ಆ ಬಿಸಿ ಮತ್ತು ಪ್ರಕಾಶವನ್ನು ನೀವು

ಅನುಭವಿಸುತ್ತೀರಿ. ನಿಮ್ಮ ಶಿರದಿಂದಲೂ ಬಗೆಬಗೆಯ ಬಣ್ಣಗಳ ಸುಂದರವಾದ ಬೆಳಕು ಹೊರಸೂಸುತ್ತದೆ. ನೀವು ಪ್ರೀತಿಯ ಕಾಂತಿಯಿಂದ ಉಜ್ವಲಿಸುತ್ತಿದ್ದೀರಿ ಮತ್ತು ಹೀಗೆ ಪ್ರಾರ್ಥಿಸುತ್ತೀರಿ:

ಬ್ರಹ್ಮಾಂಡದ ಸೃಷ್ಟಿಕರ್ತನೇ, ನನಗೆ ನೀಡಿರುವ ಈ ಜೀವನದ ವರಕ್ಕಾಗಿ ನಿನಗೆ ಅನಂತ ಧನ್ಯವಾದಗಳು. ನನಗೆ ನಿಜವಾಗಿಯೂ ಅಗತ್ಯವಿದ್ದ ಎಲ್ಲವನ್ನೂ ನೀನು ಒದಗಿಸಿದ್ದಕ್ಕಾಗಿ ನಿನಗೆ ಕೃತಜ್ಞತೆಗಳು. ಈ ಸುಂದರವಾದ ದೇಹ ಮತ್ತು ಈ ಅದ್ಭುತವಾದ ಮನಸ್ಸಿನ ಅನುಭವವನ್ನು ನೀಡಿದ್ದಕ್ಕಾಗಿ ನಿನಗೆ ವಂದನೆಗಳು.

ನಿನ್ನ ಎಲ್ಲಾ ಪ್ರೀತಿಯೊಂದಿಗೆ, ನಿನ್ನ ಶುದ್ಧ ಮತ್ತು ಅಪರಿಮಿತ ಚೈತನ್ಯದೊಂದಿಗೆ, ನಿನ್ನ ಬೆಚ್ಚಗಿನ ಮತ್ತು ಪ್ರಕಾಶಮಾನವಾದ ಬೆಳಕಿನೊಂದಿಗೆ ನನ್ನೊಳಗೆ ನೀನು ನೆಲೆಸಿರುವುದಕ್ಕಾಗಿ ನಿನಗೆ ಧನ್ಯವಾದಗಳು.

ನನ್ನ ಮಾತುಗಳನ್ನು ಬಳಸಿದ್ದಕ್ಕಾಗಿ, ನನ್ನ ಕಣ್ಣುಗಳನ್ನು ಬಳಸಿದ್ದಕ್ಕಾಗಿ, ನಾನು ಎಲ್ಲಿಗೆ ಹೋದರೂ ನಿನ್ನ ಪ್ರೀತಿಯನ್ನು ಹಂಚಿಕೊಳ್ಳಲು ನನ್ನ ಹೃದಯವನ್ನು ಬಳಸಿದ್ದಕ್ಕಾಗಿ ನಿನಗೆ ಧನ್ಯವಾದಗಳು. ನೀನು ಹೇಗಿದ್ದೀಯೋ ಹಾಗೆಯೇ ನಾನು ನಿನ್ನನ್ನು ಪ್ರೀತಿಸುತ್ತೇನೆ, ಮತ್ತು ನಾನು ನಿನ್ನ ಸೃಷ್ಟಿಯಾಗಿರುವುದರಿಂದ, ನಾನು ಹೇಗಿದ್ದೇನೆಯೋ ಹಾಗೆಯೇ ನನ್ನನ್ನು ಪ್ರೀತಿಸುತ್ತೇನೆ.

ನನ್ನ ಹೃದಯದಲ್ಲಿ ಈ ಪ್ರೀತಿ ಮತ್ತು ಶಾಂತಿಯನ್ನು ಜಾಗೃತವಾಗಿರಿಸಲು ಮತ್ತು ಆ ಪ್ರೀತಿಯನ್ನೇ ನನ್ನ ಹೊಸ ಜೀವನ ಶೈಲಿಯನ್ನಾಗಿ ಮಾಡಲು ನನಗೆ ಸಹಾಯ ಮಾಡು. ನನ್ನ ಬದುಕಿನುದ್ದಕ್ಕೂ ನಾನು ಪ್ರೀತಿಯಲ್ಲಿಯೇ ಜೀವಿಸಲು ನನಗೆ ಸಹಾಯ ಮಾಡು. ಆಮೆನ್.

• • •

ಈ ಪುಸ್ತಕವನ್ನು ಓದಿದ ನಂತರ ನೀವು ನಿಮ್ಮ ಅಭಿಪ್ರಾಯಗಳನ್ನು

books.feedback@tejgyan.org ನಲ್ಲಿ ಪೋಸ್ಟ್ ಮಾಡಬಹುದು

ಪರಿಶಿಷ್ಟ

ವಾವ್ (WOW) ಪ್ರಕಾಶನದ ಇತರ ಕನ್ನಡ ಪುಸ್ತಕಗಳು

೧. ಇಕಿಗಾಯ್ – ದೀರ್ಘ ಹಾಗು ಸಂತಸಭರಿತ ಜೀವನಕ್ಕೆ ಜಪಾನಿಯರ ಗುಟ್ಟು

೨. ಇಕಿಗಾಯ್ ಪಯಣ – ಬಾಳಿನಲ್ಲಿ ಸಂತಸ ಮತ್ತು ಉದ್ದೇಶವನ್ನು ಕಂಡುಕೊಳ್ಳುವ ಜಪಾನಿಯರ ಪ್ರಾಯೋಗಿಕ ಮಾರ್ಗದರ್ಶಿ

೩. ಬದುಕಿನ ಅರ್ಥದ ಹುಡುಕಾಟದಲ್ಲಿ ಮನುಷ್ಯ

೪. ವಿಚಾರ ನಿಯಮ – ದಿ ಪಾವರ್ ಆಫ್ ಹ್ಯಾಪ್ಪಿ ಥಾಟ್ಸ್

೫. ಸ್ವಸಂವಾದ–ಒಂದು ಜಾದು : ನಿಮ್ಮ ರಿಮೋಟ್ ಕಂಟ್ರೋಲನ್ನು ಹೇಗೆ ಪಡೆದುಕೊಳ್ಳುವುದು

೬. ಸ್ವಯಂ ಜೊತೆ ಸಮರ – ಹರ್ಕ್ಯುಲಿಸ್‌ನ ಆಂತರಿಕ ಶೋಧ

೭. ಸಂಪೂರ್ಣ ಲಕ್ಷ್ಯ – ಸಂಪೂರ್ಣ ವಿಕಾಸವನ್ನು ಹೇಗೆ ಕೈಗೊಳ್ಳುವುದು

೮. ಸ್ವೀಕಾರದ ಜಾದು – ತ್ವರಿತ ಆನಂದವನ್ನು ಪಡೆಯುವುದು ಹೇಗೆ

೯. ಮೃತ್ಯು ನಂತರದ ಜೀವನ – ಮಹಾಜೀವನ

೧೦. ಜಾಗೃತಿ ಮೂಡಿಸುವ ಉತ್ತರಗಳು – ಜೀವನದ ೧೧೧ ಜಿಜ್ಞಾಸೆಗಳ ಪರಿಹಾರ

೧೧. ಆಲಸ್ಯದಿಂದ ಮುಕ್ತಿಗೆ ೧೪ ಹೆಜ್ಜೆಗಳು

೧೨. ಕ್ಷಮೆಯ ಜಾದು– ಮನದಲ್ಲಿಯೇ ಕ್ಷಮೆಯಾಚಿಸಿ ಎಲ್ಲ ದುಃಖಗಳಿಂದ ಮುಕ್ತಿ ಪಡೆಯುವುದು ಹೇಗೆ

೧೩. ಅಭ್ಯಾಸ ಬಲ

೧೪. ದ ಮ್ಯಾಜಿಕ್ ಆಫ್ ಗಾಡ್ ಬ್ಲೆಸ್ ಯು

೧೫. ಭಾವನೆಗಳ ಮೇಲೆ ವಿಜಯ– ಭಾವನಾತ್ಮಕ ಪರಿಪಕ್ವತೆಯನ್ನು ಬೆಳೆಸಿಕೊಳ್ಳುವುದು ಹೀಗೆ.

೧೬. ಇಚಿಗೊ ಇಚಿಯೆ– ಪ್ರತಿಯೊಂದು ಕ್ಷಣವನ್ನು ಜೀವಂತವಾಗಿಸುವ ಜಪಾನಿಯರ ಕಲೆ

೧೭. ವಾಬಿ ಸಾಬಿ – ಅಪರಿಪೂರ್ಣತೆಯಲ್ಲಿನ ವಿವೇಕ

೧೮. ಕಾನ್ಸಂಟ್ರೇಶನ್ – ಏಕಾಗ್ರ ಮನಸ್ಸಿನ ಚಮತ್ಕಾರ

೧೯. ಜನ್ಮಜನ್ಮಾಂತರದ ಪಾಠಗಳು ಮತ್ತು ಸ್ಮೃತಿಗಳ ಉಪಚಾರ

೨೦. ಇಕಿಗಾಯ್ ಹದಿಹರೆಯದವರಿಗಾಗಿ

೨೧. ಡೀಪ್ ವರ್ಕ್

ತೇಜಜ್ಞಾನ ಫೌಂಡೇಷನ್ – ಮುಖ್ಯ ಶಾಖೆಗಳು

ಪುಣೆ (ರೆಜಿಸ್ಟರ್ಡ್ ಆಫೀಸ್): ವಿಕ್ರಾಂತ ಕಾಂಪ್ಲೆಕ್ಸ್, ತಪೋವನ ಮಂದಿರದ ಹತ್ತಿರ, ಪಿಂಪರಿ, ಪುಣೆ-411017. ದೂರವಾಣಿ-020-27411240, 27412576

ಮನನ ಆಶ್ರಮ: ಸರ್ವೆ ನಂ.43, ಸನಸ್ ನಗರ, ನಾಂದೋಶಿ ಹಳ್ಳಿ, ಕಿರ್ಕಿಟವಾಡಿ ತಿರುವು, ತಾಲೂಕ-ಹವೇಲಿ, ಜಿಲ್ಲೆ-ಪುಣೆ-411024. ದೂರವಾಣಿ: 09921008060

ಮಹಾಆಸಮಾನಿ ಪರಮ ಜ್ಞಾನ

ಶಿಬಿರದ ಪರಿಚಯ ಮತ್ತು ಲಾಭಗಳು(ನಿವಾಸಿ)

Self Development to Self Realization Towards Self Stabilization

ನೀವು ಉಚ್ಚತಮ ಆನಂದವನ್ನು ಪಡೆಯಬಯಸುವಿರೆ? ಯಾವುದೇ ಕಾರಣದ ಮೇಲೆ ಅವಲಂಬಿತವಾಗಿರದ, ಸಮಯದೊಂದಿಗೆ ಹೆಚ್ಚುತ್ತಲೇ ಹೋಗುವ ಆ ಆನಂದ, ಅದು ನಿಮ್ಮದಾಗಬೇಕೆ? ನೀವು ಇದೇ ಜೀವನದಲ್ಲಿ ಪ್ರೇಮ, ವಿಶ್ವಾಸ, ಶಾಂತಿ, ಸಮೃದ್ಧಿ ಪರಮ ಸಂತುಷ್ಟಿ ಪಡೆಯಬಯಸುವಿರೆ? ನೀವು ಶಾರೀರಿಕ, ಮಾನಸಿಕ, ಆರ್ಥಿಕ, ಸಾಮಾಜಿಕ ಹಾಗು ಆದ-ಾತ್ಮಿಕ ಸ್ತರಗಳಲ್ಲಿ ಸಫಲರಾಗಬೇಕೆನ್ನುವಿರೆ? ನೀವು 'ನಾನು ಯಾರು' ಈ ಪ್ರಶ್ನೆಯ ಉತ್ತರವನ್ನು ಅನುಭವದಿಂದ ಪಡೆಯಬಯಸುವಿರೆ?

ಒಂದುವೇಳೆ ನಿಮ್ಮಲ್ಲಿ ಈ ಎಲ್ಲ ಪ್ರಶ್ನೆಗಳ ಉತ್ತರವನ್ನು ಪಡೆಯುವ ಮತ್ತು 'ಅಂತಿಮ ಸತ್ಯ'ವನ್ನು ಪಡೆಯಬೇಕೆಂಬ ತೀವ್ರ ಹಂಬಲವಿದ್ದರೆ ತೇಜಜ್ಞಾನ ಫೌಂಡೇಶನ್ ಮುಖಾಂತರ ಆಯೋಜಿಸಲಾದ 'ಮಹಾಆಸಮಾನಿ ಶಿಬಿರ್'ನಲ್ಲಿ ನಿಮಗೆ ಸ್ವಾಗತವಿದೆ. ಈ ಶಿಬಿರ ಪೂರ್ಣತಃ ಸರಶ್ರೀಯವರ ಶಿಕ್ಷಣವನ್ನು ಆಧರಿಸಿದೆ.

ಮಹಾಆಸಮಾನಿ ಪರಮಜ್ಞಾನ ಶಿಬಿರದ ಉದ್ದೇಶ:

ಈ ಶಿಬಿರಿನ ಉದ್ದೇಶವೇನೆಂದರೆ, 'ವಿಶ್ವದ ಪ್ರತಿಯೊಬ್ಬ ಮನುಷ್ಯ ನಾನು ಯಾರು? ಈ ಪ್ರಶ್ನೆಯ ಉತ್ತರವನ್ನು ಅರಿತು ಸರ್ವೋಚ್ಚ ಆನಂದದಲ್ಲಿ ಸ್ಥಾಪಿತವಾಗಲಿ ಎಂದು. ಅವನಿಗೆ ಪ್ರತಿಕ್ಷಣ ವರ್ತಮಾನದಲ್ಲಿ ಇರುವ ಕಲೆಯನ್ನು ತಿಳಿಹೇಳುವ ಜ್ಞಾನವು ಲಭಿಸಲಿ. ಭೂತಕಾಲದ ಭಾರ ಹಾಗೂ ಭವಿಷ್ಯದ ಚಿಂತೆ ಇವೆರಡರಿಂದಲೂ ಅವನು ಮುಕ್ತಿಯನ್ನು ಪಡೆಯಲಿ. ಪ್ರತಿಯೊಬ್ಬ ಮನುಷ್ಯನ ಜೀವನದಲ್ಲಿ ಸ್ಥಿರವಾದ ಖುಷಿ, ಸರಿಯಾದ ತಿಳುವಳಿಕೆ ಮತ್ತು ಸಮಸ್ಯೆಗಳನ್ನು ಕರಗಿಸುವ/ವಿಲೀನಗೊಳಿಸುವ ಕಲೆಯು ಬರಲಿ. ಮನುಷ್ಯ ಜೀವನದ ಉದ್ದೇಶ ಪೂರ್ಣಗೊಳ್ಳಲಿ. ನಾನು ಯಾರು? ನಾನು ಇಲ್ಲಿ ಏಕಿದ್ದೇನೆ? ಮೋಕ್ಷವೆಂದರೇನು? ಮೋಕ್ಷವು ಇದೇ ಜನ್ಮದಲ್ಲಿ ಪ್ರಾಪ್ತವಾಗಬಹುದೇ? ಈ ಪ್ರಶ್ನೆಗಳು ನಿಮ್ಮಲ್ಲಿದ್ದರೆ ಬನ್ನಿ ಮಹಾಆಸಮಾನಿ ಪರಮಜ್ಞಾನ ಶಿಬಿರ ಇದರ ಉತ್ತರವಾಗಿದೆ.

www.ingramcontent.com/pod-product-compliance
Lightning Source LLC
Chambersburg PA
CBHW031331230926
51848CB00001B/183
* 9 7 8 9 3 4 7 0 8 7 4 5 5 *